கே.என். செந்தில் (பி. 1982)

பெற்றோர் : நடராஜன் – கண்ணம்மாள். சொந்த ஊர் அவிநாசி. மேலாண்மையியலில் இளங்கலைப் பட்டம் பெற்றிருக்கிறார். திருப்பூரில் வரி ஆலோசனை அலுவலகம் நடத்துகிறார். சிறுகதைத் தொகுப்புகள் : 'இரவுக்காட்சி'(2009), 'அரூப நெருப்பு' (2013), 'அகாலம்' (2018), 'விருந்து' (2021) ஆகியன. 'விழித்திருப்பவனின் கனவு' (2016) முதல் கட்டுரைத் தொகுப்பு.

இளம் படைப்பாளிக்கான ஸ்பாரோ விருதை 2014இலும் சுந்தர ராமசாமி விருதை 2016இலும் புதுமைப்பித்தன் விருதை 2019இலும் பெற்றிருக்கிறார்.

தொடர்புக்கு:

92, முனியப்பன் கோவில் வீதி, அவிநாசி
கைபேசி : 97503 44855
மின்னஞ்சல் : knsenthilavn7@gmail.com

நீல வெளிச்சம்

கே.என். செந்தில்

எதிர் வெளியீடு

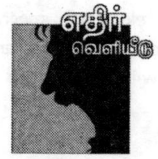

நீல வெளிச்சம்
கே.என். செந்தில்

முதல் பதிப்பு: ஜனவரி 2024

எதிர் வெளியீடு,
96, நியூ ஸ்கீம் ரோடு, பொள்ளாச்சி – 642 002
தொலைபேசி: 04259 – 226012, 99425 11302

விலை: ரூ. 275

Neela Velicham
K.N. Senthil

Copyright © K.N. Senthil
First Edition: January 2024

Published by
Ethir Veliyeedu, 96, New Scheme Road, Pollachi – 2
email: ethirveliyedu@gmail.com
www.ethirveliyeedu.com

ISBN: 978-81-19576-37-1
Cover Design: Negizhan
Printed at Jothy Enterprises, Chennai.

All rights reserved. No part of this book may be reprinted or reproduced or utilised in any form or by any electronic, mechanical or other means, now known or hereafter invented, including Photocopying and recording, or in any information storage or retrieval system, without permission in writing from the Publisher.

தக்கை வே. பாபுவுக்கு...

உள்ளடக்கம்

முன்னுரை

- ‘இந்த நீல வெளிச்சம் எங்கிருந்து வந்தது’ 09

மதிப்புரைகள்

- யாராலும் தடுக்க முடியாத விபரீதம் 16
- காலமும் நான்கு கதைகளும் 20
- புதிய காற்றைச் சுமந்து வரும் கதைகள் 23
- இச்சைகளின் பசி 28
- தத்துவத்தின் கையேடு 33
- முன் செல்லாதக் கதைகள் 39
- நீல வெளிச்சம் 44
- ஏளனமும் ஏமாற்றமும் 51
- சாவின் நிழலில்... 55
- இன்றில் நிலைக்காதவை 61
- கூட்டு அக்கறைகள் கொண்ட பிரதி 67
- மனக்குமிழ் பிம்பங்கள் 75
- உலகெலாம் உணர்ந்து 78
- கைவிடப்படுதலின் தனிமை 88
- உதிராத நட்சத்திரம் 97
- கோமாளி, பலியாடு, விரோதி... 102
- சிறிய உலகின் பெரிய விஷயங்கள் 106

குறிப்புகள்

- இளமையும் விவேகமும் 114
- பூக்குழி 119
- சூறாவளி: லெ கிளெஸியோவின் இரு குறுநாவல்கள் 122
- மன்னார் பொழுதுகள் 126

கட்டுரைகள்

இலக்கியம்

- சுந்தர ராமசாமி : முதல் சந்திப்பு — 130
- கடலோரம் அழியா காலடிச்சுவடு — 134
- உயிர்ப்புடன் இருக்கும் சிறுகதை உலகம் — 137
- இருபத்துச் சொச்சம் கதைகள் (என் கதையுலகம் – சில குறிப்புகள்) — 144
- சாட்சி — 149

அரசியல்

- நூதன 'கதை சொல்லி'கள் — 158

அஞ்சலி

- மாபெரும் பாடகன் — 162

கடிதம்

- கவிஞர். சுகுமாரனுக்கு... — 172

நேர்காணல்கள்

- "மொழியைக் கையாளத் தெரியாத இலக்கியம் கிஞ்சித்தும் கைவரப்பெறாத நபர்கள் சூழலை மாசுபடுத்துகிறார்கள்" — 180
- "படைப்புச் செயல்பாட்டில், வாசகர் கதவுக்கு அப்பால் நிறுத்தி வைக்கப்பட வேண்டியவர்!" — 194

முன்னுரை

'இந்த நீல வெளிச்சம் எங்கிருந்து வந்தது'

சுமார் 70 ஆண்டுகளுக்கு முன் (1952) வைக்கம் முகம்மது பஷீர் எழுதிய சிறுகதையொன்றின் இறுதிவரியே மேலே குறிப்பிடப்பட்டிருப்பது. அக்கதையின் நாயகன் (வேறு யார்? பஷீர் தான்) இருமாத வாடகையை முன்பணமாகக் கொடுத்து குடிபுகுந்த வீட்டில், என்றோ காதல் தோல்வியால் அவ்வீட்டுக் கிணற்றில் குதித்துத் தற்கொலை செய்துகொண்ட பார்கவி எவரையும் அங்கு வசிக்க விடாது துரத்தி விடுகிறாள் என்றும் அவளே அங்கு அரூபமாக அலைகிறாள் என்பதுமான பீதிக்கதைகள் சுற்றிலுமிருப்பவர்களால் அவரிடம் சொல்லப்படுகின்றன. அவர் அவளுடன் எந்த பயமுமின்றி ஆனால் தயக்கத்துடன் 'சும்மா அப்படியே..' சம்பாஷணையை ஆரம்பிக்கிறார். அவள் அங்கிருப்பதாக நினைத்துக் கொண்டு கிணற்றை எட்டிப் பார்த்தும் அந்த ஆளற்ற வீட்டுக்குள் உலவியபடியும் அவளுடன் பேசுகிறார். தன் நிலையை விளக்கி உடன்படிக்கையும் செய்து கொள்கிறார். ஆச்சரியமாக அதன் பின் அவளால் அவருக்குத் தொந்தரவே ஏற்படுவதில்லை. ஒரு நாள் விளக்கில் எண்ணெய் தீர்ந்து போகிறது. அவரால் எழுத முடியவதில்லை. எனவே நடுநிசியில் கிளம்பி நண்பரிடம் எண்ணெய் வாங்கி வரச் செல்கிறார். திரும்பி வந்து பூட்டைத் திறந்து நுழையும் போது அறை 'நீல வெளிச்ச'த்தில் ஒளிர்கிறது. ஒருவித கவிதை போல அக்காட்சியை பஷீர் காட்டுகிறார். நிற்க.

சில ஆண்டுகளுக்கு முன் வெளிவந்த போகன்சங்கரின் குறுங்கதையொன்றிலும் காதலுக்காக உயிரை மாய்த்துக் கொண்ட பெண் அவளுடையவனைக் காண 'நீல வெளிச்ச'மாக வருகிறாள். இறந்தவர்களின் அச்சுறுத்தும் நடவடிக்கைகளைக் கேட்டுப் பழகியவர்களுக்கு அவர்கள் எப்படி ஒளியாக மாற முடியும் என்ற வினா எழக்கூடும். இது உருவெளிக் கற்பனைத் தோற்றம் மட்டுமே எனச் சிலர் வாதிடவும் கூடும். ஆனால் இவ்வுலகில்

தன் சராசரி விருப்பங்களுடன் வாழ ஆசைப்பட்ட ஆன்மாக்கள் தன்னுடன் சம்பந்தப்பட்ட அல்லது தனக்கு இணையான மனங்களுக்கு வெளிச்சமாக மாற முடியும். அவர்களுடன் அந்தரங்கமாக உரையாடவும் முடியும். இதற்கு சாட்சியாக மேலும் உதாரணங்களைச் சொல்லவும் இயலும்.

இந்நூலின் தலைப்புக்காக வெவ்வேறு யோசனைகள் ஓடிய போது மேற்கண்ட குறுங்கதையின் தலைப்பும் அதில் பஷீரின் இதே கதைச் சுட்டப்பட்டிருந்ததும் நினைவுக்கு வந்தது. மர்மமும் அழகும் ஒளியும் நிரம்பிய சிறுகதையொன்று அளிக்கும் அனுபவத்திற்கு நிகராக (அது நேரடியானது அல்ல, அரூபமானது, உணர்கிறவர்களுக்கு மட்டுமே புரியக் கூடியது) ஏன் அபுனைவு நூலொன்றின் வாசிப்பு அமையக்கூடாது என்ற எண்ணம் தோன்றியது. அதாவது அந்தப் புதிரும் அழகும் அப்படியே விடப்படும்படியாக. அந்தரங்கமாக உணர்ந்தும் கொள்ளும்படியாக. சரியான சாவியுடன் அறையை திறந்தால் போதுமானது. அங்கு வெளிச்சத்தைக் காணலாம். ஒரு அபுனைவு நூலுக்கு புகழ்பெற்ற புனைகதையின் பெயரை வைப்பது தொடர்பான பொருத்தங்களை போதுமான அளவு பேசியாகி விட்டது என நினைக்கிறேன்.

கடந்த பத்தாண்டுகளில் எழுதிய அபுனைவு எழுத்துக்களின் தொகுப்பு இந்நூல். மிகச்சில ஐந்தாண்டுகளுக்கு முன் எழுதப்பட்டவை. படைப்பிலக்கிய விமர்சனம் இல்லாத ஒன்றை உருவாக்குவதல்ல. எனவே ஒரு படைப்பாளியின் இடத்திற்கு விமர்சகன் உரிமை கோரமுடியாது. ஆனால் குறிப்பிட்ட படைப்புக்குச் சிறந்த வாசிப்பை அளிப்பதன் வழியாக வாசகருக்கும் ஏன் அப்படைப்பாளிக்குமே கூட விளக்காக முடியும். இன்னுமொரு மாற்றுக் கோணம் , புதிய வாயில், அறியாத சாளரம் போன்றவற்றைக் கண்டடைவதற்கான வழிகள் எப்போதுமே ஒரு தீவிரமான படைப்பில் இருந்து கொண்டிருக்கும். எனவே தான் ஒற்றைத்தன்மைக் கொண்ட பிரதிகள் முதல் வாசிப்பிலேயே மறதியின் புதைகுழிக்குள் அமிழ்ந்து விடுகின்றன. எழுத்தாளனே தன் படைப்பின் முதல் வாசகனும் விமர்சகனும் என்ற போதும் அப்பிரதியில் அவன் நினைத்துப் பார்க்காத ரகசியங்களையும் மறைபொருளையும் மட்டுமல்ல புதிய வாசிப்பொன்றையே கூட இன்னொருவர் வழங்கி விடமுடியும். ஆனபோதும் படைப்பிலக்கிய விமர்சனத்தில் அறுதியான வாசிப்போ, இறுதியான முடிவோ இல்லை. ஆனால் பிரதானமான வேறு ஒன்றுண்டு. முன் தீர்மானங்கள் அற்று திறந்த மனதுடன் எவ்விதச் சாய்வுமின்றி நூலுடன் ஒன்றிப் போதலே அது.

ரசனை விமர்சனத்தில் பலரது வாசிப்பின் அடிப்படையிலான மாறுபட்ட கோணங்களை விவாதிக்கவும் முரண்படவும் முடியும். இத்தொகுப்பிலுள்ள பெரும்பாலான புத்தகங்களுக்கு எழுதப்பட்ட முதல் மதிப்புரையும் முதல் கட்டுரையும் இந்நூலில் உள்ளவையே. எனவே அவற்றுக்குரிய தோற்றங்களுடன் அவை உள்ளன.

முன்னர் இதழொன்றில் படைப்பு வெளியானால், அது குறைந்த அளவிலான வாசகர்களால் மட்டுமே படிக்கப்படும் என்றாலும் அதன் தராதரம் குறித்து பாரபட்சமற்ற அபிப்ராயங்கள் அவர்களால் பகிர்ந்து கொள்ளப்பட்டன. அது சம்பந்தப்பட்ட ஆசிரியனின் எதிர்காலப் படைப்பைப் புடம்போடவும் எழுத்தாக்கத்தைப் பரிசீலனை செய்யவும் வழிவகுத்தது. ஒரு இலக்கியக் கூட்டத்திற்கு வெளியே அப்போது வெளியாகியிருந்த கதையின் நிறைகுறைகள் அந்த ஆசிரியனின் முன்பாகவே பிழிந்து காயப்போடப்பட்டதை நினைவு கூர்கிறேன். அந்த எடைமிகுந்த கணங்கள் தான் அவர் எழுத அமருந்தோறும் தூண்டும் முன்னிலையாகவும் அவர்களின் வினாக்களை பழையதாக்கும் உத்வேகத்தையும் அளித்திருக்கும்.

ஆனால் முகநூல் எனும் மாபெரும் சந்தை தரம் சார்ந்த கோடுகளை பெருமளவு பின்னோக்கி இழுத்து விட்டது என்றே தோன்றுகிறது. ஒருவர் தன் சோப்புக்கட்டியைக் காட்டும்போது அது திடமானது எனவே கரையாதது நீடித்த ஆயுள் கொண்டது என அங்கீகரித்தால்தான், சம்பந்தப்பட்டவர் புதிய சட்டையுடன் தோன்றும்போது அவரது வாக்குப்பெட்டி நிரம்பி வழியும். இல்லையெனில் நிலைமை பரிதாபம் தான். எப்போதையும் விட இக்காலகட்டத்தில் செறிவாக இருந்திருக்க வேண்டிய விமர்சனம், முனைமழுங்கியதாக ஒருவித பாலிசி பெனிஃபிட்டாக மாறி விட்டது. அப்படியானால் ரசனையை அடிப்படையாகக் கொண்ட இந்த விமர்சன நூலில் சார்புகள் இல்லையா எனக் கேள்வி எழலாம். அது ஆசிரியனுடன் விமர்சகனுக்குரிய நல்லுறவின் வெளிப்பாடாக இருப்பதற்குப் பதில் அந்தப் பிரதியின் முக்கியத்துவத்துடனும் அது தற்கால இலக்கியத்திற்கு ஆற்றும் பங்களிப்புகளுடனுமே தொடர்பு கொண்டிருக்கிறது. முக்கியமாக துதிகளும் வெறுப்புகளும் விமர்சனம் ஆகமுடியாது என நம்புகிறேன். அப்படிப்பட்டவை பொதுத்தளத்திற்கு வருவதற்கே தகுதியற்றவை. இவ்வளவுக்குப் பிறகும் இந்நூலில் போதாமைகளும் குறைகளும் இருக்கலாம். அது இயல்பானதே. அதற்குரிய முழுப்பொறுப்பும் என்னுடையது மட்டுமே.

கொரோனா காலகட்டம் ஆட்களை முடக்கி வீடுகளுக்குள் பதுக்கி இருந்தது. உயிரச்சம், ஆயிருராகக் கருதியவர்களைக் கூட கிருமியாகப் பார்க்க வைத்தது. அந்த அடைபடல் அளித்த வெறுமையை இணையம் தன் பக்கம் வெற்றிகரமாகத் திருப்பியது. உலக இணையத் தொடர்களும் அதுவரைக் கேட்டறிந்திராத சினிமாக்களும் வீடுகளை ஆக்கிரமித்தன. அதன் தாக்கத்தை இன்றும் காணலாம். இன்னொருபுறம் நூல்களை வாசிப்பதிலிருந்த தேக்கம் விலகி மின்னூல்களின் அணிவகுப்புத் தொடங்கியது. சூழ்ந்திருக்கும் இருள் எப்போது விலகும் எனத் தெரியாத நாட்கள் அவை. எனவே இது போன்ற மடைமாற்றங்கள் தேவையாக இருந்தன. அப்படியான பொழுதென்றில் அதுவரை எழுதிக் கையில் தங்கியிருந்த அபுனைவு எழுத்துக்களை மின்னூலாக ஆக்கலாம் எனும் யோசனைத் தோன்றியது. மறுவாரமே அதை செயல்வடிவமாக ஆக்கியவர் தம்பி ஸ்ரீனிவாச கோபாலன். அவருக்கு நன்றி. இப்போது வெளிவரும் நூலில் அதன் பின் எழுதிய கணிசமான பக்கங்கள் - ஏறக்குறைய எழுபது பக்கங்கள் - சேர்க்கப்பட்டிருக்கின்றன. எனவே ஒரு புதிய நூல் போலவே இந்த அச்சுப்பதிப்பு வெளிவருகிறது.

இரண்டாவது கட்டுரை நூல் இதுவென்ற போதும் இதன் தொடக்கத்திற்குச் சில மாதங்கள் காத்திருக்க வேண்டியிருந்தது. ஏனெனில் சுந்தர ராமசாமியின் மொழியிலிருந்து தப்பிச் செல்ல வேண்டும் என்கிற தீர்மானத்தைக் கொண்டிருந்தேன். என் கதைகளில் அவர் இல்லை என்ற போதும் அபுனைவுகளில் அவரது மொழியின் புன்னகை இருந்தது. அவரது நிழல் விழாத நாளுக்கான மனப் பயிற்சியிலேயே பொழுதுகள் கழிந்தன. அவர் என் ஆசிரியர் என்பதால் தவிர்க்க முடியாது என்ற போதும் சொற்களும் வாக்கியங்களும் உருவாகும் தோறும் அவற்றை எழுதாமல் ஒத்திப் போட்டுக் கொண்டேயிருந்தேன். அவரது சுவடுகள் படாத பாதைகளில் முள் இருந்தாலும் கவலையில்லை என்ற எண்ணமேயிருந்தது. கிட்டத்தட்ட தியானம் போன்றது அது. உள்ளுக்குள் சொற்களை உருட்டுவது, பிறகு அவற்றைத் துடைத்தழித்து விட்டு வெற்று மனதை உற்று நோக்கிக் கிடப்பது எனக் கழிந்தன. போதும் என மனக் குறளி சொன்ன பிறகே இத்தொகுதியின் முதல் மதிப்புரையை எழுதினேன். ஆனால் இவையனைத்திற்கும் முதற்புள்ளி அவரே. அவருக்கு என்றும் உள்ள என் வணக்கங்கள்.

ஒரு இலக்கிய கூடுகை வறண்ட காய்ந்து போன பகல்களை வெக்கையான இரவுகளையே அளிக்கும் என்ற யதார்த்தத்துக்கு

மாறாகஅதை ஒரு கொண்டாட்டமாக மாற்ற முடியும் என்று காட்டியவர் சேலம் ‘தக்கை’ வே.பாபு. அதே சமயம் ஒழுங்கு செய்யப்பட்ட அரங்கிற்கு எவ்வித ஊறும் நேராதவாறு சரியானத் திட்டமிடலுடன் எடுத்துக் கொண்ட நூல்களுக்கு எவ்வித முகஸ்துதியும் அற்ற உரையாடலும் அங்கு சாத்தியமாக இருந்தது. இலக்கிய கூட்டம் என்பதே ஒரு குறிப்பிட்ட முகாமை அல்லது ஒருபடித்தான ரசனையைச் சேர்ந்தக் குழுவினர் பங்கேற்று கலையும் இடம் என்பதற்கு மாறாக ஒருவருக்கொருவர் சம்பந்தமேயற்ற முரண்பாடுகள் கொண்ட நண்பர்கள் அவர் விரித்த குடையின் கீழ் நிற்பதைப் பார்த்திருக்கிறேன். மூத்த, சமகால எழுத்தாளர்களுடையது மட்டுமல்ல சென்ற வருடம் எழுத வந்த புதிய கவிஞர்களின் தொகுப்புகள் (இவை தான் அதிகம்) எடுத்துக் கொள்ளப்பட்டு தீவிரமாக விவாதிக்கப்பட்டிருக்கின்றன. இத்தனையையும் ஒழுங்கு செய்து விட்டு இவற்றையெல்லாம் வேறு யாரோ நடத்துகிறார்கள் எனும் தோற்றம் ஏற்படும்படியாக பாபு பின்வரிசையின் கடைசியில் புன்னகையுடன் அமர்ந்திருப்பார். பாபுவை அறிய அவரது எளிமையும் நேரடித்தன்மையும் கொண்ட அவர் கவிதைகளே போதுமானவை. ஆனால் அவர் நடத்திய அமர்வுகள் அவரை மேலும் துலக்கமாகக் காட்டின என்று சொல்லலாம். இந்த விமர்சனத்தொகுதியை அவருக்கு நிறைவுடன் சமர்ப்பிக்கிறேன்(மின்னூல் க.மோகனரங்கனுக்குச் சமர்ப்பிக்கப்பட்டிருந்தது). பாபுவின் ஆன்மாவை இத்தருணத்தில் அன்புடன் நினைவுகூர்கிறேன்.

நூலின் இடம்பெற்றுள்ளவைகளில் பெரும்பாலவற்றிற்கு முதல் வாசகர் சுகுமாரன். இவற்றை வாசித்து அவர் கூறிய திருத்தங்களும் கருத்துக்களும் அவருடன் மேற்கொண்ட உரையாடல்களும் கட்டுரைகளை மேம்படுத்த உதவி இருக்கின்றன. அவருக்கு என் வணக்கங்கள். சமீப ஆண்டுகளில் இலக்கியம் பேசவும் பகிர்ந்து கொள்ளவும் உள்ள மிகச்சில நண்பர்களில் ஒருவனான குணா கந்தசாமிக்கு அன்பும் நன்றியும்.

இந்நூலின் இடம்பெற்றிருப்பவைகளில் மிகச் சில தவிர பிறவனைத்தும் இதழாசிரியர்கள் கேட்டுக் கொண்டதாலேயே எழுதப்பட்டவை. சில நூல்களுக்கு அதன் முக்கியத்துவம் கருதி என் வலைப்பூவிலும் முகநூலிலும் கட்டுரைகள் எழுதி இருந்தேன். அவற்றிலும் கூட பதினைந்துக்கும் மேற்பட்ட மதிப்புரைகள் அச்சாகத் தகுதியற்றவை என்று தோன்றியதால் தொகுப்பில் சேர்ப்பதைத் தவிர்த்துவிட்டேன். சுவாதி கொலை தொடர்பான

அரசியல் கட்டுரையும் நீதிமன்றத்திற்கு முதன்முறையாகப் படியேற நேர்ந்தது பற்றிய சுய அனுபவக் கட்டுரையும் தவிர்த்து மற்றவை கலை இலக்கியம் சார்ந்தவையே.

காலச்சுவடு (தேவிபாரதி, சுகுமாரன்), இந்து தமிழ் (அரவிந்தன்), க்ளைமேட் (எஸ்.செந்தில்குமார்), கி.ச. திலீபன் (ஓலைச்சுவடி), தக்கை வே.பாபு, சொல்வனம் (பாலா), ம.நவீன் (வல்லினம்), சுனில் கிருஷ்ணன் (பதாகை), சீனிவாசன் நடராஜன் (ஆத்மாநாம் விருது மலர்), சமயவேல் (தமிழ்வெளி), கோகுல் பிரசாத் (தமிழினி), சுரேஷ் பிரதீப் (அகழ்) விகடன் தடம் (தமிழ்ப்ரபா, விஷ்ணுபுரம் சரவணன்), வாசகசாலை (அருண், கார்த்திக்) ஆகியோர்க்கு நன்றி.

இத்தொகுப்பை முழுமையாக வாசித்து தன் பணிச்சூழல்களுக்கு இடையே பின்னட்டைக்குறிப்பை எழுதித் தந்தவர் அனார். கூடவே தன் கருத்துக்களையும் விரிவாகப் பகிர்ந்து கொண்டார். இவற்றிலுள்ள சில ஆக்கங்களை வாசித்தப் பிறகு அட்டையை சிறந்த முறையில் வடிவமைத்து கொடுத்தவர் கவிஞர் நெகிழன். இருவருக்கும் என் நன்றி. இந்நூலைச் சிறப்பாக வெளியிடும் 'எதிர் பதிப்பக' அனுஷ்க்கும் நூல் உருவாக்கத்தில் பங்கேற்ற சீனிவாசனுக்கும் என் நன்றி.

அது சரி, ஒரு கேள்வி அப்படியே இருக்கிறது, ஆமாம்,

'இந்த நீல வெளிச்சம் எங்கிருந்து வந்தது'

கே.என். செந்தில்
அவிநாசி
25.12.2023

மதிப்புரைகள்

மார்க்கேஸின் 'முன் கூறப்பட்ட சாவின் சரித்திரம்'

யாராலும் தடுக்க முடியாத விபரீதம்

"வடிவமைப்பு என்பது முழுக்க முழுக்க ஒரு தொழில்நுட்பம். அதை ஆரம்பத்திலேயே கற்கவில்லையென்றால் பின்னால் ஒரு போதும் கற்றுக் கொள்ளவே முடியாது"

– மார்க்கேஸ்

ஒரு நாவலின் தொடக்கவரி மூலமே அந்நாவல் அளிக்கவிருக்கும் சுவை எத்தகையதாக இருக்குமென தோராயமாக யூகித்து விடலாம். ஆனால் அவ்வரி கிடைக்கப்பெறுவதொன்றும் சுலபமல்ல. எதிர்பாராக் கணத்திலேயே அந்த ஆப்பிள் மடியில் விழுகிறது. அப்போது உண்டாவது நியூட்டனுக்கு ஏற்பட்ட பரவசத்துக்கு நிகரானதே. மார்க்கேஸின் இக்குறுநாவலில் முதல்வரியே தீர்மானிக்கப்பட்ட கொலைக்கான முஸ்தீபுகளுடன் ஆரம்பிக்கிறது.

ஒரு குற்றவாளி கைது செய்யப்பட்டவுடன் குற்றம் நடந்த இடத்திற்கு அவனைக் கூட்டிச் சென்று மீண்டும் ஒரு முறை அதை அடிபிறழாமல் நடித்துக் காட்டச் சொல்வது விசாரணையின் நடைமுறைகளுள் ஒன்று. கிட்டத்தட்ட இந்நாவலும் அவ்வாறானதே. கால்நூற்றாண்டுக்கு முன் நடந்ததை மீண்டும் கண்முன் எழச் செய்கிறது. ஆனால் இங்கு குற்றவாளிக்குப் பதிலாக அதைச் செய்வது கொலையுண்டவனுக்கு பால்யகாலம் தொட்டே நண்பனாக இருந்தவனும் உறவினனுமான நாவலில் ஒன்றிரண்டு இடங்களில் வந்து செல்லும் ஒரு கிளைப் பாத்திரம். புலனாய்வின் கூர்மையுடனும் தவறவிடும் சிறுபுள்ளியிலும் பார்வைக்கோணம் மாறிவிடக்கூடும்

என்ற பத்திரிகையாளனின் எச்சரிக்கையுணர்வுடனும் விவரித்துச் செல்லும் மார்க்கேஸ் இந்நாவலில் வலைப் பின்னல் போன்ற வடிவத்தில் புனைவைக் கையாள்கிறார். ஒன்றுக்கும் மேற்பட்ட உபபிரதிகளை இச்சிறிய நாவலுக்குள் பொதிந்து வைத்திருக்கிறார்.

'கட்டுப் போடப்படாத காயம் போலிருந்த அந்த நகரத்தில்' 27 ஆண்டுகளுக்கு முன் நடந்த கொலையின் காரணத்தைத் தேட விழைகிறது இக்குறுநாவல். அக்கொலையின் முன்பின்னான சம்பவங்களைக் கதம்பம் போன்ற பல நிறத்தாலானக் கூற்றுகளின் அடிப்படையில் விவரித்து நகர்கிறது. விகாரியோ சகோதரர்களின் வன்மம் மிகுந்தப் பழியுணர்ச்சியால் பன்றிகளை அறுக்கும் கத்தியால் கூறுபோடப்படும் சந்தியாகோ நாஸருக்கு, அவர்கள் அதிகாலையிலிருந்து தனக்காகக் காத்திருப்பது சில நிமிடங்களுக்கு முன்பே தெரியவருகிறது. தங்கை ஆங்கெலா விகாரியோவைச் சாகசக்காரனாக ஊருக்குள் நுழைந்துக் காதலித்து மணந்த பயோர்தோ சான் ரோமான், முதலிரவு அன்றே அவளது தாய் வீட்டில் விட்டுச் செல்கிறான்.

சொல்லப்படும் காரணம் அவள் முன்னரே கன்னித்தன்மை இழந்தவள் என்பது. அம்மாவின் மூர்க்கமான அடிகளுக்குப் பின் 'அதிக நேரம் எடுத்துக் கொள்ளாமல்' அவளால் சுட்டப்படும் பெயருக்குரியவன் அடுத்த சில மணி நேரங்களில் அவன் சொந்த வீட்டின் வாசலின் முன் துண்டுபோடப்படுகிறான். ஊரெங்கும் காற்றுக்குத் தீ பிடித்தது போலப் பரவிவிட்ட அச்செய்தி சந்தியாகோ நாஸர் காதுகளுக்கு மட்டும் எட்டாமலேயே இருப்பது பெரும்புதிர் என்றால் அந்தத் துர்சம்பவத்துக்குக் காரணம் அவன் தான் என்பதற்கான சிறு சாட்சியோ சுவடுகளோ நாவலில் தட்டுப்படாததும் அது நிறுவப்படாமல் விடப்பட்டிருப்பதும் பேரவலம்.

தினசரிகளின் ஏதேனுமொரு மூலையில் பிரசுரமாகும் கொலைச் செய்தி போன்றது தான் இக்குறுநாவலின் கருவும். மார்க்கேஸ் கூறுமுறைக்குக் கையாண்டிருக்கும் உத்தியும் சொல்முறையுமே ஒரு துப்பறியும் வெகுஜன நாவலைக் கலைப்பிரதியாக மாற்றமடையச் செய்கிறது. இக்குறுநாவலை உளவியல்ரீதியான வாசிப்புக்கு உட்படுத்துகையில் அது மனப்புதிர்களின் முன் கொண்டு நிறுத்துகிறது. செய்யவிருக்கும் கொலையை மிக வெளிப்படையாகக் கிட்டத்தட்ட தங்களைக் காண நேர்கிறவர்களிடமெல்லாம் கூறும் விகாரியோ சகோதரர்கள் எவரேனும் இதைத் தடுத்து

நிறுத்த மாட்டார்களா எனும் எதிர்ப்பார்ப்புடனேயே வளைய வருகிறார்கள். அந்த நகரத்து மனிதர்களும் நடக்கவிருக்கும் விபரீதத்தை முன்னுணர்ந்தவர்களாக அவனைக் காப்பாற்ற இயன்றளவுக்கு முயற்சிக்கின்றனர். அவைகளில் ஏதேனுமொன்று பலித்திருந்தாலும் சந்தியாகோ தப்பித்திருக்கக்கூடும். ஆனால் அவை அனைத்தும் தற்கணத்தின் சூழமைவுகளால் முறிக்கப்படுகின்றன.

மேயர் ஒருவரே அவர்களிடம் நேரடியாகப் பேசிக் கத்திகளைப் பிடுங்கி வீட்டிற்கு அனுப்புகிறார். வேறு கத்திகளை எடுக்கப் போகும் போது சகோதரர்களில் ஒருவனுக்குச் சோர்வும் நடுக்கமும் ஏற்பட்டுவிடுகிறது. தனியாகப் போய்க் கொல்லுமாறுக் கேட்டுக் கொள்ளும் அளவிற்கு மற்றவனது மனநிலையில் மாற்றமேற்படுகிறது. விடுகிறது. ஆனால் கொலை செய்த பின் அவர்கள் அளித்த வாக்குமூலத்தில் குற்றவுணர்ச்சி சிறிது கூட இருப்பதில்லை. மூன்று இரவுகள் அவர்கள் உறங்காமல் சிறைக்கூடத்தில் விழித்திருப்பினும் கூட அவர்களின் பேச்சு தெளிவாக இருந்திருக்கிறது. பிறகு அவர்களுள் ஒருவனுக்குக் கரைந்து போகும்படிக்கு மோசமான வயிற்றுப்போக்கு ஆரம்பிக்கிறது. இவற்றுக்குள் இருக்கும் இணைப்புகளும் கொலைகாரனின் மனநிலையை ஊடுருவிச் செல்லும் நுட்பமும் வியக்க வைக்கின்றன.

'தன் தகுதிக்கு மீறியவர்' என முதலில் ரோமானை மணக்க ஒப்புக்கொள்ள மறுப்பவளும் அவனுடன் ஒரு நாள் கூட (சில மணி நேரங்கள் மட்டுமே) முழுமையாக வாழாதவளுமான ஆங்கெலா விகாரியோ தான் அவனுக்கு பதினேழு வருடங்கள் இடைவெளியின்றி கட்டற்றுக் கடிதங்கள் எழுதுகிறாள். இந்த மன அமைப்பின் மீதான யோசனை வாசிப்பவர்க்குள் ஓடும் போதே, முதிர்ந்த வயதில் ஒரு நண்பகல் வேளையில் அவள் வீட்டின் முன் நிற்கிறான் ரோமான். ஏறக்குறைய அவள் எழுதிய இரண்டாயிரம் கடிதங்களுடன். அது பிரிக்கப்படாமல் கிடக்கிறது. அப்படியெனில் பரஸ்பரம் அறிந்திருந்தார்களா? அவ்வளவு ஆண்டுகள் இருவரின் உள்ளேயும் கிடந்தது தான் என்ன?

விகாரியோ சகோதரர்களின் கண் கொண்டு நோக்கினால் பழிதீர்க்கும் ஆக்கம் போலத் தோன்றும். நாடகீயத் தருணங்களால் ஆனது என்ற போதும் இந்நாவலை ஒரு காதல் கதையாகவும் வாசிக்க இடமிருக்கிறது. சந்தியாகோவின் அம்மாவான ப்ளாஸிதா லினேரோவின் தனிமையின் வழியாகவும் இந்நாவலுக்குள் நுழையலாம். இறந்து போன மனைவியின் நினைவுகளுடன்

தன் மாளிகையில் வாழும் சையுஸிடம், ஆங்கெலாவின் ஆசையின் பொருட்டுப் பணத்தைக் கொட்டி அந்த மாளிகையை தன்னுடையதாக மாற்றிக் கொள்ளும் ரோமான் கசந்த மணவாழ்க்கையால் ஒரு முழு இரவைக் கூட அங்கு கழிக்க முடியாமல் அம்மாளிகையிலிருந்து வெளியேறுகிறான். சையுஸின் கண்ணீரிலிருந்து ரோமானின் வாழ்க்கை சீர்கெடுவதாக வாசிக்கும் சாத்தியமும் இதில் உண்டு. போதியக் காரணமேதுமின்றி பலிகடாவாக ஆகும் சந்தியாகோ நாஸர், வாழ்க்கை, விதிகளின் அபத்தமான ஒத்திசைவுகளின் தொகுப்பு எனக் காட்டுகிறான்.

இந்நாவலின் கட்டமைப்பு கச்சிதமும் விரிவாகச் செல்ல முடியாத கட்டுப்பாடுகளும் கொண்டது. அதன் வழியாக மார்க்கேஸ் அளிக்கும் வாசிப்பு அபாரமானது. தமிழின் தேர்ந்த மொழிபெயர்ப்பாளர்களுள் ஒருவரான அசதா *'Chronicle of a Death Foretold'* நாவலை அருமை செல்வத்துடன் இணைந்து பெயர்த்துள்ளார். மெச்சத்தக்க மொழியாக்கம். சொற்களின் தெரிவும் குழப்பமற்ற வாக்கிய அமைப்புகளும் அதே தீவிரத்தன்மையை வாசிப்பவருக்கும் கடத்திவிடுகின்றன. இக்குறுநாவலை வாசித்து முடித்ததும் மார்க்கேஸின் 'காலராக் காலத்து காதல்' நாவலும் தமிழில் வெளிவந்து விடும் நாள் வெகு தொலைவில் இல்லை என்ற எண்ணம் ஏற்பட்டது.

- தி இந்து தமிழ் *(21.05.2017)*

தேவிபாரதியின் 'பிறகொரு இரவு'

காலமும் நான்கு கதைகளும்

இருபத்தியோராம் நூற்றாண்டின் தொடக்கக் காலத்தில் எழுதப்பட்டுள்ள தொகுப்பிலுள்ள நான்கு கதைகளும் பெரும்பான்மையான நவீன புனைகதைகளைப் போலவே தனிமனிதனை முன்னிறுத்தி அவனது அகநெருக்கடிகளில் வேர் கொண்டுள்ளது. சிறுகதையின் வடிவம் மற்றும் வரையறை சார்ந்த தொழில்நுட்ப நியதிகள் இந்த நெடுங்கதைகளுக்குப் பொருந்த மாட்டா. மன அழுத்தத்திற்கும் மனப்பிறழ்வுக்கும் இடையில் அலைவுறும் ஒரு மனிதன்மீது எழுதப்பட்ட கதை 'சிகரெட் துண்டுகளும் உள்ளாடைகளும்'. இக்கதையில் பயின்று வரும் நவீன மொழி கூர்மையானது. பிளவுபட்ட நிலைகொண்ட இம்மனத்தின் மீது முன்னோடியின் நிழல் கண நேரத்தில் விழுந்து மறைகிறது எனினும் அதன் எதிர்த் திசையிலேயே இக்கதை இயங்குகிறது. நகுலனின் எழுத்துக்களில் இது நிகழும்போது அது போதத்திற்கும் அபோதத்திற்கும் (துரைசாமியா? நவீனனா?) இடையில் ஊசலாடும் மனமாக இருக்கிறது. எப்போதும் அது உணர்ச்சியின் தளத்திலிருந்து உருவாகக் கூடியது. ஆனால் தேவிபாரதியின் இக்கதையின் இறுதி வாக்கியம்வரை அவன் விழிப்பு நிலையிலேயே இருக்கிறான். சந்தேகத்தின் நஞ்சும் அதன் வீரியமும் இக்கதையில் மூர்க்கமாகச் சொல்லப்படுகிறது. அறிவு நித்ய சகாவாக அவனுடன் எப்போதும் இருக்கிறது. எனினும் அதைத் தேவைக்கதிகமாகப் பிரயோகப்படுத்தி விட்டாரோ எனும் ஐயமும் எழுகிறது. கவிஞனை, தத்துவவாதியைப் பற்றி அவர் கூறியிருக்கும் ஏராளமான வரிகள் இக் கதைக்கு வெளியிலேயே நிற்கின்றன. உதாரணமாக தல்ஸ்தோய், காந்தி பற்றிய கதையில்

(பிறகொரு இரவு) தவிர்க்க முடியாதவராக இருக்கிறாரென்றால் இக்கதைக்கு அன்னியராகவே உள்ளார்.

தமிழில் குப்பை போல் குவிந்து கிடக்கும் த்ரில்லர் கதைகளைத் தீவிரமான மொழியால் மறுதலிக்கிறது "ஒளிக்கும் பிறகு இருளுக்கும் அப்பால்". இக்கதையின் பிரதானக் கருப்பொருளும்கூடக் கொலைதான். இந்த இரண்டு கதைகளிலும் களன் எந்த மனிதனாலும் தப்பிச் செல்ல இயலாத காமமே. ஒன்றை ஆணின் மனமும் மூளையும் ஒன்றிணைந்து நடத்திச் செல்ல, பிறிதொன்றில் பெண்ணின் கண்களின் வழி ஒரு கொலையை முன்வைத்து அவளது அக ஓட்டம் பதற்றமான சொற்களால் தீட்டிக் காட்டப்பட்டுள்ளது. "ஒளிக்கும் பிறகு இருளுக்கும் அப்பால்" கதையின் பலமெனக் காலம் கலைக்கப்பட்டு நிகழ்வுகளின் மீது அது ஆதிக்கம் செலுத்துவதைக் கூறலாம். இதைப் பிரக்ஞைப்பூர்வமாக தேவிபாரதி கையாண்டிருக்கிறார் என்றே தோன்றுகிறது. கணவன் பரிசளித்தக் கைக்கடிகாரத்தை அவன் முன்னேயே வீசி உடைக்கும் பெண்ணே, அக்கணவனைக் கொன்ற பிறகு- இரகசிய உறவின் பொருட்டு- மேற்கொள்ளும் காரியங்கள் திகைப்பூட்டுபவையாக உள்ளன. விஸ்வமும் அருணும் இக்கதைக்கு கருவிகளாக மட்டுமே உள்ளனர். அருணுடனான அவளது இரசிய உறவின் தொடக்கப் புள்ளிகள் கூறப்படாமலேயே விடப்பட்டுள்ளன. கணவனைக் கொல்லும் அளவு பிணைப்புக் கொண்ட ஓர் உறவைப் பற்றிய ஆரம்பச் சித்திரம் உருவாக்கப்பட்டிருக்கலாமோ? என்ற வினாவைத் தவிர்க்க முடியவில்லை.

தொகுப்பின் சிறந்த புனைகதையென 'பிறகொரு இரவு' கதையைச் சுட்டுவேன். உலகின் மகத்தான மனிதனாக - எவ்வளவோ விமர்சனங்களுக்கு அப்பாலும்- கருதப்படும் காந்தியை அவர் தன் குருவாகக் கருதி வந்த தல்ஸ்தோயோடு ஒப்புமைப்படுத்திக் கூறப்பட்டுள்ள இக்கதையிலேயே தேவிபாரதியின் ஆளுமை வெளிப்பட்டுள்ளது. பகவதி சரண்களால் நிரம்பிக் கிடக்கும் சுதந்திரத்திற்குப் பிந்தைய மூன்றாம் வகுப்பு இரயில் பெட்டியில் அவமானப்படுத்தப்படும்போதும், காவலர்களால் நடுநிசியில் மறித்து வினவப்படும்போதும் அவர்கள் எவருக்கும் காந்தியின் இருப்பு ஒரு கேலிக்குரியதாக, தேவையற்ற ஒன்றாகவே பார்க்கப்படுகிறது. அது ஒரு குறியீடு. மாறிக்கொண்டேயிருக்கும் நவீன உலகம் காந்தியின் சத்தியத்தைத் தன் புறங்கையால் ஒதுக்கித் தள்ளும். மேலும் அது பகவதி சரண்களின் பாசாங்குகளால் தன் நீதி சார்ந்த விவாதங்களை விட்டொழிக்கக் கற்றுக் கொள்ளும். அசோகமித்திரனின் 'காந்தி'

கதைக்குப் பிறகு, அவரைப் பற்றி எழுதப்பட்டுள்ள சிறந்த புனைகதை இதுவெனத் தயக்கமின்றிக் கூறலாம். இக்கதை ஆக்கத்தின்போது உருவான படைப்பு மனநிலையைப் பின்தொடர்ந்து செல்வதன் மூலமே தேவிபாரதி தன் படைப்பாக்கத்தின் அடுத்த கட்ட நகர்வையும் வளர்ச்சியையும் கண்டடைவார் எனத் தோன்றுகிறது. காப்பியத்தின் சிறுபகுதியொன்றைக் கையாண்டிருக்கும் 'ஊழி' பிற மூன்று கதைகளைக் காட்டிலும் சற்றுக் கீழேயே உள்ளது. இதிலும் அவர் சில இடங்களில் மனிதனின் கீழ்மையைத் தொட்டுணர்த்தத் தவறவில்லை.

கவிஞர் சுகுமாரனின் முன்னுரை இந்த நெடுங்கதைகளின் தொகுப்புக்கு மிக நல்ல தொடக்கமாக அமைந்திருக்கிறது. அதில் அவர் பல்வேறு புள்ளிகளை குறிப்புணர்த்திச் சென்றாலும் "அறச்சிக்கல் மீதான படைப்பியல் விவாதம்" என்னும் வரியிலிருந்து இத்தொகுப்பை மீள்வாசிப்பு செய்கையில் அது இப்பிரதிக்குக் கூடுதல் வெளிச்சத்தை அளிக்கிறது.

(ஈரோட்டில் நிகழ்ந்த இந்நூல் வெளியீட்டு விழாவில் வாசிக்கப்பட்ட கட்டுரை.

– *காலச்சுவடு பிப்-2010 இதழ்*

கார்த்திகை பாண்டியனின் 'சுல்தானின் பீரங்கி'
(மொழியாக்கக் கதைகள்)
புதிய காற்றைச் சுமந்து வரும் கதைகள்

பரிசுத்த ஆவியின் பெயரால் புனிதநீர் தெளிக்கப்பட்ட வாக்கியமொன்று தேவவசனத்திற்கு ஈடாகக் கடந்த சில ஆண்டுகளாக உச்சரிக்கப்பட்டு வருகிறது. 'சமகால சிறுகதைகள் தேக்கமுற்றிருக்கின்றன' என்பதே அது. இந்த வாசகத்துக்கு 'ஆமென்' சொல்கிறவர்கள் இருக்கக்கூடும். மறுப்பவர்களும் இருக்கக்கூடும். இந்த இருதரப்பிற்குமானச் சமவாய்ப்பினை அளிப்பதாகவே தற்காலச் சிறுகதைச் சூழல் அமைந்துள்ளது. இந்தப் புழுக்கத்தைக் குறைப்பதற்குச் சாளரங்களைத் திறந்து புதிய காற்றை நுழைய அனுமதிப்போமெனில் அது படைப்பாளிகள் வளைய வந்து கொண்டிருக்கும் 'சௌகர்யமான' வட்டங்களிலிருந்து வெளிவரப் பெருமளவு துணைப்புரியக்கூடும்.

'மோஸ்தர்' அயல் இலக்கிய படைப்பாளிகளின் ஆக்கங்களைத் தவிர்த்துவிட்டு வாசிக்க ஏதுவான மொழிநடையில் அன்னியதன்மையற்ற, பெயர்க்கப்படும் மொழி இலக்கியங்களைக் கவனத்தில் கொண்டு சமீபத்தில் வெளிவந்திருக்கும் மொழிபெயர்ப்புச் சிறுகதைகளின் தொகுப்பு 'சுல்தானின் பீரங்கி'. இதன் மொழிபெயர்ப்பாளர் கார்த்திகை பாண்டியன் சமகாலச் சிறுகதையாளர். அவரது பெரும்பாலான கதைகளின் தேர்வும் அவற்றின் மீதான அவரது ஈடுபாடும் வாசிப்பவருக்கு விலகலையளிக்காத மொழியாக்கமும் கதைகளை நெருங்க பேரளவு உதவுகின்றன.

வேறு வேறான தேசங்களைச் சேர்ந்த இதுகாறும் அவ்வளவாக தமிழில் அறிந்திராத ஆசிரியர்களால் உருவானவை என்ற போதும் இத்தொகுதியின் மைய

இழையென எதுவொன்றையும் பகுத்துணர முடிவதில்லை. அலைகிறவர்களால் அலைகழிக்கப்படுகிறவர்களால் ஆன கதைகள் என இவற்றை ஏகதேசமாகக் கூறலாம்.

பிற நாடுகளின் கதையுலகில் அதன் சொல்முறையில் நிகழ்ந்து கொண்டிருக்கும் மாற்றங்களை அறியத் தரும் இந்த ஆக்கங்கள் நவீன தமிழ் புனைகதைகளுடன் அனுசரணையான தொனியில் உரையாடலை மேற்கொள்வதற்கேற்ப அமைந்திருக்கின்றன. சில கதைகள் அளிக்கும் மாறுபட்ட வாசிப்பனுபவம் உறங்கிக் கிடக்கும் படைப்பின் விதைகளை உசுப்புகின்றன. குறிப்பாக இரண்டு கதைகள். அவற்றுள் முக்கியமான கதைகளுள் ஒன்று டொனால்ட் ஆண்ட்ரிமின் (அமெரிக்கா) 'இன்னொரு மன்ஹாட்டன்'.

இந்த நெடுங்கதையின் கரு தமிழுக்கு வெகுவாகப் பழக்கமானது மட்டுமல்ல நம் புனைகதைப்பரப்பின் பிரத்யேக நயமான சரக்கும் கூட. கள்ள உறவு. இரு இணைகள். அவர்களுக்கிடையே பரஸ்பரம் மாறி அமைந்து விடும் உறவு. இந்நால்வரும் இணைந்து வெளியே செல்வதான ஏற்பாடு. வீட்டின் கீழ்தளத்திலுள்ள அங்காடியில் தன் மனைவி 'கேட்'டுக்காக மலர்கொத்து வாங்கிக் கொண்டிருக்கும் ஜிம், அதே வேளையில் வீட்டினுள் உள்ள அனைத்து அறைகளிலுமிருக்கும் தொலைபேசியால் எலியட்டுடன் ஓயாது பேசியபடி நடந்து கொண்டிருக்கும் கேட், அந்த மலர்கொத்து விற்பனையகப் பெண்ணை வசீகரித்து மடக்க விழையும் ஜிம், இவர்களின் வருகைக்காக மதுக்கூடத்தில் அமர்ந்திருக்கும் சூஸன், சூஸனுக்கும் ஜிம்முக்குமே கூட ரகசிய உறவிருக்கிறது. ஜிம்மின் மனநிலையில் சிறிய பிசகுள்ளதை சிலவரிகளில் குறிப்புணர்த்தப்படுகிறது. இப்புள்ளிகளைத் தொட்டும் வட்டமிட்டும் உள்நுழைந்து சென்றும் நவீன வாழ்வின் அபத்தம், சோர்வு, பதற்றம், கசப்பு போன்ற உணர்வுநிலைகளைத் தீவிரமாகப் பேசவிழையும் இக்கதை ஜிம்மை மனநலமருத்துவமனையில் சேர்ப்பதோடுத் தற்காலிகமாக நிறைவுறுகிறது. காட்டமான மதுவகையான மன்ஹாட்டனை குடித்தபடி அமர்ந்திருக்கும் அவர்களின் காத்திருப்பும் முடிவுக்கு வருகிறது. அமெரிக்க இணையர்களின் வாழ்க்கையைப் பின்புலமாகக் கொண்டிருப்பினும் கூட ஆண்ட்ரிம்மின் எழுத்தாக்க முறை அப்பட்டமான யதார்த்தக் கதைகள் அளிக்கும் சலிப்பிலிருந்து விடுவிக்கிறது. ஒரே நேரத்தில் இரு வேறு பகுதிகளின் நிகழும் சம்பவங்களைப் பின்னிச்செல்வது மூலமும் அடுக்குவதன் வழியும் வாசிப்பின் முன்முடிவுகளைக் குலைக்கிறது.

தமிழில் பரிசோதனை, மாற்றுக் கதைசொல்லல் உத்தியில் வெளிவந்த படைப்புகள் அபாயமும் மூளை நரம்புகளைக் கருகச் செய்யக் கூடியதுமான வஸ்து என்பதால் அவற்றை வாசிக்க அல்ல அருகே செல்லக்கூட வலுவான மனத்திடம் வேண்டும். இத்தொகுதியிலுள்ள ரூயி மேனுயேல் அமராலின் (போர்ச்சுக்கல்) குறுங்கதைகளின் வடிவத்தால் ஆன 'கிட்டத்தட்ட பத்துக் கதைகள்' அதற்கு நேர் எதிரானது. படைப்பூக்கத்துடன் கற்பனையைக் கைகொள்ளும் அமரால் அதனாலேயே வாசிப்பவரின் விலாஎலும்புகளில் சிறகை முளைக்கச் செய்கிறார். வறட்டுத்தனமான கற்பனைகள் அளிக்கும் ஒவ்வாமைகளுக்கு மாறாக ஒன்றுக்கொன்று வேறுபட்ட இந்தப் பத்துக்குறுங்கதைகளும் அளிக்கும் ஆசுவாசமும் விடுதலையுணர்வும் அளப்பரிது.

போர்ச்சூழலில் சொந்த நிலமக்களேப் படைவீரர்களின் கண்களுக்குள்ளும் கைகளுக்குள்ளும் அகப்பட்டு அல்லலுறுவதைக் குறைந்தச் சொற்களில் காட்டும் ராக்சென் கே(அமெரிக்கா)வின் 'லாக்ரிமோசா'. கிராமத்தைச் சுற்றி வளைத்து நோட்டமிட்டு அமர்ந்திருக்கும் போர்வீரர்கள் எதிர்ப்பாளர்களைக் கொன்றழித்து 'அமைதி'யை நிலைநாட்டுவதை சிறுவனின் மனம்வழி சொல்லும் பென் ஓக்ரி(நைஜிரியா)யின் 'யுத்தத்தின் நிழலில்' ஆகிய இரு கதைகளும் நடக்கும் இடங்களின் பின்னணி வேறாக இருப்பினும் அவை பேசும் அரசியல் கிட்டத்தட்ட ஒன்றே.

தங்கியிருக்கும் விடுதியறையையே வீடாக எண்ணிக்கொள்ளும் நபரின் புலம்பெயர் வாழ்வின் அவலத்தை ஒரு இரவுக்குள் அவர் சந்திக்க நேரும் ஆட்களால் சித்தரிக்க முனையும் ஷம்யேல் யூசுப் ஆக்னனின் (ஹுப்ரு) 'இரவு' குறிப்பிட்டுச் சொல்லும்படியான கதை. ஏறத்தாழ முப்பது ஆண்டுகளாக யுத்தமும் புலம்பெயர் வாழ்வும் அளித்த ரணங்களை, அதன் உக்கிரத் தருணங்களை ஈழ இலக்கியத்தின் வழி எதிர்கொண்டவர்கள் தமிழ் வாசகர்கள். போர் உருவாக்கும் சூழல் சிற்சில மாறுபாடுகளுடன் உலகமெங்கும் ஒன்றுதான் என்னும் புரிதலை மட்டுமே இம்மூன்று கதைகளும் அளிக்கின்றன.

நேரத்தால் ஆட்டுவிக்கப்படும் அலுவலகச்சுவர் மனிதனொருவன் தொடர் தற்செயல் நிகழ்வுகளுக்குள் சென்று விழுந்து சில மணித்தியாலங்கள் அரைபட்டு வெளியேறும் யங் ஹா கிம்மின்(தென்கொரியா) 'மின்தூக்கியில் மாட்டிக்கொண்ட மனிதனுக்கு என்னதான் நேர்ந்தது?'. அந்த நிகழ்வுக்கண்ணிகளின்

வழியே நவீன வாழ்வின் விதிகள், நடைமுறைகள் இருத்தலின் பாசாங்கை கோரமுகத்தைக் காட்டி நகர்கின்றன. அந்த மாட்டிக் கொண்ட மனிதனைக் கதையின் இரண்டாம் பக்கத்திலேயேக் கண்டுகொள்ளும் கதைசொல்லி முப்பதுப் பக்கத்தைக் கடந்த பின்னும் அவனை மீட்க வழியற்றிருக்கிறான். மேற்கொள்ளும் முயற்சிகளும் பிறரால் புறமொதுக்கப்படுகின்றன. கதையும் அந்த மனிதனுக்கு நேர்ந்தென்ன என்பது தெரியாத நிலையில் முடிந்து விடுகிறது. இருபத்தோறாம் நூற்றாண்டு, மனிதனை யந்திரம் போல முடுக்குவதையும் அதன் கட்டளைகள் சக மனிதனைப் பொருட்படுத்தவியலாதாறு வலுவானவை என்பதையும் உட்கூறாகக் கொண்ட கதையிது.

கீழைத்தேய ஆன்மாவின் தேடலொன்றுடன் கனவைப் பின்தொடர்ந்து போகிறவன் தன் அலைச்சல்களின் வழி அக்கனவின் அர்த்தத்தைத் திடுக்கிடலுடன் அறிவதையும் அடைவதையும் காட்டும் பெமா செடானின்(திபெத்) 'நாடோடி இசைக்கலைஞனின் கனவு' போன்றதொரு ஆக்கத்தை மேற்கின் மனதால் கற்பனைசெய்ய இயலாது என்றே தோன்றுகிறது. இதே போன்றதோரு கதை கா.பா வின் முந்தைய மொழியாக்கத் தொகுப்பிலும் உள்ளது.

ஆங்கிலத்தில் எழுதும் இந்திய-ஆஸ்திரேலிய எழுத்தாளாரான அரவிந்த் அடிகாவின் 'சுல்தானின் பீரங்கி' தலைநகர் தில்லியை களனாகக் கொண்டிருப்பினும் நவீன தமிழ் புனைகதையொன்றை வாசிப்பது போன்ற உணர்வையே அளித்தது. ஒரே இடத்தில் சுற்றிவராதச் செறிவூட்டப்பட்ட யதார்த்தக்கதை இது. அவ்வளவாகப் பரிச்சயமற்ற உலகிலிருந்து எழுதப்பட்டுள்ள கதை என்பதால் கவனத்தை ஈர்க்கிறது. கதையின் வழித்தடம் ஓரளவுப் பழக்கமானது என்ற போதும் நேர்த்தியான உரைநடை கதையை கொண்டு செலுத்தும் உந்துவிசையாக அமைந்திருக்கிறது.

சில கதைகள் நீங்கலாக, பெறுமொழிக்கு உரமாக ஆகக்கூடிய வகையில் தேர்ந்தெடுக்கப்பட்டு உருவான மொழிபெயர்ப்புத் தொகுப்பு இது. தீவிரத்தன்மைக் கொண்ட இந்தப் படைப்புகளை நம்பகமான மொழிபெயர்ப்பால் கார்த்திகைப் பாண்டியன் வாசிப்பவருக்கு நெருக்கமாகக் கொண்டு வருகிறார். பரந்த இவ்வுலகில் இந்தக் கதைகளை மட்டும் தேர்ந்தெடுத்தற்கான காரணம் என்ன? பெயர்க்கும்போது சந்தித்த இடர்கள் என்ன? ஆகியவற்றை அவர் எழுதியிருக்கலாம். பிற மொழி எழுத்தாளர்களின்

புகைப்படங்களும் குறிப்புகளும் தரப்பட்டிருக்கும் இடத்தில் ஆசிரியர்களின் பெயரை ஆங்கிலத்திலும் தந்திருக்கலாம். இதுபோன்ற சில நெருடல்களைத் தாண்டி, தமிழ்ப் புனைகதைகளின் புத்துயிர்ப்புக்குத் துணைபுரியக்கூடிய தொகுப்பாக இதைக் கருத முடியும்.

- *தி இந்து தமிழ்*, *30.04.2017*

கரிச்சான் குஞ்சுவின் 'பசித்த மானிடம்'

இச்சைகளின் பசி

பத்துச் சிறுகதைத் தொகுப்புகள் உட்பட சுமார் 160க்கும் மேற்பட்டக் கதைகளை எழுதியிருக்கும் கரிச்சான் குஞ்சு தன் வாழ்நாளில் எழுதிய ஒரே நாவல் 'பசித்த மானிடம்'. அவரை எப்போதும் நினைவுகூர்கிற ஆக்கமாக இருப்பதும் இந்நாவலே. ஆனால் வெளியான போது போதிய முக்கியத்துவம் தந்து பேசப்பட்ட அளவுக்குப் பரவலாகச் சென்று சேரவில்லை என்ற மனக்குறை கரிச்சான் குஞ்சுவுக்குத் தன் இறுதிநாள் வரை இருந்திருக்கிறது. இந்நாவலின் இரண்டாம் பதிப்புக்காக ஏங்கியிருக்கிறார் என்றே சொல்லலாம். நண்பர்களுக்கு எழுதிய கடிதங்களில் இந்த எண்ணத்தை வெளிப்படையாகவே பகிர்ந்திருக்கிறார். ஆயினும் முதல் பதிப்பு வெளியாகிப் பதினான்கு ஆண்டுகளுக்குப் பின்னும் அதாவது 1992ல் அவர் மறைவது வரையிலும் அந்த ஆசை நிறைவேறவேயில்லை. ஆனால் முரண்நகையாக வருடத்திற்கு முப்பதுக்கும் மேற்பட்ட புதிய நாவல்கள் வெளிவந்து கொண்டிருக்கும் இன்றைய சூழலில் தான் தேர்ந்து கொண்ட கருப்பொருளாலும் அதை கையாண்ட விதத்தாலும் 'பசித்த மானிடம்' தன் இருப்பை ஸ்திரப்படுத்திக் கொண்டிருப்பதோடு ஏழாம் பதிப்பைக் கண்டிருக்கிறது. இதற்காக எழுத்தாளன் 150 ஆண்டுகளாக வாழ முடியும்? அவர் தன் எழுத்து சார்ந்தப் புகழுக்குக் காத்திராதவர் என்பதை தனக்கு வைத்துக் கொண்ட புனைபெயரிலேயே கண்டுகொள்ளலாம். என்றாலும் எழுத்துலகில் அவரது எளிய ஆசை கூட இத்தனை ஆண்டுகள் பின்னரே கனிந்திருக்கிறது. இதற்கும் அவர் கு.ப.ரா காலத்திலிருந்தே எழுதத்

தொடங்கி தி.ஜானகிராமன் காலக்கட்டத்தில் தொடர்ந்தவர். எழுத்தை முதன்மைச் செயல்படாகக் கொண்டிருந்தவர்.

ஒரே காலகட்டத்தில் பிறந்த, வெவ்வேறு குடும்பப் பின்னணிகள் கொண்ட ஆனால் ஒரே சமூகத்தைச் (பிராமண) சார்ந்த இருவரது வாழ்க்கைகளை அதன் நானாவித மாற்றங்களை அவர்களது பால்யகாலத்திலிருந்து விவரித்துச் செல்லும் யதார்த்த வகை நாவல் ‘பசித்த மானிடம்’. நாவலில் காலம் நேராக இல்லாமல் முன்பின்னாகக் கையாளப்பட்டிருக்கிறது. எதிரிடைகள் என்பது போல அமைக்கப்பட்ட இரு பாத்திரங்கள் கணேசனும் கிட்டாவும். ஒருவனுக்கு இயல்பாகவும் வலியவந்தும் கிட்டுவதெல்லாம் மற்றொருவனுக்கு உதாசீனத்துடன் புறக்கணிக்கப்படுகிறது. கிட்டியவனும் மறுக்கப்பட்டவனும் இறுதியில் சந்தித்துக் கொள்கையில் வாழ்க்கையிலிருந்து கற்றுக் கொண்டதென்ன? பெற்றதென்ன? என்னும் வினாவை எழுப்பியபடி நாவல் முடிகிறது.

பெற்றோரும் சுற்றங்களும் இல்லாத ஆனால் தோற்றப்பொலிவும் வசீகரமும் கொண்ட கணேசன். கண்டாலே விரட்டி விடவும் தூஷணைகளால் அர்ச்சிக்கவும் படும் கிட்டா. கணேசனுக்குத் தருநிழலும் சுவைகனியும் நறுஞ்சாறுமாகச் சுகபோகத்தில் திளைக்கும்படியானச் சூழ்நிலை அமைகிறது. இவையெதையும் அவன் தானாகத் தேடிப் போவதுமில்லை. அதுவாகவே வந்து சேர்கின்றன. இதற்கு மாறாகப் பாதையின் முட்களைக் களைந்து இடர்களைச் சரிசெய்து லௌகீகத்தில் மேலேறி வருபவன் கிட்டா. தந்திரங்களும் ஆசைகளும் பிறரைத் தக்க வேளையில் பயன்படுத்திக் கொள்ளும் சாமர்த்தியங்களும் இருவருக்குள்ளும் கொஞ்சம் கூடக்குறைய கலந்திருக்கின்றன. நல்லவன்/ பொல்லாதவன் என்ற இரட்டை நிலைகளை இருவருக்கும் வழங்காமல், தேவையெனில் மனிதர்கள் எவ்வளவு கீழிறங்கிச் செல்வார்கள், எத்தனைச் சிறியவர்களாக நடந்து கொள்வார்கள் என்பதை அடிக்கோடிட்டவாறே நகரும் நாவலாசிரியர் மனதின் வினோதச் சுயநலக்கணக்குகளில் எவரிடமும் பேதமிருப்பதில்லை என்பதையும் தாட்சணயமின்றிக் காட்டுகிறார்.

சிறுவயது முதற்கொண்டே கணேசனுக்கு கிட்டா என்ற நபர் மீது கவனமேதுமில்லை. ஆனால் கிட்டா தன் உடலெல்லாம் கண்ணாகக் கண்காணிப்பது கணேசனையே. கிட்டாவின் வீம்பும் சவாலும் கணேசனிடமிருந்த பொறாமையிலிருந்தும் கோபத்திலிருந்தும் கிளம்புகிறது என்றால் மிகையில்லை. ஒரு

அர்த்தத்தில் கிட்டா ஊர் துறந்து முட்டி மோதி முன்னேறுவதே கூட கணேசனுக்கும் தன்னை இகழ்ந்தோர்க்கும் தனக்கும் சொல்லிக் கொள்ளும் பதில் எனக் கருத இடமுண்டு. மரியாதைக் குறைவாக நடத்தப் படுகிறோம் என்ற விசனமும் குமைச்சலும் ஒருவித ஆங்காரமும் கிட்டாவுக்கு அவனது சிறுவயதிலிருந்து நாவல் முடிவதற்குச் சற்று முன்பு வரை இருந்து கொண்டே இருக்கிறது. இதற்கு முற்றிலும் மாறாக செல்லுமிடங்களிலெல்லாம் உச்சிமுகர்தலுக்கும் ஆராதனைகளுக்கும் ஆளாகுபவன் கணேசன். தொழுநோயாளியானப் பின்பு கூட அவனிடம் வேறுபட்டப் படிநிலைகள் கொண்ட மனிதர்களால் மனம் புண்படும்படியான நிகழ்ச்சி ஏதும் பெரிதாக நடப்பதில்லை. அவனிடமுள்ள பணம் ஒரு காரணி என்ற போதும் அதே பணம் கிட்டாவிடம் சேரும் போது கூட அது அவனுக்கு குடும்பத்தினரிடமே நன்மதிப்பைப் பெற்றுத் தருவதில்லை என்பதையும் காண்கிறோம். இந்த முரண் பல இடங்களில் உறுத்துகிறது என்ற போதும் நாவல் பேச விழைகிற, எழுப்ப விரும்புகிற வினாக்களை பெரிய அளவில் அது தொந்தரவு செய்வதில்லை.

நாவலின் பெயரைச் சுட்டியவுடன் ஒற்றை வரி சிலாகிப்புடன் பலராலும் நினைவுகூறப்படுவதைக் கேட்டிருக்கலாம். ஓரினப்புணர்ச்சி குறித்து எவ்வித இடக்கரடக்கலுமின்றிப் பேசிய முதல் தமிழ் நாவல் என்பதே அது. தொழுநோயாளியை மையப் பாத்திரமாக்கிய நாவல் என்பதையும் இத்துடன் சேர்த்துக் கொள்ளலாம். நாவல் வளர்ந்து செல்லும் போது கணேசனின் மேல் ஆசிரியருக்கு மனச்சாய்வு இருக்கக்கூடுமோ என்ற எண்ணம் தலையெடுத்தாலும் கூட அவன் தன் போகமான வாழ்க்கைக்காக எவ்வளவு சுயநலத்துடன் அது சார்ந்தக் குற்ற உணர்ச்சிக் கிஞ்சித்துமில்லாது நடந்து கொள்கிறான் என்பதை பட்டவர்த்தனமாகக் காட்டும் போது கரிச்சான் குஞ்சுவுக்கு எந்த பாத்திரத்தின் மீதும் பரிவில்லை என்பது புலனாகிவிடுகிறது. காமம் கணேசனை கையில் உருட்டி விளையாடுகிறது. அந்த விளையாட்டு ஒவ்வொரு பருவத்திலும் மாறிக்கொண்டே இருக்கிறது. இளமையின் பூரிப்பிலும் அழகின் மிளர்விலும் அவனை பெண்கள் தடவியும் இறுக அணைத்தும் கொள்கிறார்கள். அவனது உடல் வாளிப்பைக் கண்ட 'பெரிய' மனிதர்கள் தங்களது இச்சைக்கான இரையாகப் போஷித்து வளர்க்க முன் வரும் போது முந்தைய வாழ்க்கையைச் சட்டென உதறி விட்டு அவர்களது நிழலுக்குள் செல்வதில் கணேசனுக்குச் சிக்கலேயில்லை. மாறாக

ஊட்டமிக்க உணவுகளின் ஆனந்தத்தில் அந்த 'புதியஇன்ப'த்தின் கிளர்ச்சியில் மூழ்கி அனுப்பவிப்பனாக மாறிவிடுகிறான். அவன் உடலில் தொழுநோய் கண்டு நீர் ஒழுகி வலியோடுப் பிறரைக் காணக் கூசும் போது கூட தன்னைத் தொட்டு சிகிச்சை செய்யும் கன்னியாஸ்திரிகளின் நிறத்திலும் அழகிலும் அலைகழிந்து அங்கிருந்தே ஓடிவிடுகிறான். பிச்சை எடுப்பவனாக ஆன பிறகும் கூட அருகில் குழந்தையோடுப் பிச்சை எடுத்துக்கொண்டிருக்கும் பார்வையற்றவளின் தொடுகை அவனைக் கிளர்த்துகிறது. இதற்கு நடுவே அவனுக்கு வேறொரு பெண்ணோடு குடும்ப வாழ்க்கை அமைந்து அதுவும் பாதியிலேயே அவளது மரணத்தால் முடிவுற்று விடுகிறது. பால்யத்தில் வயிற்றுப்பசிக்காகப் பள்ளியைத் துறந்துக் கடும் வேலைகள் செய்பவனாக இருக்கும் கணேசன், தன்னைக் கூட்டிச் செல்லும் வாத்தியாரால் அப்பசி ஆறியபிறகு அடுத்து உடலின் பசிக்காக இரையாவதும் அலைகழிவதும் நடக்கிறது. அதிகாரம், காமம் என கிட்டாவின் பசியும் அடங்குவதில்லை.

சிறுவயதில் ஆசைப்பட்டவைகளையும் எட்டிப் போனவைகளையும் கைதேர்ந்த கணக்குகளால் தன் எல்லைக்குள் கொண்டு வந்து அனுபவிப்பவன் கிட்டா. பூமா மாமியோடு மட்டும் கிட்டாவுக்கு பரஸ்பர விழைவுடன் உறவு சித்திக்கிறது. பிறவனைத்தும் தன் அதிகாரத்தால் அந்தஸ்தின் திமிரால் வளைக்கப்பட்ட உறவுகளே. அவனது திருமணத்திற்குப் பின்பும் அது தொடர்கிறது. கிட்டாவின் உந்துசக்தி அவனை நன்கு அறிந்த அவனது தாயான பாலாம்பாள். நாவலின் உப பாத்திரங்கள் பலவும் நாவலின் ஓட்டத்திற்கு ஊக்கமாக இருந்திருக்கிறார்கள். கணேசனைச் சாமியாராக எண்ணிக் கொண்டு அவன் கூறுவதற்கெல்லாம் ஆன்மீக அர்த்தங்களை தேடிக் கண்டு சொல்லும் போலீஸ்காரர் முதல் கிட்டாவுக்கு டிரைவர் வேலை கற்று தரும் ராசு வரை. கணேசனின் அலைதல்களும் கிட்டாவின் குடும்பத்தினருக்குள் நிகழும் நாடகீய மோதல்களும் சச்சரவுகளும் தணிந்து இவையெல்லாம் என்ன? என்ற வினாவின் முன் அனைவரும் அமர்ந்திருக்கிறார்கள்.

நாவல் முழுவதுமே கும்பகோணம், தஞ்சாவூர் அதைச் சுற்றியுள்ள ஊர்களில் நடக்கிறது. காலம் 1918, 19-களிலிருந்து 1950-கள் வரை. அந்த நாட்களில் சத்திரங்கள், திண்ணைகள், தெருக்கள், அதிலிருந்த மனிதர்கள், ஒரு நாளைக்கு இவ்வளவு ஆட்களுக்கு எனச் சத்திரங்களில் போடப்பட்ட அன்னதானம், அந்த உணவின் வகைகள் போன்ற தகவல்கள் ஒரு வரலாற்றாளனுக்கும் சமூகவியலாளனுக்கும் பெரும் பயனை அளிக்கக் கூடியது. இந்தச்

சத்திரங்களில் அக்காலகட்டத்தில் பிராமணர் அல்லாதோர்க்கு உணவு போடப்பட்டதா அல்லது பிராமணர்களுக்கு மட்டும் தானா என்பதை அறிய முடியவில்லை.

நாவலின் வேகத்தில் உள்ள நிதானமின்மை, 'குடுகுடு'வென ஓடும் பொறுமையின்மையுமே முக்கியமான குறை. சில பாத்திரங்கள் சட்டென உள்ளே வந்து விடுவிடுவென வளர்ந்து மறைந்து போவதும் சில சம்பவங்கள் அதிகமாக நீட்டப்பட்டதும் நாவலோடு ஒட்டவில்லை. மிக எளிதாக சில பாத்திரங்கள் உள்ளே வந்து அவர்களுக்குரிய முக்கியத்துவத்தை பெறாமலேயே காணாமல் போய் விடுகிறார்கள். இது போன்ற குறைகளைக் கடந்து ஒரு ஆசிரியரின் நூற்றாண்டில் அவரது நாவல் பேசப்பட்டுக் கொண்டிருப்பதும் பரவலான கவனத்துக்கு உள்ளாகிக் கொண்டிருப்பதும் அதன் கலைக்குச் சான்றாகக் கொள்ளலாம்.

(கரிச்சான் குஞ்சு (1919-2019) நூற்றாண்டையொட்டி எழுதப்பட்ட கட்டுரை)

- க்ளைமேட், ஜூன் 2019 இதழ்

தத்துவத்தின் கையேடு

"ஒரு உண்மையான தத்துவவாதி 'ஒருபோதும்' என்று ஒருபோதும் சொல்ல மாட்டான்."

–பக்.530.

சில மாதங்களுக்கு முன் அமாவாசையன்று, தெருவில் வசிக்கும் ஓய்வு பெற்ற ஆசிரியர் வழக்கம் போல குலதெய்வக் கோவிலுக்கு விடிகாலையிலேயே கிளம்பினார். அன்றையப் பூசைக்கானக் கட்டளை அவருடையது. அவரை எப்போதும் பேருந்து நிறுத்தத்தில் இறக்கிவிடும் தெருக்கோவில் பூசாரிக்காகக் கோவில் வாசலில் காத்திருந்தார். அவர் அலங்காரத்தை முடித்துவிட்டு வருகிறேன், ஐந்து நிமிடங்கள் காத்திருங்கள் என்றார். அவருக்குப் பொறுமையிருக்கவில்லை. நடக்க ஆரம்பித்தார். எதிரிலேயே இருசக்கர வாகனத்தில் வந்த உறவினரை நிறுத்தி, கொண்டு போய் விடச் சொன்னார். அவர்கள் சென்ற பத்து நிமிடங்களுக்குப் பின் இருவரது உடல்களும் ஆம்புலன்ஸில் ஏற்றப்பட்டது. ஆசிரியர் ஐந்து நாட்களையும் வண்டி ஓட்டிச் சென்றவர் பத்து நாட்களையும் தீவிர சிகிச்சைப் பிரிவில் கழித்துப் பின் மருத்துவமனையில் உயிரிழந்தனர். தெருவே கடும் அதிர்ச்சிக்குள்ளானது. கொண்டுபோய்விட்டவருக்கு திருமண வயதில் இரு பெண்கள் இருக்கிறார்கள். அவர் ஏன் சரியாக அந்த நேரத்தில் எதிரில் வர வேண்டும்? ஏன் பூசாரிக்காக அவருக்குக் காத்திருக்க முடிந்திருக்கவில்லை? போன்ற கேள்விகளை எழுப்பினால் அது மிகச்சுலபமாக இரண்டு முட்டுச் சந்துகளில் போய் நின்று கொண்டு விடும். அவை விதி மற்றும் கடவுள். இதுபோன்ற

விஷயங்களின் அடிப்படைகளை, அதன் பின் உள்ள காரணிகளை ஆராயத் தூண்டும் பகுதிகளோடு 'சோஃபியின் வலம்' நாவல் வளர்ந்து செல்கிறது.

ஆற்றொழுக்காகச் சென்றுகொண்டிருக்கும் சோஃபியின் நாட்களுக்கு இடையே இந்தப் பிரபஞ்சத்தின் மீதான சிறிய, எளிய வினாக்களின் வழியாக முடிவுறாத தத்துவப் பாடத்துடன் ஆரம்பிக்கிறது நாவல். இந்நூலை நாவல் என்பதை விடவும் தத்துவத்துக்கான கையேடு என்றோ அதற்கான வழிகாட்டி என்றோ அழைக்கலாம். ஆனால் ஆசிரியர் நாவல் வடிவம் அளிக்கும் சுதந்திரத்தைப் பெரிதும் பயன்படுத்திக் கொண்டிருக்கிறார். மிகக் குறைவானப் பாத்திரங்களை அதையொட்டிய எளிய சம்பவங்களாக கார்டெர் நாவலைக் கொண்டு சென்றிருப்பது இந்நூலை வாசகர் நாவலாகக் கருத வேண்டும் என்னும் விருப்பத்தின் பொருட்டாகவே இருக்கக்கூடும். இஃது ஏகதேசமாக உலகின் வெவ்வேறு இடங்களில் (பெரும்பாலும் மேற்குலகில்) உருவாகி வளர்ந்த சிந்தனைப்போக்குகளை, தத்துவத்தின் வரலாற்றை அதன் படிநிலைகளை ஒரே நூலில் தொகுத்துத் தர மேற்கொண்ட முயற்சியும் கூட. குறிப்பாக வளர் இளம்பருவத்தினருக்கு உரிய வகையில் தத்துவத்தின் தோற்றுவாய், அதன் அறிமுகம், அதன் இயங்கியல், அது அக்காலகட்டத்தில் நிகழ்த்திய விவாதங்கள், அதன் பெறுமதி, அதற்காக வரலாற்றுத் தேவை போன்றவற்றையெல்லாம், வினாக்களை எழுப்பும் மாணவர் மேல் மதிப்புக்கொண்டிருக்கும் நல்லாசிரியர் ஒருவரின் இயல்புடன் கற்றுக் கொடுக்கும்/கொள்ளும் தொனியில் நாவலைக் கையாள்கிறார் கார்டெர். அதற்கு வாகாக நூலைக் கொண்டு செல்லும் ஆசிரியர் ஒரு தத்துவ அறிமுகத்துக்கு முன் அதற்கு மிக இணக்கமாக அதை மேலதிகமாகப் புரிந்து கொள்ளத் தோதானச் சம்பவங்களைக் காட்டுவது அந்தச் சிறுமி அவர் அறிமுகப்படுத்தவிருக்கும் உலகிற்குள் செல்வதற்காகவே. மேலும் இந்நூல் தத்துவங்களை முழுமையாக விவரிப்பதும் இல்லை. அதற்கு இந்த ஒற்றை நூல் போதவும் போதாது. நாவலில் எழும் இந்த தத்துவச் சுவர்களில் அவர் எழுதியிருப்பது அத்தத்துவத்துக்கான சிறிய அல்லது கொஞ்சம் பெரிய குறிப்புகளை மட்டும் தான்.

பதினைந்தாவது பிறந்த நாளைக் கொண்டாடவிருக்கும் சோஃபிக்கு, எதிர்நோக்காத வேளையில் தபால் பெட்டியில் கடிதம் வருகிறது. மிக அடிப்படையான ஆனால் அதுவரை அவளது சிறிய வாழ்வில் கேட்டுக்கொள்ளாத வினா அதிலிருப்பதைக் காண்கிறாள். 'நீ

யார்?' பிறகு அவளுக்கு வெவ்வேறு இடங்களிலிருந்து மர்மமான முறையில் இதே போன்ற கேள்விகள் கிடைக்கப்பெறுகின்றன அல்லது வந்து சேர்கின்றன. இனி எங்கு கடிதத்தை எதிர்கொள்ளக்கூடும்? அதில் என்ன வினா எழுப்பப்பட்டிருக்கும்? என அவளே ஆவலடைந்து காத்திருக்கும்படித் தூண்டப்படுகிறாள். சோஃபியின் யோசனைகளை வெகுதூரத்துக்கு இழுத்துச் செல்லும் விதமாக அதற்கான விளக்கங்களும் குறிப்புகளும் கடித உறையிலேயே வந்து சேர்கிறது. பிரபஞ்சத்தின் தோற்றம், உயிர்கள் எங்கிருந்து வந்தன? பொருட்களின் இயங்கியல், எனச் செல்கிறது அது. மேலும் கடவுள், இயற்கை, பகுத்தறிவு, ஆன்மா போன்றவை குறித்தெல்லாம் சீட்டுக்கட்டை உருவுவது போல அல்லாமல் அதற்குரியத் தர்க்கங்களோடு தத்துவார்த்த வரலாற்றுப் பின்புலங்களோடு முதல் பகுதியில் முன் வைக்கிறார் கார்டெர். அந்தத் தத்துவம் மேலதிகமாகப் புரிந்து கொள்ள அதற்குரியக் காரணகாரிய விளைவுகளை உருவாக்கியவர்க்ளின் சொற்களால் அந்த காலகட்டத்தின் எண்ணப்போக்குகளைக் காட்டி நகர்கிறது நாவல். இன்று மிகச் சாதாரணமாக ஒப்புக் கொள்ளப்பட்டிருக்கும் எளிய உண்மைகள் அவை முன் வைக்கப்பட்ட போது எத்தகைய சூறைக்காற்றைக் கிளப்பின என்பதைக் காண்பது சுவாரஸ்யமானது. பதின்பருவத்தினர் ஒருவர் இந்நூல் வழி தத்துவ உலகிற்குள் நுழைய விரும்பிவாரேயானால் அது அவருக்கு திகைப்பைக்கூட ஏற்படுத்தி விடலாம். ஊர் மத்தியில் கொல்லப்பட்ட அல்லது சிலுவையில் அறையப்பட்ட பின்னரே மிகத் தாமதமாக உலகம் ஏசுவின் சொற்களை செவிக்கூர்ந்தது. சாக்ரடீஸ் முதல் ஏசு வரை. சிறிய காலமாற்றத்துக்குப் பின்னும் அவர்களுக்கு கிட்டுவது புறமொதுக்குதலும் கேலியுமே. டார்வின் முதல் ப்ராய்டு வரை.

சோஃபிக்கு வரும் அநானமதேயமான கடிதங்களை அனுப்பும் நபர் சம்பந்தமான புதிர் அவிழும்போது கிட்டத்தட்ட 200 பக்கங்களை அடைந்து விடுகிறோம். இடைக்காலம் சார்ந்து அவள் அறிந்து கொள்ளும் பகுதிக்கு நாவல் வந்துவிட்டிருக்கிறது. இடைக்காலத்துக்கும் முன்னால் இந்நூல் அறிமுகப்படுத்தும் தத்துவங்கள் பலவும் கீழைத்தேய நாடுகளில் அதுவும் இந்தியத் தத்துவத்தில் முன்னரே உருவாகி விவாதங்களாலும் பூசல்களாலும் வளர்ந்தும் வீழ்ந்தும் முன்னகர்ந்திருக்கின்றன. அவையாவும் மொழியாக்கங்கள் வழியாக தமிழுக்கு வந்திருக்கின்றன. இவைத் தவிரவும் சுயமாக வெளிவந்த சிறுவெளியீடுகளையும் குறிப்பிட்டுச் சொல்ல வேண்டும். ஆனால் ஒரு நாவலுக்குள் தத்துவங்களை

விவாதகளமாக மாற்றி மிகத்திறம்படக் கையாண்ட முதல் நூல் ஜெயமோகனின் 'விஷ்ணுபுரம்' ஆகும்.

இடைக்காலம் இருண்டகாலமாக அழைக்கப்படுவதற்கு அக்காலகட்டத்தில் மதமும் கடவுளும் தத்துவ உலகில் கோலாச்சியக் கொண்டிருந்ததே காரணம். வேறு எங்கும் கொண்டு சேர்க்காத இவ்விரண்டு முனைகளால் ஒருகட்டத்தில் தேங்கிப் போயின. அவற்றை உடைத்து அந்தத் தளைகளிலிருந்து விடுவித்துக் கொண்டு மீண்டு வர மறுமலர்ச்சிக்காலம் வரை காத்திருக்க வேண்டியிருந்தது. அது தனிமனித வாதத்தை மையமாகக் கொண்டிருந்தாலுமே கூட இன்றைய சமகாலத் தத்துவ உலகின் பேசுபொருளாக உள்ள பல சிந்தனைகளுக்குமான மூலக்கூறுகளை மறுமலர்ச்சிக்காலகட்டத் தத்துவாதிகளே வழங்கியிருக்கின்றனர்.

மறுமலர்ச்சிக்காலத் தத்துவாதிகளைப் பேச ஆரம்பித்ததும் கார்டெருக்கு ஒருவித உற்சாகம் தொற்றிக் கொண்டுவிடுகிறது. தெகார்த்தே, ஹ்யூம், லாக் முதலானவர்களுக்குத் தனித்த அத்தியாயங்கள் ஒதுக்கப்பட்டு அவர்களது தத்துவத்தின் முறைமைகள் முன்வைக்கப்படுகின்றன. தமிழ்ச்சிற்றிதழில் பெரிதும் புழங்கியப் பெயர்களுள் ஒன்றான, இருத்தலியல் சிந்தனைகளால் உலகெங்கும் அறியப்பட்ட சார்த்தார் குறித்துமே கூட சோஃபி தெரிந்து கொள்கிறாள். அவர்கள் அல்லாது ஒரு குறிப்பிட்ட காலத்திற்குள் நின்றுவிடாமல் பெருஞ்செல்வாக்குச் செலுத்திய மார்க்ஸ், டார்வின், ப்ராய்டு போன்றோர் இங்கு மாற்றிவிட்டுச் சென்றதென்ன? என்பது பற்றியெல்லாம் புதிதாக அறிய நேர்கிறவர்களுக்கு ஏற்ப விளக்கங்களுடன் சிறிது விரிவாகவே நாவலில் பேசப்பட்டிருக்கிறது. சோஃபி இவற்றைப் புரிந்து கொள்வதற்கேற்ப அதற்கான வினாக்களோடும் அவை அளித்த மனத்தூண்டுதல்களோடும் அவை அவளுக்கு பாடம் கற்பிக்கும் ஆசிரியரால் கற்றுத் தரப்படுகிறது. எனவே மிக லகுவாக அவற்றிற்குள் சென்று விடுகிறாள்.

நூலின் கட்டமைப்பைப் பற்றிக் கூறாமல் இருக்க முடியாது. வெகு குறைவாக ஆட்களை அதுவும் ஐந்நூற்றுச் சொச்சம் பக்கம் கொண்ட ஒரு தத்துவநூலில் கையாளும் போது வாசிப்பவர்க்குச் சலிப்புத் தட்டிவிடுவது இயல்பே. அதற்காக ஹில்டே என்ற பெண்ணின் அறிமுகமும் அவளுக்கு தந்தை எழுதும் கடிதங்களும் நூலுக்குள் மற்றொரு ஒட்டியபாதையாக வந்து கொண்டிருக்கிறது. போலவே சோஃபிக்குத் தத்துவம் கற்றுத்

தரும் ஆசிரியரின் பெயரும் ஹில்டேவின் தந்தையின் பெயரும் ஏறக்குறைய ஒன்றுபோலவே ஓசைநயத்துடன் ஒலிக்கிறது. நாவல் வளர்ந்து செல்லச் செல்ல ஹில்டே தான் உயிருள்ள பாத்திரம் என்பதும் மற்ற இருவர் ஹில்டேவின் தந்தை அவளுக்கு பிறந்த நாள்(அவளுக்கும் பதினைந்தாவது பிறந்த நாள் நெருங்கிக் கொண்டிருக்கிறது) பரிசாக அளிக்கவிருக்கும் நூலிலுள்ளக் கற்பனைகளே என்பதும் தெரியவருகிறது. ஆனால் இதை அந்தப் பாத்திரங்கள் மிகப் பின்னால் தான் அறிந்து கொள்கின்றன. பிறகு அவர்கள் ஹில்டேவின் தந்தை எழுதும் புத்தகத்திலிருந்து தப்பித்துப் பிரதிக்குள் சுதந்திரமாக உலவுகிறார்கள். ஹில்டேவுக்காக அவரது தந்தை எழுதிக்கொண்டிருக்கும் நாவலான 'சோஃபியின் உலகம்' நூல் சோஃபிக்கே பரிசாகக்கிடைக்கிறது. இவற்றைத் தன் முன்னுரையில் தொட்டுக்காட்டும் மொழிபெயர்ப்பாளர் சிவக்குமார் இத்தகு போக்குகளை மெடாஃபிக்ஷனாக வகைப்படுத்துகிறார். ஏனெனில் சோஃபிக்கு நிகழ்ந்து கொண்டிருப்பவையனைத்தையும் ஹில்டே தன் கோப்பில் படித்துக் கொண்டிருக்கிறாள். இது போன்ற பின்னல்களும் உத்திகளும் சோர்வை ஒத்திப்போடப் பெரிதும் துணைபுரிகின்றன. இந்நூலின் முக்கியத்துவம் என்பது ஒரு பெரிய தத்துவ வரலாற்றிலிருந்து அவற்றின் துளிகளை, அதன் ஒரு வகையான மாதிரிகளை அறிந்து கொண்டு மேலும் செல்வதற்கான வழித்தடங்களை உருவாக்கியதிலேயே இருக்கிறது.

இந்நாவலின் குறை என்பது சம்பவங்களின் உப பாத்திரங்கள் வந்து சென்றாலும் கூட இருவர் மட்டுமே தொடர்ந்து பேசிக் கொள்கிறார்கள். அதுவும் தத்துவப் பாடம் சம்பந்தமாக. இருவரது பார்வை தவிர அத்தத்துவம் அளிக்கும் வாசிப்பு சார்ந்த வேறு பார்வைகளோ அதற்கான விவாதமோ இல்லை. எனவே நாவல் எவ்வாறு செல்லும்(வடிவத்தில் அல்ல, சொல்முறையில்) என்பதை முதல் ஐம்பது பக்கங்களுக்குள்ளேயே யூகித்து விடமுடிகிறது. மேலும் இந்நூல் வளரிளம் பருவத்திற்கானது. தத்துவ அறிமுகமற்றப் பெரியவர்களுக்கும் பேரளவில் உதவக்கூடும் என்றாலும் முன் பரிச்சம் உள்ளவர்களுக்கு திரும்பவும் வாசிக்கும் அனுபவத்தையே அளிக்கும். மேலும் இது தொண்ணூறுகளில் வெளிவந்த நூல். அதன் மொழியாக்கம் இப்போது தான் நிகழ்ந்திருக்கிறது. இடைப்பட்ட காலத்தில் தத்துவ உலகில் ஏற்பட்ட மாற்றங்களை உணர்ந்திருப்பவர்கள் இதற்கு வரலாற்றுரீதியான முக்கியத்துவத்தையே அளிப்பார்கள். இருப்பினும் தமிழுக்கு இது போன்ற தத்துவ நூல் மிகவும் அவசியமானதே. பரவலான

வாசிப்புக்கு உரியதாக ஆகியிருக்க வேண்டிய இந்நூல் ஏன் பெரிதும் கவனிக்கப்படாமல் போனது என்பது வியப்பைத் தான் அளிக்கிறது. தமிழில் இத்தகு வியப்புக்கு பஞ்சமில்லை தானே..!

இந்நூலின் மொழிபெயர்ப்பாளரான ஆர்.சிவகுமார் தமிழ் கூறும் நல்லுலகம் அளித்த மதிப்பு வாய்ந்த பெயர்ப்பாளர்களுள் முதன்மையானவர். ஜே.சி. குமரப்பா போன்ற லட்சியவாதிகளை ஆதர்ஷமாகக் கொண்ட தலைமுறையைச் சேர்ந்தவர். அவர் தெரிவு செய்யும் சொற்களும் வாக்கிய அமைப்பு முறையும் அலட்சிய மொழிபெயர்பாளர்களை உடனடியாகக் கண்டுபிடிக்கத் துணை நிற்கிறது. காஃபாகாவின் 'உருமாற்றம்' நாவல் வழியாகவே சிவகுமாரை அறிந்தேன். அதன் பின் அவரை பின் தொடர்பவர்களுள் ஒருவனாக ஆனேன். கார்ரெரின் இந்நூலை சிவகுமார் அவரது இயல்புகளான மெனக்கெடலும் அர்ப்பணிப்பும் கொண்டு தமிழாக்கியிருக்கிறார். பல தத்துவச் சொற்களிலும் அதற்கான விளக்கங்களிலும் அவற்றை காணமுடியும். அவர் இலக்கியத்திற்குள் செயல்படத் தொடங்கிய ஆண்டை எண்ணிக் கொண்டால் அவர் செய்த மொழியாக்கங்கள் குறைவு என்று தோன்றுகிறது. அவர் மனதிற்குள் தமிழுக்கு மொழிபெயர்க்க வேண்டும் என்ற நூல்களின் பட்டியல் இருக்கக்கூடும்.(அவ்வாறான பட்டியல் இல்லாத மொழிபெயர்ப்பாளர்கள் ஏது?) அவற்றிலிருந்து ஒவ்வொன்றாக செய்வார் என நம்புகிறேன். தகுதி உள்ளோரிடம் தானே எதிர்ப்பார்க்கவும் முடியும்.

சோஃபியின் உலகம் – யொஸ்டைன் கார்டெர் – தமிழில்: ஆர். சிவகுமார்.பக்.560 விலை. ரூ.500/– காலச்சுவடு பதிப்பகம். நாகர்கோவில்.

(26.07.2018 – சேலம் தக்கை அமைப்பு ஏற்பாடு செய்திருந்த ஆர்.சிவகுமார் அரங்கில் வாசிக்கப்பட்ட கட்டுரை)

ஹண்ஸ்டா சௌவேந்திர சேகரின் 'ஆதிவாசிகள் இனி நடனம் ஆடமாட்டார்கள்'

முன் செல்லாதக் கதைகள்

பிராந்திய மொழிகளுக்கிடையிலான ஊடாட்டாங்களும் பாய்ச்சல்களும் தமிழுடன் கணிசமாக நிகழ்ந்த மொழிகளென மலையாளம், கன்னடம், வங்கம் ஆகிய மூன்றையும் சொல்லலாம். அவற்றிலும் கொடுத்தவற்றைக் காட்டிலும் பெற்றவைகளே அதிகம். இங்கிருந்து சென்றவற்றைத் தோராயமாகக் கணக்கிட்டால் அவற்றைச் சிறுகால அளவிற்குள் கூறி விடமுடியும் என்கிற மாதிரி அவை சொற்பமான ஆக்கங்களே. ஆனால் பெற்றவைகளைச் சொல்லத் தலைப்பட்டால் மூச்சு முட்டும்படிக்கு எறும்பு வரிசை போல ஒன்றையடுத்து ஒன்றென அதன் எண்ணிக்கை நீளமாக வந்துகொண்டே இருக்கும். அவ்வகையில், 2015இல் ஆங்கிலத்தில் வெளியான இத்தொகுதி மிகக்குறுகிய கால இடைவெளியில் மறுஆண்டே இங்கு மொழிபெயர்க்கப்பட்டுவிட்டது. அதற்கான முதன்மைக் காரணம் 'யுவ(புரஸ்கார்) விரு'தின் மூலம் ஆசிரியர் மீது விழுந்த வெளிச்சமே.

பத்துக் கதைகளைக் கொண்டிருக்கும் ஹண்ஸ்டா சௌவேந்திர சேகரின் 'ஆதிவாசிகள் இனி நடனம் ஆடமாட்டார்கள்' ஜார்கண்ட் மாநிலத்திலுள்ள ஆதிவாசிகளான சாந்தால் இன மக்களை உள்ளும் புறமுமாகப் பிணைத்துள்ள வாழ்க்கையின் இடர்களை, அவர்கள் பொதுச் சமூகத்தின் மைய நீரோடத்துடன் கலக்க முடியாத அவஸ்தைகளை, சுரண்டலின் வெவ்வேறு முகங்களைக் காட்டித் தருகிறது. மட்டுமல்ல, அவர்களது வெகுளித்தனத்தை நகைப்பதற்கும் ஆக்கிரமித்து அடிமை செய்வதற்கும் 'பண்பட்ட சமூகம்' ஒருங்கே பயன்படுத்திக் கொள்வதையும் சேர்த்தே சொல்கிறது. மருத்துவரான

இத்தொகுதியின் ஆசிரியர் சேகர் அதே பழங்குடி இனத்தைச் சேர்ந்தவர். எனவே அவர் நேரில் கண்டவையும் பெற்றவையுமே கதைகளாக ஆகியிருக்கலாம் என யூகிக்க இடமுண்டு.

இவர்களது வாழ்க்கைப் பின்னணி- குறிப்பாக சாந்தால் பழங்குடிகளின் - அதன் பேதங்களுடன் கால் நூற்றாண்டுகளுக்கு முன்பாகவே தமிழில் மொழிபெயர்ப்பின் வழியாக வந்து சேர்ந்து விட்டது. மஹாஸ்வேதாதேவி தன் வாழ்க்கையை அர்ப்பணித்து அவர்களை முன்நிறுத்தி எழுதிய ஆக்கங்களே அவை. அவரே தெரிவு செய்து அளித்த கதைகளின் தொகுப்பு ('மஹாஸ்வேதா தேவியின் சிறுகதைகள்-தமிழில்: என்.எஸ்.ஜெகந்நாதன், நேஷனல் புக் டிரஸ்ட்) 1999ஆம் ஆண்டு வெளிவந்துள்ளது. இதற்கும் முன்பே அவரது நாவல்கள் மொழிபெயர்க்கப்பட்டு விட்டன. புதிய தலைமுறையைச் சேர்ந்த சேகரின் இக்கதைகள் மஹா அளிக்காத எதையும் தரவில்லை. மாறாக பலபடிகள் கீழ் நோக்கி (கருப்பொருளிலும் கதை சொல்லலிலும் நுட்பத்திலும்) சென்றிருக்கின்றன. மஹா அவர்களது வாழ்க்கை சார்ந்து அளித்த நுண்ணிய தகவல்கள்('பாயன்'), அவர்களுக்கே உரித்தான பிரத்யேகச் சூழல்கள்(பேஹுலா), பிரச்சனைகளின் தீவிரங்கள்(திரௌபதி), 'மூட நம்பிக்கை' எனச் சமூகம் கருதும் பலவும் அவர்களது வாழ்க்கைமுறைமைகளில் ஒன்றெனக் காட்டிச் செல்லும் நுட்பம் ('மாலையும் காலையும் நீ அம்மா'), அந்தச் சுரண்டலைக் கூட வெகு உக்கிரமாகச் சொல்லிச் செல்லும் நேர்த்தி போன்றவை சேகரின் கதைகளில் வசப்படவில்லை. முற்போக்கு அம்சங்கள் மஹாவின் கதைகளில் உள்ளது(விதை, வேட்டை) என்றபோதும் மனதின் அல்லல்களை குறித்தும் அவர் எழுதியிருப்பதை(ராங் நம்பர்) நினைவு படுத்திக் கொள்ளலாம். புதியவர் ஒருவரை துறைபோகியவருடன் ஒப்பிடுவது சார்ந்து மாற்றுக் கருத்துகள் இருக்கக் கூடும். அப்புதியவர் இதுவரை தன் இனமக்கள் சார்ந்து மொழிப்புலத்தில் என்னென்ன நடந்திருக்கிறது என அறிந்திருப்பதும் அதிலிருந்து முன்னகர்ந்து சென்றிருக்க வேண்டும் என எதிர்ப்பார்ப்பதும் தவறில்லை அல்லவா!

சாந்தால் பழக்குடி இனத்தைச் சேர்ந்தவர்கள் பிற வகுப்பினருடன் கலந்து அரசுப்பணிக்கும் பிற வேலைகளுக்கும் செல்கையில் சந்திக்க நேரும் பிரச்சினைகளின் மீது கவனம் கொண்டிருக்கும், அதிலும் 21-ம் நூற்றாண்டைச் சார்ந்த அந்த இனமக்களின் இத்தகைய நெருக்கடிகளை எதிர்கொள்வதைச் சொல்லும் தொகுப்பின் முதல் கதை 'அசைவம் சாப்பிடுகிறவர்கள்'. தங்கள் இடத்திலிருந்து பணி

மாற்றத்தின் பொருட்டு குஜராத்தின் வதோராவுக்கு வருகிறார்கள். அங்கு யாரும் அசைவம் உண்பதில்லை. வீடு வாடகைக்கான அலைச்சலிலும் கூட அது குறித்துத் தீர விசாரித்த பின்பே வீடு தர ஒப்புக் கொள்கிறார்கள். அந்த இடத்தில் முட்டை வாங்குவது கூட இமாலயச் சாதனைக்கு ஒப்பானது. இதிலிருந்தே அதன் தீவிரத்தைப் புரிந்துக் கொள்ளலாம். சைவம் மட்டுமே சாப்பிட அனுமதிக்கப்பட்டிருக்கிற அந்த ஊரில் பெஸ்ட் பேக்கரிக் கலவரம் கொழுந்து விட்டு எரிகையில் அந்த நபர்களே எவ்வாறு நடந்து கொள்கிறார்கள்? யாரையெல்லாம் கொளுத்துகிறார்கள் என்று காட்டும் சேகர் அதன் மூலம் அதற்குச் சம்பந்தப்பட்டவர்களை மிக நேரடியாக விமர்சிக்கிறார். இது தொகுப்பின் நல்ல கதைகளுள் ஒன்று.

நிலக்கரிச் சுரங்கத் தொழில் ஜார்க்கண்டில் உருவாக்கி விட்டிருக்கும் விரும்பத் தகாத மாற்றங்களால் பழங்குடிகள் நிலமிழந்து நிர்கதியாக நிற்கும் துயரம் , அவர்களின் மீது நிகழ்த்தப்படும் அத்துமீறல்கள் போன்றவை சில கதைகளின் களன்களாக அமைந்துள்ளன. மஹாஸ்வேதா தேவி எழுதிய காலத்திற்கும் இப்போதுள்ள காலத்திற்கும் எவ்வித மாற்றமும் அங்கு நிகழ்ந்துவிடவில்லை என்பது புரிகிறது. சுரண்டலின் களன்களும் முதலாளிகளின் முகங்களுமே மாறியுள்ளன. வேறெந்த வித்தியாசமுமில்லை அம்முதலாளிகள் நவீனமானவர்கள் என்பது தவிர. ‘புலம் பெயரத் தகுந்த மாதம் நவம்பர்’ கதையில் சாந்தால் இனத்தைச் சேர்ந்த 20 வயது பெண் குடும்பத்தின் வறுமையில் தன் பசியை தற்காலிகமாக ஆற்றிக்கொள்ள ஜவான் ஒருவனுடன் அவன் அளிக்கும் ஐம்பது ரூபாய்க்கும் தின்பண்டத்திற்கும் விலை போகிறாள். இதன் உட்பொருளை மட்டும் எடுத்துக் கொண்டால் புதுமைப்பித்தன் ‘பொன்னகரம்’(1934) கதையை இங்கு முப்பதுகளிலேயே எழுதி விட்டிருப்பது தெரியவரும். சூழ்நிலையின் வேறுபாட்டைக் கடந்து அது உணர்த்த விரும்புவதன் சாரம் ஒன்றெனப்பதைக் காணலாம்.

தொகுப்பில் எடுத்துப் பேசத்தக்க மற்றொரு கதை ‘ஏற்றத் தாழ்வு இல்லை’. கதையில் அந்தச் சாந்தால் இன மருத்துவரின் மனதில் உறைந்திருக்கும் வரலாற்றுப் பழியுணர்வு, அவர் செயல்படும் முறையை ஏதோ ஒரு விதத்தில் சமன் செய்கிறது. இக்கருப்பொருளைச் சேகர் கையாண்டிருக்கும் நேர்த்தியால் இது வலுவான கதையாக மாறியிருக்கிறது.

தொகுப்பின் தலைப்புக் கதையான 'ஆதிவாசிகள் இனி நடனமாட மாட்டார்கள்' தங்களது நிலங்களைப் பிடுங்கி வெளியேற்ற முனையும் பன்னாட்டுக் கம்பெனிகளை எதிர்த்து, புகழ் மங்கிவிட்ட ஆதிவாசி நடனக்குழு ஜனாதிபதியின் முன் ஆட மறுப்பது பற்றியது. அவர்களுள் மூத்தவர் இதன்பொருட்டு பெறும் அடியின் வலியிலிருந்து தன்மொழியில் சொல்லிச் செல்லும் கதை இது. இதன் வெவ்வேறு சாயைகள் கொண்ட கதைகள் மொழியாக்கங்கள் வழி முன்னரே இங்கு அறிமுகமாகிவிட்டன.

பிற கதைகளைப் பற்றிக் குறிப்பிட்டு எழுத எதுவுமில்லை. துயரக் குடும்பமொன்றில் பிறந்தக் குழந்தை காய்ச்சலில் விழுகிறது. அம்மா வேலைக்குச் செல்லவேண்டிய கட்டாயம். ஜிலேபி கேட்கிறது குழந்தை. வேலை முடித்து வாங்கி வருவதற்குள் இறந்து போய் விடுகிறது. இது போன்ற துயர நாடகங்களைத் தமிழ் கதைகள் கடந்து வந்து அரை நூற்றாண்டுக்கும் மேலாகிவிட்டது. 'பகையாளியோடு உணவு உண்ணுதல்' என்ற குறிப்பிடத்தக்க கதையைத் தவிர மீதமிருப்பவை மேற்சொன்ன வகைப்பாட்டுக்குள் அடங்கி விடுபவை தான்.

முன் தீர்மானங்கள் ஏதுமின்றி வாசிக்க கையிலெடுத்த போதும் இத்தொகுப்பு ஏமாற்றத்தையே அளித்தது. தமிழில் எவ்வாறு மிகச் சாதாரண ஆக்கங்கள் யுவவிருதுக்கு இதுகாறும் தெரிவு செய்யப்பட்டதோ அது போன்றே தான் இந்நூலின் தேர்வும் என்பது புலனானது. பெறுமொழிக்கு எவ்வித மலர்ச்சியையும் நல்காத, ஊட்டத்தை அளிக்காத கதைகள் இவை. தமிழ்ச் சிறுகதைகள் பழகித் தோய்ந்தத் தடங்களையும் வேறு மொழியாக்கங்கள் வழி முன்பே அடையப்பெற்றுவிட்ட மனநிலைகளையே பெயர், இடம், வாழிடங்களை மாற்றிப்போட்டு இக்கதைகளும் அளிக்கின்றன. அலுப்பூட்டும் கருப்பொருளைக் கொண்டிருக்கும் சில கதைகளைக் கடக்கையில் அவை போதாமையின் பள்ளத்தில் கிடப்பதை, பல பத்தாண்டுகளுக்கு முன்னரே இங்கு மென்று துப்பிய சக்கைகளைத் தன் கூடாரம் என அக்கதைகள் அமைத்துக் கொண்டிருப்பதை உணர முடிந்தது.

ஆழம் அதிகம் இல்லாத எழுத்து என்பதால் லியோ ஜோசப் சரளமாக மொழிபெயர்த்திருக்கிறார். நவீன தமிழ்ச் சிறுகதைகளின் மீது இத்தொகுதி எவ்வித சலனங்களையும் உருவாக்காது. வேறு மொழியில் இருந்து நூல்கள் தெரிவு செய்யப்படும் போது அதன் பெறுமதிப்பு குறித்தும் அதன் வருகை உருவாக்கும் பலன்களைப்

பற்றியும் யோசிப்பது நல்லது. அத்தகு எண்ணங்களால் தூண்டப்பட்டு தேர்வுச் செய்த கதைகளின் தொகுதி அல்ல இது.

ஆதிவாசிகள் இனி நடனம் ஆடமாட்டார்கள்– ஹண்ஸ்டா சௌவேந்திர சேகர்; தமிழில் : லியோ ஜோசப் – பக்.192; விலை. ரூ.180/-. எதிர் வெளியீடு, 96, நியூ ஸ்கீம் ரோடு, பொள்ளாச்சி-642 002

(10.12.2017 அன்று சேலம் தக்கை அமைப்பு நடத்திய சிறுகதை நூல்கள் விமர்சனக் கூட்டத்தில் ஆற்றிய உரையின் கட்டுரை வடிவம்)

- ஓலைச்சுவடி இதழ் எண் - 4, ஆகஸ்ட் 2018

போகன் சங்கரின் இரு நூல்கள்

நீல வெளிச்சம்

"....................................
....
ஏனெனில்
சற்றேனும்
கண்ணீரின் உப்பு சேராத விஷயங்களின் பின்னால்
ஏதோ ஆபாசம் இருக்கிறது
என்று நான் நினைக்கிறேன்
....
...................................."

- 'தடித்த கண்ணாடி போட்ட பூனை' தொகுதியிலுள்ள கவிதையின் சிறு துண்டு.

இரண்டாவது வருகை அல்லது சட்டையுரிப்பு எனக் கருதத்தக்க வயதாக நாற்பதையும் அதையொட்டிய வயதுகளையும் கூறலாம். கிட்டத்தட்ட எழுத்தாளனின் உலகம், அவனது பிரத்யேக மொழிப்பயன்பாடுகள், அவன் மனம் எதன் மீது தோய்ந்திருக்கிறது?, அவனை அலைகழிப்பதும் மேலெடுத்துச் செல்வதும் எது? போன்ற வினாக்களுக்கு அந்த வயதுக்குள் அவன் எழுதிய ஆக்கங்களே பதில்களாக அல்லது சான்றுகளாக முன் நிற்கும். ஏனெனில் அவன் வரைந்து வைத்தக் கித்தான்களின் ஊடாகவே அவனது கலையை மேலதிகமாகப் புரிந்து கொள்ள முடியும். ஆனால் இதற்கு முற்றிலும் மாறாக தன் நாற்பதுகளில் படைப்பிலக்கியத்திற்குள் நுழைந்தவர் போகன் சங்கர். விதிவிலக்குகள் நீங்கலாகப் பலரைப் போலவே கவிஞனாக அறிவித்துக் கொண்டபடி குறிப்பிடத்தக்கக் கவிதைகளின் மூலம் உள்ளே வந்து குறுகியக் காலத்திற்குள்ளேயேப்

பலரது கவனத்துக்கும் உள்ளானவர். அவரது முதல் நூல் கவிதைத் தொகுப்பாகவே ('எரிவதும் அணைவதும் ஒன்றே') அமைந்ததும் இயல்பானதே. அது 2014இல் வெளியானது. பிறகு அவர் உரைநடை இலக்கியத்திற்குள்ளும் நுழைந்தார். சிறிய காலகட்டத்திற்குள் நான்கு கவிதைத் தொகுப்புகள், ஒரு சிறுகதைத் தொகுப்பு, புனைவும் புனைவல்லாததும் கலந்த நூல் என சீரான இடைவெளியில் அவரது படைப்புகள் வெளியாகி இருக்கின்றன. இது வாசிப்பவருக்கு சுலபமான வழியைச் சமைத்து விட்டிருக்கிறது. ஆம். அவர் மன உலகின் நிறங்களை, அவை சென்று சேரும் இடங்களைத் துல்லியமாக இல்லையென்றாலும் தோராயமாக அடையாளம் கண்டுவிட வழிகோலியிருக்கிறது. உணர்ச்சியின் தீவிரமும் லகுவானத் தன்மையும் கொண்ட உரைநடையால் கட்டப்பட்ட ஆக்கங்கள் இவை. இக்கட்டுரை அவரது இரு உரைநடை நூல்களையே எடுத்துக் கொண்டிருக்கிறது.

'போக புத்தகம்' நூல் குறுங்கதைகளின் தொகுப்பு அல்லது பதிவுகளின் தொகுதி. முன்னுரையில் ஆசிரியர் குறுங்கதைகள் என்னும் பதத்தை உபயோகப்படுத்தியிருந்தாலும் அவை சிலவற்றிற்கு மட்டுமே பொருந்திப் போகின்றன. பதிவுகள் என்றாலுமே கூட அது எழுதப்பட்டதன் காரணத்தை வாசகரிடத்து மிச்சமின்றி கடத்திவிடுகின்றன. சமகாலத்தில் இதற்கு முன் வெளிவந்த குறுங்கதைகளால் ஆன தொகுப்பு என யுவன் சந்திரசேகரின் 'மணற்கேணி' நூலைக் குறிப்பிடலாம். போக புத்தகத்திலுள்ள சில கதைகளைப் புனைவம்சம் கொண்ட கட்டுரைகள் என்றும் கூறமுடியும். ஆனால் இவற்றில் பலவும் புனைகதைகளின் துடிப்பைக் கொண்டிருக்கின்றன. இவற்றுள் நடந்தவை எவை? புனையப்பட்டவை எவை? போன்ற மேல்மட்ட அவதானிப்புகளை ஒதுக்கி வைப்பது நல்லது. மேலும் முன்னுரையில் சங்கர் "இதே போல எழுதப்பட்ட சிலவற்றை விரித்துக் கதைகளாக மாற்றியிருக்கிறேன்..." என்று சொல்கிறார். இன்னும் ஏழெட்டு கதைகள் அவை கதைகள் என்பது தெரியாமல் இந்நூலினுள் இன்னும் உறங்கிக் கொண்டிருக்கின்றன. இப்புத்தகத்தின் நிலமும் மனிதர்களும் நெல்லை மற்றும் எல்லோயோர மாவட்டமான குமரியைச் சேர்ந்தவர்கள்.

"பேய்களே இல்லாத
உலகுதான்
எவ்வளவு பயங்கரமாக இருக்கிறது!"

சிறியவை என்றோ எளிமையானவை என்றோ நினைத்து அப்போதைய உணர்வுநிலைக்கு ஏற்ப அதற்கு எதிர்வினையாற்றிவிட்டு நகரும் சம்பவங்களின் பின்னால் பொதிந்து கிடக்கும் நுண் தருணங்களை சங்கர் திறந்து காட்டுகிறார். அவை ஆழங்களும் பெருமூச்சுகளும் நினைவுகளும் கசப்புகளும் மீள முடியாத துயரமும் கொண்ட நானாவித உணர்ச்சிகளால் ஆனவைகளாக உள்ளன. இத்தகு உணர்ச்சியின் குவியலே இந்நூல் எனக் குறிப்பிட்டு விட முடியாதவாறு அடுத்தடுத்தப் பக்கங்களில் வேறொன்றை, முந்தைய காட்சி அளித்த மனநிலைக்கு மாறானவொன்றை எழுதியிருக்கிறார். இதன் சொல்முறையிலுள்ள சுவாரஸ்யம் காரணமாகச் சலிப்பு அண்டுவதில்லை. முகநூலில் போகன் எழுதியவற்றின் தொகுப்பு தான் இவை என்ற போதிலும் வெகுஜன பத்திரிகையொன்றில் வந்து பலரது கவனத்துக்கும் சென்றிருக்க வேண்டியவை என்றும் தோன்றியது. சில கதைகளை (அ) பதிவுகளைக் கடந்த பின் அவரது பாதைகளை யூகித்து விட முடிகிறது. திகைப்பு, கையறுநிலை, போதமிழப்பு, நுட்பமான நகையுணர்வு, மீள இயலாத் துயர், சலனமற்ற அமைதி என இந்நூல் அளிக்கும் அனுபவத்தைப் பருந்து பார்வையில் சுட்டத் தோன்றுகிறது.

மரணம் ஒருபோதும் திரும்ப முடியாத ஒருவழிப்பாதையாக போகன்சங்கரின் எழுத்துக்களில் இருப்பதில்லை. மெய்யுலகில் இல்லாது சென்றவர்கள் மீளவும் அவர்களுக்கு அனுக்கமாக இருந்தவர்களிடத்து அல்லது அதைக் கண்ணுறும் மனம் கொண்டவர்களிடத்து வருகிறார்கள். மண்ணிலிருந்து நீங்கியவர்கள் ஒரு ஏக்கமாக, வாசனையாக, விட்டுச் சென்றவர்களின் மீதான பாசத்திற்கானத் தவிப்பாக அரூப சித்திரம் போலத் தோற்றம் தருகிறார்கள். அவர்கள் நினைவின் இன்னொரு பக்கத்திலிருந்து எழுந்து வருகிறார்கள். ஆசிரியரின் மொத்த உலகத்தின் பிரத்யேகப் பண்பு இது என்று கூறி விடலாம் என்பது போல இந்த அம்சம் சில இடைவெளிகளுடன் தொழிற்பட்டிருக்கிறது. 'தொழிற்பட்டிருக்கிறது' என்பது கூட பிழை. ஏனெனில் அது பழக்கம் சார்ந்தக் கருதுகோளாகப் புரிந்துகொள்ளப்பட்டுவிடும். அது ஒரு இயல்பான அம்சமாகவே காணக்கிடைக்கிறது. அவ்வியல்பு சிறுவயது முதற்கொண்டே அவருடன் உடனிருக்கத் தொடங்கிவிட்டது போலும். சாகக்கிடக்கும் ஆச்சியுடன் தங்கிய வேளையில், இறந்து விட்ட இன்னொரு ஆச்சி புகைப்படத்திலிருந்து அவனுடன் மட்டும் பேசுவதிலிருந்து (*The Conjuring*-பக்.96) நூலின்

இறுதியாக உள்ள 'சிறிது வெளிச்சம்'(பக்.334) வரை அக்கூறு தொடர்ந்து கொண்டே இருக்கிறது. சிலவற்றில் ஆன்மீகத் தளம் நோக்கி இன்னும் சிலவற்றில் கண்ணீரின் தடத்தில் மேலும் சிலவற்றில் ஒரு சாட்சியாக, அந்த நிகழ்வை முடித்து வைக்கும் புள்ளியாக, பெரும் ஆறுதலைத் தரும் கரமாக, எப்படி அந்த மரணத்தை ஏற்க முடியும் என்ற வினாவிற்கு முன் ஒரு தயக்கமாக அந்த உயிர்கள் தோன்றுகின்றன போலும். வாசித்துக் கடக்கையில் இது மனதிற்கு பழகிவிடும் போது அடுத்தடுத்தக் கதைகளில் இதையே தேடத் தொடங்கிவிடுகிறோம். என்ன நடக்கும் என யூகித்து வைத்திருப்பவையும் பொய்த்து போவதில்லை. தோற்றங்கள் வேறாக இருக்கலாம். ஆனால் தோன்றுவது நிச்சயம் எனத் தயாராகும் மனதை பல நேரங்களில் ஆசிரியர் ஏமாற்றுவதில்லை. இவற்றினுள் இருப்பது எழுத்தாளனின் கண்ணும் மனமும். எனவே பெரும்பாலானவற்றின் முடிப்பில் மேலும் அது தன்னைத் திறந்துக் காட்டுகிறது.

படைப்பிலக்கியவாதிகள் எப்போதும் அளிக்கும் கசப்பானத் தந்தையின் சித்திரத்திற்கு மாறாக இந்நூலில் நடுங்கும் சுடராக, அதை காக்க மறுத்தக் காலத்தை நினைத்து கலங்கியபடியே சங்கர் தன் அப்பாவை அறிமுகப்படுத்துகிறார். நொடிந்து வீழ்தல், அவமானம், மன நடுக்கம் எனத் தந்தையின் நினைவின் பொருட்டு எழுதிக் காட்டும் கதைகளில் புனைவம்சம் மிகக்குறைவாக இருக்ககூடும் என்பதை அறிய அவரது ஆமோதிப்பேதும் தேவையில்லை. வீழ்ந்தவர்களை ஒரு இலக்கிய ஆக்கம் எவ்வாறு கையாளுமோ அதே கூறுமுறையில் அமைந்த இரு கதைகள் 'கோபுரம்-1, கோபுரம்-2. முதலாவதில் நண்பனின் வீழ்ச்சி என்றால் தந்தை, மகனின் கண் முன்னே ஒன்றுமே இல்லாமல் போவதன் அவலம் இரண்டாவதில். ஒப்புநோக்க இரண்டாவது கலைஅமைதி கூடிய படைப்பு. தான் அவமானப்படுத்திய விற்பனைப் பிரதிநிதியை ஏறக்குறைய தோழனைப்போல நடத்தி அனுப்புவது அதனால் தானோ என்னவோ..!(அப்பாவின் நாட்கள்). இத்தந்தையின் மென் உணர்ச்சிக்கு முற்றிலும் மாறாக 'அசல் ராஜா' வில் வரும் இஸ்லாமியர் இருந்தாலுமே கூட பெரும் வீழ்ச்சிக்கு பின் ஒட்டு மொத்த உலகின் மீதும் திரும்பும் வன்மத்தின் நேரடிச் சாட்சியாகவே அவரைக் கருதினேன்.

ஒருபோதும் உறவுகள் இல்லாமலேயே இருந்தவர்களின் தனிமையை விட இனிமைகளால் ஆன பந்தங்கள் புகை

போல மண்ணிலிருந்து மறைந்துவிடும் போது மனிதர்கள் அடையும் தனிமை தாங்கவொண்ணாதது. ஒரு சம்பவத்தின் குறுங்சித்திரிப்பான 'கடல் புறத்தில்' ஒரே பக்கத்தில் முடிந்து விடுகிறது. ஆனால் தந்தையை இழந்த அந்தச் சிறுமி கூறும் ஒற்றை வாக்கியம் 'நல்ல' என்ற சொல்லுக்கு பின் எதை எழுதினாலும் அதைச் செய்ததற்குப் பின் வரும் வெறுமையே அச்சம்பவம் அளிக்கிறது. போலவே 'பண்டிகை'.

'ஆடு குதிரை'யில் அவர் இறந்து போனவர்களை அவ்வளவு நம்பிக்கையுடன் எண்ணிக் கொள்வது, 'நீல வெளிச்ச'த்தில் காதலனுக்காக அந்த இறந்து போன பெண் வந்து நிற்பது, அழும் தன் மகனை ஆற்றுப்படுத்தச் செடி மறைவில் நின்று நோக்கும் உயிருடன் இல்லாத அக்குழந்தையின் தாய் குறித்த 'உறவு' பிறகு 'வாசனைகள்'. மேலும் இத்தன்மையினாலான வேறு சில கதைகள் என அந்த அரூப உயிர்கள் அந்தச் சம்பவத்தை அல்லது கதையை வேறு தளத்திற்கு நகர்த்தி விடுகின்றன. அவரது புனைகதைகளிலும் இதன் தொடர்ச்சியையோ அல்லது ஆரம்பத்தையோக் காணலாம். 'தீ' கதையில் தன்னை எரித்துக் கொண்ட அம்மா மகனின் முன் வந்து நின்று பேசுகிறாள்.

'வெண்ணிற ஆடை', 'கொட்டுச் சத்தம்', 'நெருப்பு', 'உயரம்', 'ஆன்மாவின் உயரம்', 'முப்பது வருடங்கள்', 'ஓட்டு', 'உயரம்', 'ஒரு தெளிவான நாளில் நீங்கள் எதையுமே பார்ப்பதில்லை' போன்றவை இந்நூலில் முக்கியத்துவமுடையக் குறுங்கதைகள் ஆகும். மிகக் குறிப்பாக 'தூய்மை'. அது விரித்து எழுதியிருக்கவேண்டிய சிறுகதை. மிக நன்றாக வந்திருக்கவும் கூடும். தவறுதலாக இத்தொகுதியினுள் அடைபட்டு விட்டது.

ஒன்றில் தீவிரமாக இருப்பவர்கள் சட்டென மடைமாறி அதற்கு எதிர்புறம் சென்று அங்கும் அதே தீவிரத்துடன் செயலாற்றுவதைக் கண்டிருக்கிறேன். அந்த மனிதர்களை ஒன்றிரண்டு கதைகளில் இத்தொகுதியினுள் வாசித்து சென்ற போது அனிச்சையாக வேறு முகங்கள் கண் முன் தோன்றி மறைந்தன.

சங்கரின் நகைச்சுவைப் பதிவுகள் பலவும் இந்நூலுக்குள் கலந்து கிடக்கிறது. இலக்கியம், குடும்பம், நண்பர்கள் என அவை தன் பரப்பை விரித்துக் கொள்கின்றன. அதற்குத் தகுந்த நடை இப்பதிவுகளில் அவரைக் கைவிடுவதில்லை. சுவாரஸ்யமாக

இருக்கிறது, சிரிக்க முடிகிறது, ஆர்வத்தைத் தூண்டுகிறது என்பதற்கப்பால் இது குறித்து அதிகமாகப் பேச ஏதுமில்லை.

போகன் சங்கரின் சொல் முறை, அதை அவர் விவரிக்கும் இயல்பு போன்றவை சில சமயங்களில் பலவற்றிலும் ஒன்று போலவே இருப்பது இத்தொகுதியின் முக்கியமான குறை. அவரது புனைகதைத் தொகுப்பில் சலிப்பூட்டும்படி வந்து கொண்டேயிருந்த உவமைகள் இவற்றில் குறைவு. சில உவமைகள் மனதை விட்டு நீங்குவதில்லை. *("வயசு பையன் தன் குறியைச் சீண்டிக் கொண்டே இருப்பதுபோலவே அந்த கிடாரை தொந்தரவு பண்ணிக் கொண்டிருந்தேன்"- தற்கொலை).*

இந்நூலுக்குச் சில மாதங்களுக்கு முன் வந்த 'கிருஷ்ணனின் ஆயிரம் நாமங்கள்' தொகுப்பிலுள்ள 'நிறமற்ற வானவில்' ஏறக்குறைய 'போக புத்தக'த்தில் இடம்பெற்றிருக்க வேண்டிய கதை என்று தோன்றியது. இப்புனைகதைகள் பரிதவிப்புகளால், எளிதில் வெளிக்காட்ட முடியாத ஆழமான காயங்களால் ,உணர்ச்சியின் தத்தளிப்புகளால், அகத்தின் போராட்டங்களால், ஆகவே துயரங்களால் ஆனது. இத்தொகுதியிலுள்ள பாதிக்கதைகளுக்கும் மைய விசையாக காமமே உள்ளது. இக்கதைகளின் நிலமும் குமரி மாவட்டமே. இத்தொகுதியின் ஆழமான கதைகள் என 'நடிகன்'. 'நிறமற்ற வானவில்' ஆகிய இரண்டையும் சொல்லலாம். ஆற்றுப்படுத்த முடியாத உணர்ச்சியின் மீது கட்டப்பட்ட 'மீட்பு' முடிந்த பின்னரும் தேவையற்று நீள்கிறது. 'போக புத்தக'த்தில் சரியான இடத்தில் கதைகளை நிறுத்திய சங்கர் இந்த நீள்கதையில் அந்த லகானை சற்றே தளர்த்தி விட்டிருக்கிறார். உவமை அவரது எழுத்து முறைமையின் தவிர்க்கமுடியாத இயல்பு போலும். பலரும் சொல்லியிருப்பது போல அவற்றுள் குரூரம் உறைந்துள்ளது.

கவிதைகளிலும் உவமைகள் மீண்டும் மீண்டும் வந்து கொண்டே இருப்பதை நினைவுபடுத்திக் கொள்கிறேன். இக்கதைத் தொகுதியில் அது சலிப்பூட்டுமொன்றாகவே தோன்றியது. இத்தொகுப்புக்குப் பின் அவர் எழுதி வரும் கதைகளை வாசித்து வருகிறேன். அவற்றில் இந்தளவிற்கு உவமைகள் இல்லை. சில கதைகளில் சொல் முறையில் மாற்றங்களையும் அடைந்திருக்கின்றன. தொகுப்புக்கான கதைகள் அவர் கைவசம் இருக்கக்கூடும். அக்கதைகள் அவரது முந்தைய தொகுப்பிலிருந்து நகர்ந்து முன் சென்றிருக்கக்கூடும். சங்கரின் கவிதையொன்றுடன் இக்கட்டுரையை முடிக்க விரும்புகிறேன்.

" தீரும் முன்பு எல்லாம்
ஒரு கணம்
தயங்கிச் சரியும்
மெழுகுவர்த்திகளை
மீண்டும் இந்த வீட்டுக்குள்
கொண்டுவராதே"

கட்டுரையின் தலைப்பு 'போக புத்தகம்' நூலிலுள்ள குறுங்கதையின் தலைப்பிலிருந்து எடுக்கப்பட்டது.
(2018- ஆத்மாநாம் விருது விழா மலருக்காக எழுதப்பட்ட கட்டுரை)

சீனிவாசன் நடராஜனின் 'விடம்பனம்'

ஏளனமும் ஏமாற்றமும்

“இல்ல... இதுல கதையா எதையும் சொல்லவே இல்லியே...”

“நாவல்னா கத சொல்லணுமா என்ன?”

மேற்கண்ட உரையாடல் நாவலின் இறுதியில் இடம்பெறுகிறது. அதுவரை நாவலை வாசித்து வந்தவருக்கு இது ஆமோதிப்பையும் ஏற்பையும் அல்லவா அளித்திருக்க வேண்டும்? ஆனால் சோர்வு தான் மிஞ்சுகிறது. சிறுவயதில் கணக்குகளை செய்துபார்க்க ரஃப் நோட் என்ற ஒன்றை வைத்திருப்போம். அதை விலை கொடுத்து வாங்க மனமின்றி அச்சகத்தில் சொல்லி வைத்தால் ஒருபக்கம் உபயோகித்தத் தாள்களை வைத்து பைண்ட் செய்து தருவார்கள். புரட்டும் போது பின் பக்கத்திலிருப்பதை ஆவலோடு வாசிக்கத் தோன்றும். அது சற்றும் சம்பந்தமேயில்லாத கலவையாக இருக்கும். சில மாதங்களுக்குப் பின்னர் அவற்றிற்குள்ளும் ஏதேனும் தொடர்பு இருக்குமோ என்னும் ஐயம் இயல்பாகவே எழும். சீனிவாசன் நடராஜனின் முதல் நாவலான 'விடம்பன'த்தை வாசிக்கையில் ஏனோ அந்நினைவு எழுந்தது.

வரையறைக்குட்படாதச் சுதந்திரமான வடிவம் நாவல் என்பதால் அதற்குள் சோதனை முயற்சிகள் பிற இலக்கிய வடிவங்களை விடவும் அதிகம் நடந்துள்ளன. சோதனைக்கூடத்துக் கண்ணாடிக் குடுவைக்குள் பல்வேறு ரசாயனங்களின் கலவையைச் சேர்த்தபின் பரிசோதித்துப் பார்க்க எலிகளுக்குத் தருவது வழக்கம். ஆனால் இவர்கள் மனிதர்களின் முன்னால் வைக்கிறார்கள். திறந்த சிறு நேரத்திற்கெல்லாம் காத தூரம் ஓடும்படி ஆகிறது.

அவை பெயருக்கேற்பவே 'சோதனை'களாக தான் இருக்கின்றன. சீனிவாசன் நடராஜனின் இந்நாவல் இதுகாறும் எழுதப்பட்டு வந்த நாவல் வடிவத்தை ஏளனம் செய்தபடி இல்லாத ஒன்றை ஆக்கும் உத்தேசத்துடன் எழுதப்பட்டிருக்கிறது. முந்தைய சோதனைக் குடுவைகளைத் திறந்தால் கண் மற்றும் மன எரிச்சல்கள் ஏற்படுவது வழக்கம். ஆனால் சீனிவானின் நாவல் சுவாரஸ்யமான நடையைக் கொண்டிருக்கிறது. வெவ்வேறான சீட்டுகளைக் கலைத்து அடுக்கித் தொகுத்து நாவல் என முன்வைக்கிறது.

ஓவியர்கள் சொற்களை கைகொள்ளும் முறையில் புதிய நிறங்கள் எவையேனும் அச்சொற்களுக்கு மேல் தீட்டப்பட்டுள்ளதா? என்னும் ஆவல் தோன்றுவது இயல்பே. ஓவியராக இருந்து கவிஞராக ஆன யூமா. வாசுகியின் சில படிமங்களைக் கண்ணுற்றால் அது தூரிகையை கையாள்பவனின் மனச்சிறகடிப்பு என்பதை கண்டு கொள்ளலாம். போலவே அவரது சில உரைநடை எழுத்துக்கும் இவ்வியல்பு உண்டு. ஆனால் சீனிவாசனின் இந்நாவல் அத்தகைய எதிர்பார்ப்புகளைப் பொய்யாக்குகிறது.

இந்நாவலுக்குள் பழைய தலைமுறையைச் சார்ந்தவர்களும் அதற்குப் பிந்தையவர்களும் சமகாலத்தவர்களும் வந்து போகிறார்கள். கீழ் தஞ்சையில் தொடங்கும் இந்நாவல் உதிரியான சம்பங்களைத் தொகுத்து வேறுபட்ட காலத்திற்குள் நுழைந்து அங்குள்ள மனிதர்களின் சில பிரச்சனைக்குரிய விஷயங்களையும் சுவாரஸ்யமான சம்பவங்களையும் பேசிய பிறகு முடிகிறது. அப்போது நிலவிய சாதிய அடுக்குகள், தீவிரமான பிரச்சனைகளுக்குள் நாவல் நுழைகிறது. அந்தக் காலகட்டத்தில் மேல்தட்டு மற்றும் கீழ்சாதிப் படிநிலைகளின் மிகச்சில தருணங்களை நாவலுக்குள் எதிர்கொள்ளவும் நேர்கிறது. ஆனால் உடனடியாக அதிலிருந்து தன்னை விடுவித்துக் கொண்டு வேறொன்றை நோக்கிச் சென்று விடுகிறது. அறுபதுகளிலும் எழுபதுகளிலும் நடைபயிலும் மாந்தர்களைக் கொண்ட அத்தியாயத்தை அடுத்து நேரே சமகாலத்துக்கு வந்துவிடுகிறது. அது ஒன்றும் பிழையில்லை. ஆனால் முற்றிலும் சம்பந்தமற்ற 'மருதம் வாசகர் வட்டம்' என்னும் பகுதிக்குள் செல்கிறது. இது உத்தியாகவோ பகடியாகவோ நாவலாசிரியர் செய்திருக்கலாம். ஆனால் வாசிப்பவர்க்கு அயர்ச்சியைத் தோற்றுவித்துவிடுகிறது. அவ்வப்போது இவ்வாறு நேரவில்லை, நாவலின் பெரும்பாலான பக்கங்கள் இப்படித் தான் கட்டப்பட்டிருக்கின்றன. இதற்குள் இடம்பெறும் உரையாடல் மற்றும் தன்வெளிப்பாட்டு மொழியில்

அமைந்த பகுதிகளில் எழுந்து வரும் கருத்துக்களைத் தமிழ்க் கருத்துலகம் என்றோ கடந்து சென்று விட்டது. அதைப் புதிதான ஒன்றை அணுகுவது போல உரையாடுகிறது.

நாவலுக்குள் குடிகாரனின் குரல் அவ்வப்போது எட்டிப் பார்க்கையில் அம்மாஞ்சி என்னும் நபரின் வளர்சிதை மாற்றங்கள் அதற்குள் ஊடாடி வருகின்றன. இவை அந்தந்த காலகட்டத்தின் அரசியல் ஆடுகளப் போக்கைச் சுட்டும் உத்தியாகவும் விமர்சனமாகவும் அமைந்திருக்கிறது. சட்டென உறங்கிப் போய் விட்ட குடிகாரன் இருநூறு பக்கங்களைக் கடந்த பின்னர் விழிந்தெழுந்து பேசத் தொடங்குகிறான். மைனர், அவனுக்காக கசிந்துருகும் அவனே உலகம் என்றிருப்பவள், பருந்தை எடுத்து வந்து வளர்த்து தனிமையின் அச்சத்தில் உழல்பவள், விவசாய உரிமைகள் வேண்டி நிற்கும் காத்தான் அவளது பேத்தி மணிமொழி அவள் காதலித்துக் கூடி வாழும் தமிழ்மணவாளன் மற்றும் சமகாலத்தில் உள்ள மனிதர்கள் என குறைவானப் பாத்திரங்களே இந்த நானூற்றுப் பக்கம் நெருங்கும் நாவலில் உள்ளனர் என்றாலும் எந்த ஒன்றும் வாசிப்பவரை உள் இழுப்பதில்லை. நீரினடியில் கிடக்கும் கல் போல் அவை கிடக்கின்றன. எந்தப் பக்கத்திலிருந்தேனும் அக்கற்கள் மீன்களாகும் மாயம் நிகழுமா? என ஆவலோடு புரட்டிச் சென்றால் அக்கற்களின் மீது பாசி படர்வதைத்தான் காண முடிகிறது.

நிலவுடமையாளர்களின் நிலங்கள் பிரித்துக் கொடுக்கப்பட்டப் பின் ஒரு கட்டத்தில் விவசாயம் பொய்த்துப் போய் ஊர் காலியாகும் துயரம் இடைகலந்து வருகிறது. நாவலின் நுட்பமான இடங்களுள் ஒன்று இது. ஆனால் இது போன்றவை நாவல் முழுவதும் விரிந்து பரவாமல் அங்கேயே சுருங்கிக் கொண்டுவிடுகிறது.

நாவலில் 'மருதம் வாசகர் வட்டம்' என்னும் சலிப்பூட்டும் அத்தியாயம் அவ்வப்போது வந்து போகிறது. நாவலின் ஓட்டத்தில் யுகபாரதியின் பாடல்கள் வேறு! முகநூல் பிரபலங்களின் வரவு நிகழ்ந்ததும் நாவல் சமகாலத்தின் தீவிர பிரச்சனைகளுள் ஒன்றாக விவாதிக்கப்பட்ட பெருமாள் முருகன், பெ.முருகன் ஆன கதையைத் தொடுகிறது. 'ஒளிந்து' வாழும் ஒருவரை கண்டுபிடிக்கும் முயற்சியாகவே இது இருக்கிறது. இது கூட அந்தப் பிரச்சினையின் மீது வைக்கப்பட்ட விமர்சனம் தான். ஆனால் இது இந்நாவலுக்குள் தன்னியல்பாக நிகழாமல் வலிந்து சொறுகப்பட்டதாகவேக் கருத வேண்டியிருக்கிறது. இதற்குள் நிகழும் உரையாடல்களில்

வெளிப்படும் தொனி - பெருமாள் முருகன் குரலாக வரும் வரிகளைத் தவிர- ஏமாற்றத்தையேத் தருகிறது.

சீனிவாசன் நாவலைக் கொண்டு செலுத்தும் மொழிநடை சுவாரஸ்யமானது தான். ஒரு காலத்தில் தீவிரமான ஒன்றாக இருந்தவை கேலிக்கும் பகடிக்கும் உள்ளாவது பின் நவீனத்துவத்தின் ஒரு கூறாகச் சொல்லப்படுகிறது. இதை விடவும் வெவ்வேறு வகைமைகளிலும் வடிவங்களிலும் சுவாரஸ்யம் குன்றா நடையில் நாவல்களை எழுதிப் பார்த்தவர் எம்.ஜி.சுரேஷ். அந்நாவல்களே போதாமைகளாகத் தான் இருந்தன. சீனிவாசனின் 'விடம்பனம்' அந்த இடத்தைக் கூடத் தொட முடியாமல் கீழிறங்குகிறது.

இந்நாவலுக்கு முன்னுரை எழுதியிருக்கும் சுகுமாரன் தன் முதல் இரண்டு பக்கங்களில் நிறைய 'இல்லை'களையும் அடுத்த இரு பக்கங்களில் நிறைய 'இருக்கிறது'களையும் சொல்கிறார். அந்த 'இருக்கிறது'களை என்னளவில் எங்கும் உணர முடியவில்லை. அவர் இப்பிரதியில் இருப்பதாகக் கூறும் பகடி, நையாண்டி போன்றவை பாவனைகளாகத் தான் தோன்றுகிறது. இம்முன்னுரையை வாசித்த பிறகு நாவலுக்குள் நுழைந்த போது ஏமாற்றமே எஞ்சியது.

பெருமாள் முருகன் மீண்டு வந்து எழுதிய முதல் கவிதையோடு இந்நாவல் முடிகிறது. அதற்கு முந்தைய அத்தியாயத்தில் கடைசி வரி "நீங்க படிச்சாலும் படிக்காம தூக்கிப் போட்டாலும், யாரு கிட்டயாவது கொடுத்தாலும் சரி. இந்த ஊர்ல ரசவடை ரொம்ப ஃபேமஸ். சாப்பிடப் போகலாம்" என முடிகிறது. எனக்கு பிரியாணியும் பூரியும் தோசையும் தேநீரும் மிகப் பிடிக்கும். இப்போதைக்கு தேநீர்..

இத்தேநீரின் சுவையை இந்த நிமிடத்தில் உங்களோடு பகிர்ந்து கொள்வதில் மகிழ்கிறேன்.

(24.09.2016 அன்று பரிசல் புத்தக நிலையத்தில் நடந்த 'விடம்பனம்' நாவல் உரையாடல் கூட்டத்தில் வாசிக்கப்பட்ட கட்டுரை)

இமையத்தின் 'செல்லாத பணம்'

சாவின் நிழலில்...

"ஒலக்கத்திலேயே மனசு மாதிரி தரம் கெட்டது, வெக்கம் கெட்டது எதுவுமே இருக்காது"- பக்.57

சில ஆண்டுகளுக்கு முன்னர் திடீரென அப்பாவுக்கு உடல்நலக்குறைவு ஏற்பட்டது. அவரைத் தனியார் மருத்துவமனையில் தீவிர சிகிச்சைப்பிரிவில் அனுமதிக்கும்படி ஆயிற்று. அவர்களது பணப்பசிக்கு இரைபோட இயலாமல் சில தினங்களுக்குப் பின் கோவை அரசாங்க மருத்துவமனைக்கு மாற்றச் செய்தோம். அதன் பின் அடுத்த ஆறுமாத காலம் அவர் வேறு வேறு பிரிவுகளில் அவ்வப்போது அனுமதிக்கப்பட்டுக்கொண்டே இருந்ததால் அங்கு அடிக்கடி செல்வது வழமையாக ஆனது. தினந்தோறும் நூற்றுக் கணக்கானவர்களின் வாழ்க்கைகள் மருத்துவமனை வளாகத்தினுள் கண்ணீரோடு ரத்தச் சோதனைகளுக்கு எடுக்கப்பட்ட சிறுகுப்பி ரத்தத்துடன் அதை உரிய இடத்தில் கொடுக்க பதைபதைப்பான முகத்துடன் அலைவதைக் காண்பேன். இன்னொருபுறம் வேறுசிலர் தீவிரச் சிகிச்சைப்பிரிவுக்கு வெளியே குறுக்குமறுக்காக நடந்து உள்ளே எட்டி எட்டிப்பார்த்தவாறு பேசுவதற்குச் சொற்கள் தொலைந்து போனவர்களாக நின்றிருப்பார்கள். திடீரென அந்தச் சொற்கள் கிடைக்கப்பெற்றவர்களாக ஆவேசமாக சாபங்கள் இட்டபடி மறந்து போனவற்றையெல்லாம் வரிசையாக அடுக்கியவாறு வானம் நோக்கி கைகூப்பி கண்ணீர் வழிய நிற்பார்கள். ஒவ்வொரு முறை கதவு நீக்கி அழைக்கும் போதும் உயிர் நீங்கி எழுந்து ஓடி வாய்வழியாக வரத்துடிக்கும் இதயத்தை மென்று விழுங்கியபடித் திரும்பி வருவார்கள். அப்போது அவர்களின் கண்கள் புத்தி பிறழ்ந்தவர்களினுடையது

போல இவ்வுலகிற்கு சம்பந்தமற்றதாக பேதைத்தனத்துடன் உருளும். அங்கு மட்டுமல்ல, காவல் நிலையங்களின் வாசல்களில் நீதிமன்றங்களின் படிக்கட்டுகளில் அதற்குச் சற்றும் குறையாமல், இரந்து மருகி நிற்கும் பலநூறு வாழ்க்கைகளைக் காணமுடியும். அவ்வாறான வாழ்க்கையொன்றிலிருந்து இமையம் கிழித்தெடுத்த- பத்துக்கும் குறைவான நபர்கள் சம்பந்தப்பட்ட- ரேவதியின் வாதையே “செல்லாத பணம்”.

எங்கும் காணாத ஒன்றையோ இதுவரை அறியாத விஷயத்தையோ இமையம் இந்நாவலில் கைகொள்ளவில்லை. அவ்வப்போது கண்ணுற்றிருந்தாலும் சில வினாடி நேர வியப்புக்கும் அதிர்ச்சிக்கும் உள்ளான பின் மறந்து போய் விடும் துர்மரணத்தை அதன் தீய்ந்த வாடையும் கருகல் நெடியும் முகத்தில் படர இணுங்கு இணுங்காகச் சொல்வதற்கு மிச்சமேதுமில்லை எனும்படிக்கு அதன் ஊடும்பாவுமான இழைகளை விரித்துக் காட்டுகிறார் இமையம்.

சரி தவறுகளின் தராசுகள் இந்நாவலில் பொருளிழந்து, சம்பந்தபட்டவர்களுக்கே காரணத்தின் அடிப்படையை விளக்க முடியாமல் போய்விடும் காதல் என்னும் உணர்ச்சிநிலையின் பிடிவாதத்திலிருந்து தொடங்குகிறது நாவல். பொறியியல் கல்லூரி வரை ரேவதி தன் உடன்படித்த எத்தனையோ பையன்களைக் கடந்து வந்திருக்கக்கூடும். ஆனால் தனக்காகக் கையை, உடம்பைப் பிளேடால் அறுத்துக்கொண்டு பின் தொடரும் முரட்டு ஆட்டோக்காரனிடம் வீழ்கிறாள். அது ‘ஏன்?’ என்ற வினாவுக்கு ‘தெரியாது’ என்னும் மனத்தூய்மையான பதிலையே அவளால் தரமுடிகிறது. எங்கெல்லாம் அந்த பதில் சொல்லப்படுகிறதோ அந்த இடங்களிலெல்லாம் நாவலாசிரியர் எந்த தொந்தரவான இடையீட்டையும் விளக்கக்குறிப்பையும் அளிக்கவில்லை. எனவே அந்தரத்தில் அழியாது நிற்கிறது அது. அதன் முன் எதுவும் பொருட்டல்ல. அதனாலேயே சமாதானங்களும் எதிர்ப்பும் அறிவுரைகளும் எட்டாத தொலைவில் அவளால் அமர்ந்திருக்க முடிகிறது. குடும்பத்தவர்களின் உதாசீனத்துடனும் புறமொதுக்குதலுடனும் அவனுடன் வாழத் தலைப்படும் ரேவதிக்கு வாசகர் எதிர்பார்த்தது போலவே நரகமே விதிக்கப்பட்டிருக்கிறது. அவளது ஜாதகப்பலன்கள், சகுனநிமித்தங்கள் அனைத்துமே நல்வாழ்வுக்காகக் கட்டியங்களையே கூறுகின்றன. ரேவதி ஆஸ்பத்தியில் மணிநேரங்களை எண்ணிக் கிடக்கையில் அவளது தந்தை நடேசனின் மனஓட்டமாக அவர் செய்த நற்காரியங்கள்,

புண்ணியங்கள் பட்டியலிடப்படுகின்றன. அவையனைத்தும் அவளைக் காக்கும் என நம்புகிறார். இவற்றிற்கு நேர்மாறாக நடந்தேறுகின்றன அடுத்தடுத்த நிகழ்ச்சிகள்.

மேற்குறித்தக் காட்சிகள் இடம்பெற்றிருப்பது நாவலின் முதல் முப்பது பக்கங்களுக்குள்ளாகவே. மீதமிருக்கும் இருநூறு பக்கங்களும் ரேவதி தீக்குளித்த செய்தி அவளது கணவனால் தகவல் போல் பெற்றோருக்குத் தெரிவிக்கப்பட்டபின் மருத்துவமனையின் தீவிர சிகிச்சைப்பிரிவுக்குச் சென்றுவிடுகிறது. தீயில் வெந்து கிடப்பவளுக்காகக் காத்திருப்பவர்களின் ஆற்றாமைகள், கழிவிரக்கங்கள், புலம்பல்கள், சாபங்கள், சுயசமாதானங்கள், நம்பிக்கைகள் போன்றவற்றால் அவளது சிறிய வாழ்க்கையை அதன் வழி பிறரது மன ஆட்டங்களை எவ்வித மனச்சாய்வுமின்றி எழுதிச் செல்கிறார் இமையம்.

சமகாலப் புனைவிலக்கியங்களில் பெரும்பாலானவை உரையாடல்களைத் தவிர்த்த நடையிலேயே அமைந்திருக்கின்றன. பேச்சு வழக்குகள், மனக்குமுறல்கள், பாத்திரங்களின் நானாவித உணர்ச்சிகள் என அனைத்தும் ஆசிரியரின் விவரணை மொழியிலேயே சொல்லப்படுகிறது. இத்தகு ஆக்கங்களுக்கு முற்றிலும் மாறானவை இமையத்தின் படைப்புகள். ஓயாத பேச்சுகளால் வனையப்பட்டவை அவை. பெண்களின் உலகால் சூழப்பட்டிருக்கும். ஏனெனில் அவற்றில் மையமாக பெண்ணின் குரலே ஒலிக்கும்(விதிவிலக்கு: ‘எங்கத’). ‘செல்லாத பணமு’ம் அவ்வாறானதே. நாவலின் ஆதார ஸ்ருதியான ரேவதி கமுக்கமானவள். எனவே பேசுவதேயில்லை (அ) மிகக்குறைவாகவே பேசுகிறாள். அவள் உடல் கருகி ஜிம்பரில் கிடக்கையில் பேசுவதே கூட சொற்பமாகவும், வெளியே கேட்காத மனமொழியுமாகவே இருக்கிறது. மாறாக அவளது அம்மா அமராவதி தனக்குள்ளும் பிறருடனும் வாயாடும் பேச்சுகளினூடாகவே நாவல் எழுந்து வருகிறது. இந்த பேச்சுகள் ஈக்கள் போல ரேவதியின் சாவை சுற்றிச் சுற்றி வந்து மொய்த்துக் கொண்டேஇருக்கின்றன. நாவலில் சில பக்கங்களில் வந்து செல்லும் உப பாத்திரமான தங்கம்மாள் சாவு அதன் நடைமுறை யதார்த்தம், அது எவரை எங்கு நிறுத்தும் என்பதையெல்லாம் ஈரக்கமேதுமின்றி வெற்றிலை போல அவர்கள் முன் அனைத்தையும் கிள்ளி வீசுகிறாள்.

ரேவதியின் உயிரை எப்பாடுபட்டேனும் காத்து விடத்துடிக்கும் அவளது சுற்றங்களின் மன ஊசலாட்டங்கள் கௌரவத்தின்

பல்லக்கை விட்டு இறங்க முடியாமல் திணறுகின்றன. அவளை ஒதுக்கி வைத்த பேச மறுத்த முகத்தைக் கூட காணக் கூசிய தந்தையும் அண்ணனும் அவளது ஒரு சொல்லைக் கேட்பதற்காக அவளைப் பார்ப்பதற்காகக் கையில் பணக்கட்டுடன் அலைகிறார்கள். ஆனால் அதற்கு எந்தப் பயனுமிருப்பதில்லை.

ஆயுதங்களை நேரடியாகப் பிரயோகித்துப் பழிதீர்க்கும் மூர்க்கத்தைக் கௌரவக் கொலைகள் எனலாம் என்றால் ரேவதியின் சாவையும் அவ்வாறே அழைக்க முடியும். நொடிந்து போய் திரும்பிய பர்மா அகதி என்னும் அடையாளக்குறிப்புடன் குடிவெறிகொண்ட ரவியின் சாதி சொல்லப்படுவதில்லை. ஆனால் ரேவதியின் சாதியை நாவலுக்குள் அங்குமிங்கும் மறைமுகமான சித்தரிப்புகளால் யூகித்துவிட முடிகிறது. சட்டென கண்ணில்படும் ஒரு வரியால் அந்தப் புகைமூட்டம் விலகி சாதி துலக்கமாகி விடுகிறது. குடும்ப மானம் என்னும் கௌரவத்தின் வீம்பில் வீட்டு ஆண்கள் உறவைத் துண்டித்துக் கொள்கையில் அம்மாவின் ஒத்தாசையே அவளைச் சிறிதேனும் நடமாட வைக்கிறது. ரேவதியை ரவி கொளுத்தினானா? அவளே தனக்கு நெருப்பு வைத்துக் கொண்டாளா? எது உண்மை என உறுதிசெய்யப்படவில்லை. அந்த ஐயம் அப்படியே விடப்படுகிறது. இரண்டுக்குமே சாத்தியங்கள் உண்டு என்பதற்கான குறிப்புகள் நாவலுக்குள்ளேயே காணக்கிடைக்கின்றன. இதில் கவனத்தைக் குவிப்பது நாவல் பேச விழையும் மைய அச்சை விட்டு விலகிச் செல்வதாக ஆகிவிடும். நாவல், வறட்டுக் கௌரவத்தின் கட்டங்களில் நின்று கொண்டிருக்கும் ரத்தச் சொந்தங்களின் மன அலைவரிசைகளையேக் காட்ட விரும்புகிறது.

மகளை மீட்க முனையும் அந்த நிமிடத்திலேயே அதுவரை திரட்டி வைத்திருந்த வெறுப்பனைத்தும் ரவி மீது திரும்புகிறது. அது இயல்பானதே. ரேவதி அளிக்கவிருக்கும் மரண வாக்குமூலத்தை ஒட்டி அதுவரை அவள் அனுபவத்து வந்த எண்ணிலடங்கா அவமானங்களும் வேதனைகளும் அமராவதியால் சொல்லப்படுகிறது. அவற்றையெல்லாம் அதுவரை ஆண்களின் காதுகளுக்கு கொண்டுசென்றவள் அல்ல அவள். ரேவதியின் சித்தி அறிந்திருக்கும் விஷயங்களைக் கூட அவளது அப்பாவான நடேசனோ அண்ணனான முருகனோ தெரிந்து வைத்திருக்கவில்லை. வாக்குமூலத்தைப் பாதகமாக ரேவதி மாற்றிச் சொன்னபின் அவள் இறந்துகொண்டிருக்கிறாள் என்பதை மறந்து கசப்பும் வெறுப்பும் அவள் மீது திரும்புகிறது. அவள் எரிந்து

கிடக்கும் கோலத்தைக் கண்டு வந்த பிறகு பேச்சுகள் மீண்டும் வேறாக மாறுகின்றன. அவளை எவர் வீட்டுக்கு கொண்டுசெல்வது, எங்கு எரிப்பது என்பதுவரை கௌரவத்தின் பூச்சுகளை அப்பிக்கொண்டிருந்த பேச்சுகள் ரேவதி, மரணமடைந்த செய்தி கேட்டதும் உதிர்ந்து வெளிறி விடுகின்றன.

மருத்துவமனையின் அந்த ஒன்றிரண்டு நாட்களில் மாறியபடியேயிருக்கும் அவர்களின் மன ஊசல்களும் நடந்து கொள்ளும் முறைகளும் நாவலின் தலைப்பு அளிக்கும் பரிமாணத்தை விடவும் கூடுதலாக இன்றியமையாததாக உள்ளது. உதாரணமாக நாவலின் தொடக்கத்தில் அவளது காதலை அறிந்து கொண்ட அண்ணன் உயிருடனேயே கருமாதி செய்து விடலாம் எனக் கோபத்துடன் அவளின் முகத்தைக்கூடப் பார்க்காமல் கிளம்பிச் சென்று விடுகிறான். அவனே எண்பது சதவீதம் வெந்து கிடக்கும் தங்கையைக் கண்டு விட்டு அவள் கேட்கும் கேள்விகளுக்குக் கூட பதில் கூற மறந்து நிலைகுலைந்து வெளியேறியப் பின் சட்டென நினைவு வந்தவனாக பதிலை மட்டும் அவளிடம் சொல்லி விட்டு வந்து விடுகிறேன் என நர்ஸிடம் கெஞ்சுகிறான். மரணம் வாயிலில் நிற்கும் போது மனம் போலியாக அணிந்திருந்தவைகளைக் களைந்து அம்மணமாகி விடும் போலும். அது முதலில் நாடகீயக் காட்சி போலவே பட்டது. ஆனால் அது வேறு எவ்வகையிலும் அமைந்திருக்க முடியாதென மறுவினாடியே தோன்றி விட்டது.

நாவல் அணுஅணுவாக மரணத்தின் நொடிகளைச் சொல்லியிருப்பினும் கூட அதனடியில் கிடப்பது வாழ்வதற்கான வேட்கையே. அதை இது போல இவ்வளவு எதிர்நிலையிலிருந்து சொல்லியிருக்கும் ஆக்கங்கள் தமிழில் அரிதாகவே இருக்கக்கூடும். ஆம்புலன்ஸிலிருந்து இறக்கப்படும் உடல்கள் அதையே தான் மீண்டும் மீண்டும் சொல்கின்றன. ஆம்புலன்ஸின் சத்தமும் அதன் வருகையும் நாவலுக்கு குறிப்பிடத்தக்கப் பங்களிப்பை அளிக்கிறது. ஒரு வகையில் ஆம்புலன்ஸை ஒரு பாத்திரமாகவே கருதிவிட முடியும். போலவே செக்யூரிட்டிகளின் பாத்திர வார்ப்பையும்.

ரேவதியின் மரணத்திற்குப் பிறகு காவல்நிலையச் சம்பிரதாயங்களுக்குள் சென்று விடும் நாவல் ஆவணத்தன்மையை அடைந்து விடுகிறது. இப்பகுதி சுருக்கப்பட்டிருக்கலாம். 'ஏன்? இந்த நீட்டல்' என்னும் சலிப்பும் வந்து விடுகிறது. ரேவதியின் மரணச்செய்தி எட்டியபின் தன்னைத் தேற்றிக் கொள்ள நடேசன் தேவாரத் திருமுறைகளை வாசிக்கும் சிறிய பகுதி நாவலுக்குள்

ஒட்டவில்லை. ஆனால் அவர் நாளிதழைத் திறக்கையிலும் தொலைக்காட்சியிலும் விபத்தும் மரணச் செய்திகளுமாக வரிசையாக வருவதும் அவர் அடையும் எரிச்சலும் அந்த சலிப்பை ஓரளவு ஈடுகட்டுகிறது.

இமையத்தின் ஆக்கங்களில் தொடர்ந்து பயின்றுவரும் பிரதான அம்சங்கள் இந்நாவலிலும் தொழிற்பட்டிருக்கின்றன. போன் பேசும் போது மறுமுனையின் பதிலையும் இம்முனையிலிருப்பவரின் குரலிலேயே சொல்லச் செய்வது, செல்போன் போன்ற நவீன சாதனம் குறித்த ஒவ்வாமைகள் என அவற்றை அடுக்கலாம்.

நீள்கதையாகவோ குறுநாவலாகவோச் சொல்லப்பட வேண்டிய கருப்பொருளை நாவல் அளவுக்குத் தேவைக்கதிகமாக இழுத்து விட்டாரோ? என்னும் ஐயமும் எழாமலில்லை. உள்ளது உள்ளபடியே காட்டி விட்டு நகரும் இந்நாவல், பேச்சுகளின் வழியாகவே வாசகரைப் பிரதியினுள் கிடக்கும் மௌனங்களை, மனமாச்சரியங்களைக் காணத்தூண்டுகிறது. மூர்க்கமாக அகம் நோக்கி இறங்கிச் சென்று கசடுகளைத் தூர்ந்து வெளிக்காட்ட வேண்டிய பல இடங்களையும் நாவலாசிரியர் அடுத்து அடுத்து என நகர்ந்து சென்றபடியே இருக்கிறார். இதை குறையாகவே சுட்டத் தோன்றுகிறது. ஆயினும் இமையத்தின் ஆக்கங்களைத் தொடர்ந்து வாசித்து வருபவர்கள் இக்கதை சொல்லும் முறையையே அவரது தனித்தன்மையாக அடையாளம் காணக்கூடும்.

– **காலச்சுவடு**, *மார்ச் 2018*

சமீபத்திய இரு கன்னடச் சிறுகதைத் தொகுதிகள்

இன்றில் நிலைக்காதவை

சில ஆண்டுகளுக்கு முன் சுற்றுலாவின் இரண்டாம் நாளில் நாங்கள் சென்ற வாகனம் பழுதாகி நின்று விட்டது. இருமருங்கும் மரங்கள் அடர்ந்திருந்த ஆளற்றச் சாலையில் எங்களது சில மல்லுக்கட்டல்களுக்குப் பின்னும் அதன் பிடிவாதம் தளரவில்லை. சோர்ந்து போன நண்பர் அப்படியே நடந்து சென்று திரும்பி மரத்தில் எழுதிக் கட்டப்பட்ட அட்டையில் உள்ள எண்ணைக் குறித்துக் கொண்டு வந்தார். அடுத்த அரைமணியில் ஓட்டளிக்க இன்னும் இரு ஆண்டுகளேனும் காத்திருக்க வேண்டும் என்னும்படியான வயதுள்ளவன் சிறிய பெட்டியுடன் வந்தான். பேனட்டைத் தூக்கி கால்கள் அந்தரத்தில் நிற்க உள்ளே குப்புற விழுந்து தன் பற்களையும் ஒரு கருவியாக்கிச் சரிசெய்வதில் முனைந்தான். அடுத்த அரைமணி நேரத்தில் கார் பற்றிக்கொண்டு சீறுவதற்குத் தயாராவதுபோல உறுமியது. அவன் அதற்கு கேட்ட பணம் எதிர்பாராத அளவுக்குக் கூடுதலாக இருந்தது. குறைப்பது குறித்த பேரத்தில் கறாராக இருந்தான். வேறு வழியின்றி கொடுத்த பிறகு ஒரு சூழலை மனிதர்கள் எப்படித் தங்களுக்குச் சாதகமாகப் பயன்படுத்திக் கொள்கிறார்கள், எவ்வளவு சுயநலமிகள் என்பது போன்ற நண்பர்களின் புலம்பல்களைப் பின்னுக்கு வேகமாக நகரும் மரங்களைப் பார்த்தபடியே கேட்டுக் கொண்டிருந்தேன். அதுவும் 'கொஞ்ச நேரத்திக்கு..' என்பதை அவர்களால் தாளமுடியவில்லை. அவர்களின் குரல்கள் ஓய்ந்தபின் 'அவன் முகத்தையும் கைவேலையையும் பார்த்தால் சிறுவயதிலேயே வொர்க்ஷாப்பிற்கு வந்திருப்பான் போலிருக்கிறது. இது போன்ற இடங்களில் முதலாளிகளின் கோபங்களுக்குச் சிறுவர்கள்தான் நிவாரணி. பால்யத்தில்

அடியும் மிதியும் அன்றாடமாகி விட்டிருக்கும். கிட்டத்தட்டப் பத்தாண்டுகள் அவன் எண்ணிலடங்கா வாகனங்களுடன் அவற்றின் கோளாறுகளுடன் வாழ்ந்தவன். கண்டதுமே அல்லது சோதித்ததுமே எங்கே பிரச்சினை எதை மாற்றினால் வாகனம் நல்ல நிலைமைக்கு வரும் என்பதை அறிய அவனது அத்தனை காலத்திய அனுபவமும் வலிகளுமே கைகொடுத்திருக்கும். நாம் கொடுத்தத் தொகை அந்த ரிப்பேருக்கு மட்டுமானதுதான் என்றாலும் அதற்குள் நான் சொன்னவைகளும் அடங்கி இருக்கிறது' என்றேன்.

ஆம். வாழ்க்கையின் எவ்வளவோ தருணங்களை எளிதாகக் கடந்து விடுவதே பலரது வழமையும். அதற்குள் ஒளிந்திருக்கும் நுண்மைகளை அறிந்து ஏதேனும் ஒரு கலைவடிவமாக ஆக்குவது அந்த எல்லோராலும் முடிவதில்லையே. போலவே 'இதற்குள் எப்படி ஒரு கதை ஒளிந்திருந்தது?' என்கிற வியப்பையும் அதை எவ்வாறு கலையாக ஆக்கினான் என்கிற குறுகுறுப்பையும் விளங்கிக் கொள்ள மேலே சொன்ன உதாரணம் உதவக்கூடும். 'உங்களை எது கதை எழுத தூண்டுகிறது?' என அசோகமித்திரனிடம் ஒரு நேர்காணலில் கேட்கப்பட்ட போது 'பாஸிபிலிட்டீஸ்' என்று சொன்னார். உண்மையாக இருக்கலாம். ஆனால் அதன் பின் புலப்படாமல் இருப்பது கதைகளின் மீதான ஓயாத பயிற்சி, சிறு சம்பவமொன்று கூட கதையாக முகிழக்கூடும் என அறிய எழுதுகிறவனுக்குச் சிறிது காலமும் இடையறாத எழுத்தும் தேவையாக இருக்கிறது. அவ்வாறான ஒன்றிரண்டு கதைகளை இவ்விரு தொகுதிகளிலும் வாசிக்க நேர்ந்தது.

சமீபத்தில் வெளியான இரு கன்னடச் சிறுகதைத் தொகுதிகளை பேச முற்படும் முன் இத்தகு ஆலாபனை எதற்கென்ற வினா இயல்பாகவே எழக்கூடும். எங்கே ஒன்றைத் திருப்பினால் யாரை எங்கு நிறுத்திப் பேச செய்தால் அது கதையாக வடிவம் கொள்ளும் என வாசகர் அறிய உதவும் ஆக்கங்களை உள்ளடக்கிய தொகுப்பு என்பது இதற்கான பிரதான காரணம். மேலும் திவாகர் மற்றும் ஜெயந்தின் கதைகள் பலவும் அதன் வடிவத்திலும் நடையிலும் அசோகமித்திரனைக் கண் முன் நிறுத்துகிறது என்பது கிளைக் காரணம். ஆனால் இவ்விருவரும் அளிக்கும் வாசிப்பு அசோகமித்திரனிடமிருந்து வேறுபட்டது. அவரை நெருங்கமுடியாதது.

திவாகரின் 'இதிகாசம்' தொகுப்பில் உள்ள கதைகள் 1970களிலிருந்து 80கள் வரை எழுதப்பட்டிருக்கின்றன. இவற்றிலுள்ள சரிபாதி கதைகள் சென்னையின் சுற்றுவட்டாரங்களில் கால்கொண்டிருக்கின்றன. ஜயந்தின் கதைகள் மும்பாயின் உதிரிகள், சராசரிகள் மட்டுமல்ல குரல் உயர்த்திப் பேசக் கூட இயலாதவர்களின் உறிஞ்சப்படும் வாழ்க்கைகளின் கோளாறுகளைக் கதைகளாக எடுத்துக் கொள்கிறது. இவரது கதைகளில் எழுதப்பட்ட ஆண்டுகளின் விபரங்கள் இல்லை.

புதுமைப்பித்தன் என்கிற மேதையின் வருகையோடு துலங்கத் தொடங்கிய தமிழ் சிறுகதை, பின்தொடர்ந்த நீண்ட வரிசையால் இருபதாம் நூற்றாண்டிலேயே முடிசூடிக் கொண்டுவிட்டது. அதன் சாத்தியங்கள் சார்ந்த மாறுபட்ட முயற்சிகளுக்கும் பஞ்சமிருக்கவில்லை. புதிதாக ஒன்றை எழுதுவதும் புதிது போல சொல்வதும் இதுவரை இடம்பெற்றிருக்காத வாழ்க்கைகளை வெம்மை குறையாதுக் கலையாக முன் வைப்பதன் மூலமே இருபத்தோறாம் நூற்றாண்டு தமிழ் கதைகள் தலை உயர்த்த முடியும் என்று படுகிறது. அல்லாமற் போனால் முன்னரே எழுதப்பட்டுவிட்டதற்கான 'க்ளோனிங்' கதைகளையே மீளவும் எழுத வேண்டி வரலாம்.

இவ்விரு கன்னடச் சிறுகதைத் தொகுப்பிலுள்ள கதைகளின் மூலம் பெறுமொழி பெற்றுக் கொள்வதற்கான கூறுகள் மிகக் குறைவாகவே இருக்கின்றன. திவாகர் சொல்முறையினால் அநேகக் கதைகளை மேலே தூக்க முனைகிறார். ஆனால் கதை வெறும் மொழியினால் மட்டும் ஆனதல்லவே. அவ்வாறு மொழி மீது கட்டப்படும் கதைகளில் கூட அதுவரை இல்லாத 'ஏதோவொன்று' வினைபுரிந்திருக்கும் அல்லது அக்கதை சில விதைகளை வருங்கால கதைகளுக்கு அளித்திருக்கும். இத்தொகுதியின் பிரதான குறை கதைகளில் வீசும் பழைய நெடி. அதாவது இவை முன்னரே இங்கு பழக்கப்பட்டு தேய்ந்து போனவைகளையே புதிதென முன்வைக்கின்றன. இரண்டு பிரிவுகளாக அமைக்கப்பட்டிருக்கும் இந்நூலில் யதார்த்தவாதக் கதைகள் ஒரு வகையாகவும் புனைவின் கற்பனைகளைப் பயன்படுத்திக் கொண்டவை இன்னொரு வகையாகவும் பிரிக்கப்பட்டுள்ளது. பழைய கணையாழி காலத்திலேயே எழுதப்பட்டு விட்ட கதைகளை மீளவும் வாசிப்பது அலுப்பூட்டுவதாகவே இருக்கிறது. தலைப்புக் கதையும் தொகுப்பின் பெரிய கதையுமான 'இதிகாசம்' காலத்தில் மிகவும்

பின் தங்கியது. ஆசிரியரின் கற்பனையுணர்ச்சியும் கதைகளுக்கு கை கொடுக்கவில்லை. தனிமை, கைவிடப்படுதல், ஏக்கம் போன்றவற்றை பொதுவான அம்சமாகக் கொண்ட கதைகள் திவாகருடையது. தொகுப்பிலுள்ளவற்றுள் 'அனாதைகள்' கவனிக்க வேண்டிய ஒன்று. இக்கதைகள் கன்னடத்தில் எழுதப்பட்ட ஆண்டுகளிலோ அல்லது அதற்கும் ஒன்றிரண்டு வருடங்களுக்குப் பின்னரோ இங்கு மொழியாக்கம் செய்யப்பட்டிருந்தால் ஒருவேளை பலன் அளித்திருக்கக் கூடும்.

ஒப்புநோக்க திவாகரை விட மேம்பட்ட கதைகளை எழுதியிருப்பவர் ஜயந்த் காய்கிணி. அவரது 'மகிழம்பூ மணம்' பதினோரு கதைகளைக் கொண்டிருக்கிறது. ஒதுங்கிக் கிடப்பவர்கள், தங்களை வெளியே காட்டிக் கொள்ளாதவர்கள், அதிர்ந்து பேசாதவர்கள், தோல்வியை ஏற்கவும் சிலபோழ்து மறுத்து திமிரவும் செய்கிறவர்களின் உலகத்தின் சில தருணங்களை (அவை அவர்கள் வாழ்க்கையின் மிக முக்கியமான பகுதிகள்) திறந்து பேசுகிற கதைகள் இவை. மும்பாயின் கைவிட்டப் பிள்ளைகளின் மீதே ஜயந்தின் முக்கால்வீதக் கதைகள் எழுதப்பட்டிருக்கின்றன. மையப் பாத்திரத்தால் எங்கோ சொல்லப்பட்டு விடுகிற ஒரு சொல் எவ்வாறு அவரது வாழ்க்கையைப் பின்தொடர்ந்து வருகிறது என்பதை கூறும் (டிசைட்– 'மகிழம்பூ மணம்', இஷ்..இஷ்..–'துஃபாயின் மெயில்') சில கதைகளில் அச்சொல் இடம்பெறுகிற இடங்கள் நிமிர வைக்கின்றன. இதுவரை தமிழ்ப் புனைவெழுத்துகள் அவ்வளவாகப் பரிச்சயம் கொள்ளாத இடங்களில் நிகழும் ஜயந்தின் கதைகள் அதனாலேயே புதிதாகத் தோன்றுகின்றன. சர்க்கஸ் மரணக் கிணற்றின் பைக் சாகசம் செய்பவனுக்கும் அவனது முதலாளிக்கும் அந்தக் கூடாரத்திற்கும் உள்ள உறவைப் பேசும் 'கிணற்றில் ஒரு கதவு', ஒரு க்விஸ் நிகழ்ச்சியை மருத்துவமனையின் கீழ்தளத்தில் நடத்துவது போல அமைந்திருக்கும் 'டிக் டிக் நண்பன்'. (இதில் போபால் விஷ வாயுத் தாக்குதலை உள்நுழைத்திருக்கும் முறை சரியாக பொருந்தவில்லை.) சினிமாவின் ஸ்டண்ட் நடிகர் மற்றும் பாடல்களில் துணைநடனமாடும் பெண் என இருவரின் பின்னணிகளை கொண்டு எழுதப்பட்ட 'துஃபாயின் மெயின்'. (இக்கதையின் முடிப்பில் பாத்திரத்தின் இறந்தகாலம் வந்து சேர்ந்து கொள்ளும் போது கதை புதிய நிறத்தை அடைந்துவிடுகிறது.) காட்சி முடிந்த திரையரங்கினுள் இருக்கையினடியே கிடைக்கும் பிளாஸ்கைத் திரும்பக்கொடுக்கச் செல்பவனைப் பின் தொடரும் 'ஒபேரா ஹௌஸ்' போன்ற கதைகளை உதாரணங்களாகச்

சொல்லலாம். அந்தப் பிளாஸ்கை ஏன் அங்கு விட்டு வந்தேன் என்பதற்கு அந்த அம்மா கூறும் காரணம் கதைக்குள் ஒட்டாமல் துருத்தியபடியே நிற்கிறது. இக்கதைகளிலுள்ள மனிதர்கள் வாழ்வின் இடர்களுக்கிடையிலேயும் சந்தோஷங்களைக் கண்டு கொள்ளக் கூடியவர்கள். அவர்களுடையது சிறிய மகிழ்ச்சி என்ற போதும் அது கிட்டும் போது கண்மூடிக் கொள்ளாதவர்கள். தொகுப்பின் நல்ல கதை 'நோ பிரசெண்ட்ஸ் ப்ளீஸ்'. நகரில் அடையாளமில்லாத வேலை செய்யும் ஒரு இளஞ்சோடி மணம் செய்யும் பொருட்டு அழைப்பிதழை முடிவு செய்ய ஓரிடத்தில் சந்தித்து ஆலோசிப்பதுதான் கதை. ஆனால் ஜயந்த் நுண் தருணங்களால் ஆன ஒன்றாக கதையை மாற்றுகிறார். இத்தொகுப்பை கையிலெடுத்தற்காக ஏதேனும் மகிழ்ச்சி உண்டா என்கிற வினாவிற்கு இக்கதையை வாசித்ததையே சொல்ல வேண்டும்.

பாவண்ணன், நஞ்சுண்டன், தி.சு. சதாசிவம், இறையடியான், தமிழவன்(வரிசை தரத்தின் அடைப்படையிலானது) எனக் கன்னடம் கூறும் இலக்கிய நல்லுலகை இங்கே கொண்டு வந்தவர்களின் வரிசையில் சமீபத்தில் இணைந்திருப்பவர் கே.நல்லதம்பி. இவரது மொழியாக்கம் ஒருவழிச் சாலை அல்ல. தமிழிலிருந்து சில நூல்களைக் கன்னடத்திற்கும் மொழிபெயர்த்திருக்கிறார்.

நவீன தமிழ் சிறுகதைகளில் இதுவரை என்ன நடந்திருக்கிறது? என்பதை நல்லதம்பி இன்னும் கொஞ்சம் மெனக்கெட்டு அறிந்திருக்கலாம். நினைவுபடுத்திக் கொண்டுமிருக்கலாம். ஏனெனில் தமிழ்ச் சிறுகதைகள் என்றோ கடந்து வந்து விட்ட பழைய பாதையிலேயே இக்கதைகள் நடை போடுகின்றன. அனுமதி கிட்டியதாலேயே மொழியாக்கம் செய்யப்பட வேண்டியதில்லை. இங்கு அப்படைப்பின் தேவை, அது உண்டாக்கக்கூடிய சாதகமான மாற்றங்கள், அறியாத வாழ்க்கைகளிலிருந்து கிட்டும் புதிய காற்று போன்றவை மொழிபெயர்க்கப்படுவதற்கானக் காரணிகளாக இருக்கக் கூடுமென்றால் அது இங்கு நல்விளைவுகளைக் கொண்டுவரும். இவ்விரு நூல்களிலும் அது நிகழவில்லை. இனி வரும் மொழியாக்காங்களிலேனும் இப்பிரக்ஞை நல்லதம்பியின் தேர்வுகளில் தொழில்பட வேண்டும்.

குறிப்பு: திவாகர் மற்றும் ஜயந்த் காய்கிணி ஆகிய இரு படைப்பாளிகளின் கதைகள் குறித்த அவதானிப்புகளும்

விமர்சனங்களும் இத்தொகுதியினுள் உள்ள கதைகளை மட்டுமே அடிப்படையாகக் கொண்டது. இஃது இவர்களைக் குறித்த முழு மதிப்பீடு அல்ல.

இதிகாசம் – எஸ்.திவாகர்: தமிழில் – கே. நல்லதம்பி; காலச்சுவடு பதிப்பகம். விலை ரூ. 150/-

மகிழம்பூ மணம் – ஜயந்த் காய்கிணி : தமிழில் – கே. நல்லதம்பி ; காலச்சுவடு பதிப்பகம். விலை.ரூ.150/-

– வல்லினம் இணைய இதழ், மார்ச் 2020

வு மிங்- யி-ன் 'கூட்டு விழிகள் கொண்ட மனிதன்'

கூட்டு அக்கறைகள் கொண்ட பிரதி

"வாஸ்தவத்தில், எந்த ஓர் உயிரினத்தின் நுட்பமான சிறு அசைவும் சூழலியல் அமைப்பில் நிகழும் மாற்றத்தைக் காட்டுவதுதான்."

–வு மிங்–யி

தொலைதூரத் தேசங்களிலிருந்துப் பருவநிலைக்கு ஏற்ப இடம்பெயரும் பறவைகள் துல்லியமாக தம் நீர்நிலைகளைத் தேடி அடைந்து குறிப்பிட்ட காலப்பகுதியை அங்கு கழித்த பின் வேறிடங்களை நோக்கி சென்றுவிடுவது வழக்கம். அவற்றின் சேகரிக்கபட்ட ஞாபகங்களின் ஊடே ஆஸ்திரேலியாவிலிருந்து வந்த அபூர்வமான பறவையினங்கள் வேடந்தாங்களில் உலவுவதுண்டு. இப்போதெல்லாம் அவற்றில் பலவற்றிற்கும் திசை குழம்பி விடுகிறது போலும். வெகுசிலவற்றின் நடமாட்டங்களே காணக் கிடைப்பதாகச் சொல்லப்படுகிறது. போலவே தம் நிரந்தர வாழிடங்களைக் குறுக்காக வெட்டிச் செல்லும், கானல் அலையடிக்கும் தார்ச் சாலைகளை பதறியபடியே கடக்கும் விலங்கினங்களின் சகாக்களை பிறிதொரு நாள், தோட்டங்களை துவம்சம் செய்த நாசக்காரர்களாகவோ 'ஊரு'க்குள் 'நுழைந்து'விட்ட சதிகாரர்களாகவோ ஊடகங்களால் சித்தரிக்கப்படுவதை அவ்வப்போது கண்டிருக்கலாம். மழைக்காலத்து எலிகள் போல மனிதர்கள் தங்கள் பொந்துக்குள் பதுங்கிக்கிடந்த இக்கொரோனா கால வீடடங்கு நாட்கள் தொடங்கிய சில வாரங்களுக்கு பின் சில காணொளிகள் பார்க்கக் கிடைத்தன. தம் மூதாதைகள் நீர் அருந்திய சுனையிலும் சாவகாசமாக நடை பழகிய சூரியன்

புக முடியாதளவிற்கு மரங்கள் அடர்ந்திருந்த இடங்களிலும் முளைத்திருந்த பேரங்காடிகளின் வாசல்களிலும் சூடேறிக் கிடக்கும் கடைப்படிக்கட்டுகளிலும் காட்டின் உரிமைதாரர்கள் சிலரைக் காணமுடிந்தது. பயந்தால் எழுந்த மனிதக் கூக்குரல்களுக்கு அவை சிறிதும் அசைந்து கொடுக்கவில்லை.

சமவெளியில் அதுவும் தூசும் புகையும் காலில் சக்கரமும் கொண்ட அன்றாடத்தனங்களிலிருந்தும் கட்டிடக் காடுகளிலிருந்தும் தப்பித்து வருடத்திற்கு ஒன்றிரண்டு தடவைகள் ஏதேனுமொரு மலைவாசஸ்தலத்திற்குச் செல்வோம். பிறரைப் போன்றே குரங்குகளைப் பிச்சைக்காரர்கள் ஆக்கும் மாற்றமில்லாத அதே சுற்றுலா. கண்களின் வழி பசுமை மனதில் நிறையும். குளிர் துளைக்கும் முன் இரவுகளில் சில சமயங்களில் விடுதிக் காப்பாளர்களிடமிருந்து தொலைபேசி வருவதுண்டு. விலங்குகளின் பெயரைச் சொல்லி இரவுகளில் நடமாட்டம் இருக்கலாம் என எச்சரித்து எக்காரணம் கொண்டும் வெளியில் வரக்கூடாது என்கிற கண்டிப்புடன் அந்த அழைப்பு துண்டிக்கப்படும். இதற்கும் ஒன்றிரண்டு கிலோமீட்டர்களே உள் தள்ளி அவ்விடுதி அமைந்திருக்கும். அதற்கும் அப்பால் உள்ளே பல இடங்களில் தானியத்தை விசிறி எறிந்தது போல அங்கொன்றும் இங்கொன்றுமாக பல சொகுசுகளில் விடுதிகள், காட்டேஜ்கள் கண்ணில் படும். அவற்றின் முதலாளிகளாகக் கூறப்படும் பெயர்களில் அரசியல்வாதிகள்,பினாமிகள், சினிமா நட்சத்திரங்கள், தொழிலதிபர்கள் என அதன் வரிசை நீளும். நீலகிரியில் பத்தாண்டுகளுக்கு முன் பலநாட்கள் தொடர்ந்து பெய்த கனமழையால் வெள்ளம் அபரிமிதமாகத் திரண்டு நிலச்சரிவுகளும் உயிரிழப்புகளும் ஏற்பட்டன. குடியிருப்புகளுக்குள் புகுந்த மழைநீர் ஏகதேசமாகப் பலரின் வாழ்க்கைகளைக் குலைத்தது. அவற்றின் வழித்தடங்களில் அனுமதியின்றிக் கட்டப்பட்ட ரெஸ்டாரெண்ட்கள், விடுதிகள், வணிகவளாகங்கள் தான் காரணம் எனக் கண்டறியப்பட்டு நடவடிக்கைகள் முடுக்கிவிடப்பட்டன. சில மாதங்களுக்குப் பின் அவற்றின் செயல்பாடுகள் தொடரத் தான் செய்தன. இப்போது காடுகளுக்குள் கட்டப்பட்ட விடுதிகளுக்குச் சீல் வைக்கப்பட்டு நடவடிக்கை மேற்கொண்டதாகத் தெரிகிறது. ஆங்கிலேயர்கள் காடுகளை அழித்து பயிர்செய்து காப்பித் தோட்டங்களாக டீ எஸ்டேட்களாக மாற்றியிருக்கும் பாதைகளில் கருத்த மேகங்கள் போல யானைகளின் கூட்டம் நடப்பதைக் கண்டிருக்கிறேன். வளர்ச்சி, முன்னேற்றம் போன்றவை இயற்கையின் வளங்களை காவு வாங்கிய பின்பே

இங்கு நடைமுறைக்கு வருகின்றன. அறிவு மற்றும் நாகரீகத்தின் பாயச்சல் என்று சொல்லப்பட்டாலுமே கூட அது யாருக்கான நாகரீகம்? யாருடைய வளர்ச்சி? என்ற அடிப்படையான வினாக்களைத் தொடர்ந்து சுற்றுச்சூழல் சார்ந்துப் பலதரப்பட்ட விவாதங்களும் போராட்டங்களும் உலகெங்கும் நடைபெற்று வருகின்றன. மனிதர்களால் நேர்கிற இயற்கையின் சமன்குலைவு ஒட்டுமொத்தமாக விளைவிக்கும் பாதகங்கள் என்ன? என்கிற கேள்வியை அடியோட்டமாக உணர்த்தியவாறே செயற்கைத்தனம் இன்றி புனைவும் யதார்த்தமும் ஒன்றையொன்று கலந்து வெளியாகியிருக்கும் மொழியாக்க நாவலே 'கூட்டு விழிகள் கொண்ட மனிதன்'.

புனைவிலக்கியத்திற்குள் சூழலியல் சார்ந்த பிரச்சனைகளைக் காத்திரமாகக் கலையை விட்டு விடாமல் எழுதப்பட்ட ஆக்கங்கள் ஆச்சரியமாக தமிழில் மிகக்குறைவு. இதில் சா. கந்தசாமியின் 'சாயாவனம்' முன்னுதாரணமான படைப்பு. அதற்கு பின் வேறு சில படைப்பினுள் சிறு பகுதியாகவே இவ்வக்கறைகளைக் காண முடிகிறதே அன்றி முழுமையுமாக அல்ல. நீண்ட வெற்றிடத்திற்குப் பிறகு சில ஆண்டுகளுக்கு முன் வெளிவந்த இரா.முருகவேளின் 'முகிலினி'யை இவ்வகைப்பாட்டிற்குள் சேர்க்கலாம். பவானி ஆறு மாசடைந்த அவலம், கோவை நகரம் தின்று செரித்த வளங்கள், விஸ்கோஸ் ஆலை சிறுமுகை என்கிற மொத்த ஊரையுமே நோவும் சாவுமாகக் கிடையில் தள்ளிய கோர வரலாறு போன்றவற்றை சுவாரஸ்ய மொழியில் பத்திரிகையாளனின் நடையில் நேரடியாக முன் வைத்த நாவல். இதுவரை அறியாத நிலப்பரப்பிலிருந்து மொழியாக்கம் செய்யப்பட்டிருக்கிற வு மிங்-யின் இந்நாவல் சுவாரஸ்யத்தை இழக்காமலேயே ஆனால் ஆழமான விஷயங்களைப் புனைவெழுத்தின் தீவிரத்துடன் பேசுகிறது. நாவலைத் திரட்டப்பட்டத் தகவல்களைக் கொட்டும் கிடங்காகக் கருதாமல் படைப்பு மொழியில் அவர்களுக்கேயுரிய வாழ்க்கைப் பின்னணிகளுடன் சூழலுக்குரியத் தகவல்கள் போதுமான அளவில் மட்டும் இடைகலந்து வருகின்றன. நாவலாசியர் சூழலியல் செயல்பாட்டாளர் என்பதால் அவர் வசம் தகவல்களின் சுரங்கமே இருந்திருக்கக் கூடும். அவற்றில் கலையைப் பின்னுக்குத் தள்ளாத படைப்பின் ஒழுங்குக்கு குந்தகம் விளைவிக்காதவைகளையே கைகொண்டிருக்கிறார் என்று தோன்றுகிறது. முந்நூற்றைம்பது பக்க நாவலில் மலையைக் குடையும் தொழில்நுட்பம் சார்ந்த பகுதிகள் மட்டும் கட்டுரைத் தன்மையைக் கொண்டிருக்கின்றன.

தைவானியத் தீவை தான் நாவல் சுற்றிவருகிறது என்றாலும் தற்செயலாகவும் வினைப்பயனாகவும் அங்கு அடித்துவரப்படும் ஒன்றுக்கொன்று முரண்பட்ட, வித்தியாசமான வாழ்க்கைச் சூழல்களை, சுபாவங்களைக் கொண்ட இரு கை விரல்களின் எண்ணிக்கைக்கும் சற்று குறைவானப் பாத்திரங்களின் மூலம் விஷயங்களை உணர்த்தவும் நேரடியாகக் காட்டவும் செய்கிற நாவல் இது.

எழுத்து மொழியே இல்லாத, உலகம் என்பது ஒரே தீவு என என்னும் 'வயோவயோ' என்கிற கற்பனைத் தீவைச் சேர்ந்த அட்டிலெ'ய், எழுத்தாளனியாக ஆசைப்படும் ஆலிஸிடம் வந்து சேரும் கதை, ஆசிரியையாக அலைச்சல் இல்லாத பல்கலையில் பணி ஆணை கிடைக்கிற ஆலீஸ், நாடோடி போல உலகின் பல்வேறு பகுதிகளைச் *('ஆப்பிரிக்கா முழுவதும் வண்டியோட்டிச் சென்றிருக்கிறான். அட்லாண்டிக்கின் குறுக்காக பாய்மரப் படகு செலுத்திக் கடந்திருக்கிறான். படகு உடைந்ததால், ஆளரவமற்ற தீவில் ஒதுங்கியிருக்கிறான். பாஜி பாணி குங்ஃபூ பயிற்சி பெற்றவன். மிக நீண்டதூர நெடுந்தொலைவுவோட்டக் குழுவுடன் சேர்ந்து சஹாராவின் குறுக்காக ஓடிக் கடந்திருக்கிறான்')* சுற்றிவரும் சாகசக்காரனான தாமுடன் கொண்ட உறவுநிலைகளை அவனது நினைவுகளைப் பின் தொடரும் கதை, பழங்குடி இனத்தவனான டாஹு தன் பூர்வ மலையை விட்டு நகரத்தில் அலைந்துத் திரியும் கதை, அன்னையால் அடுத்தடுத்த ஊர்களுக்கு நடத்திச் செல்லப்பட்டு தன் சுயசம்பாத்தியத்தால் கடற்கரை ஓரத்தில் கூரையை அமைத்துக் கொண்ட ஹஃபேயின் கதை, இவர்களுடன் மேலும் சிலரை இணைத்து வைக்கும் ஊழின் கதை, நாவலின் மனிதர்கள் தம்மளவில் அனுபவிக்கும் 'தனிமை'களின் *('கலாச்சாரத்தின் நிஜமான வேர் தனிமையே')* கதை, நிறைவின்மைகளின் கதை, பிரிவின் துயரை நினைவுகளால் சமன் செய்ய விரும்புகிறவர்களின் கதை, இவர்கள் ஏதோ ஓர் தருணத்தில் உணர நேர்கிற அன்பின் கதை, இத்தனைக் கதைகளுக்குள்ளும் தீவிரமான பங்கேற்பாளராகவும் மௌன சாட்சியாகவும் இடம் பெறுகிற கடலும் மலையும் தம் மனிதர்களிடத்து நிகழ்த்தும் கொடுக்கல்-வாங்கல்களின் கதை. மரபும் நவீனமும் உரையாடுகிற கதை.

'வயோவயோ' கற்பனைத் தீவில் இடம் மற்றும் வளப் பற்றாக்குறை காரணமாக அங்கு பிறக்கும் இரண்டாவது மகன் குறிப்பிட்டக் காலத்துக்குப் பின் (தன் நூற்றியென்பதாவது பௌர்ணமியில்)

அத்தீவிலிருந்து வெளியேறிவிட வேண்டும். காலை உணவுக்குப் பின் கிளம்பினால் மதிய உணவின் போது தீவைச் சுற்றி வந்து விடலாம் என்கிற அளவுக்கே பரப்பளவைக் கொண்ட தீவு அது. கடற்காற்றாலும் கடல் மொழியாலும் (*'வாழ்வு என்பதே கதைக்கும் பாடலுக்கும் இடைப்பட்ட ரீங்காரம்'*) சூழப்பட்ட அத்தீவினரைக் காப்பவர் 'கபாங்'(கடவுள்). கடலையே தெய்வம் என்றும் அங்கு முன்னோர்களின் ஆவிகள் அலைகிறார்கள் என்றும் நம்பும் அக்குடிகளின் சட்டதிட்டங்களை விருப்பங்களை வரையறுப்பவர்களாக நிலமுனியும் கடல்முனியும் இருக்கிறார்கள். இந்நிலையில் இரண்டாவது மகனான அட்டிலெ'ய் தன் காதலி ரசுலாவின் உமிழ்நீரோடு தயாரித்தக் கனிந்த ஒயினை கழுத்தில் மாட்டியபடி தலவாக்கா(படகு)வுடன் அத்தீவுக்கு மீண்டும் திரும்பாத பயணத்தைக் கடலுக்குள் மேற்கொள்கிறான். அவனைச் சூழும் பெரும் அலைகளால் அச்சமுறும் போது 'கபாங்'கிடம் வேண்டிக் கொள்வது கூட இவ்வாறு தான் *"ஓ கபாங் தேவனே, கடலை வறளச் செய்யும் வல்லமை கொண்டவரே, நீர் என்னைக் கைவிட்டு விட்டாலும் கூட, தயவுசெய்து, என்னுடைய சடலத்தைப் பவளமாக மாற்றிவிடுவீராக; என் தாயகத்தின் பக்கமாகத் தள்ளிச் செல்வீராக; ரசுலா என்னைக் கண்டெடுக்கட்டும்."* பிறகு பெயர் அறியாத ஆளற்ற தீவில் கரை ஒதுங்குகிறான். அவனை நாவல் முழுக்க அலைகழிப்பது காதலி ரசுலாவின் நினைவுகளே. ஒதுங்கும் தீவில் உயிர்வாழ்வதற்கு உகந்தவைகள் கிடைக்கின்றன. தர்க்கங்களால் நாவலின் இப்பகுதியை நோக்கி வினா எழுப்ப இயலாது. ஏனெனில் அவனுக்கு கிடைக்க வேண்டும் என நாவலாசிரியர் விரும்புவதெல்லாம் அவன் கைக்குச் சிக்குகின்றன. எவருமில்லாத அத்தீவிவிலிருந்து எப்போதோ யாரோ விட்டுச் சென்றவைகளை எடுத்து சிறு வீடு கூட கட்டிக் கொள்கிறான் அட்டிலெ'ய். அப்பொருட்களுக்கு அவனிடம் பெயரேயில்லை, வியப்பு மட்டுமே உண்டு.

மற்றொரு புறம் நிகழ் உலகில் மலையேற்றத்தால் தொலைந்து போன சாகச விரும்பியான கணவனையும் மகனையும் எண்ணித் துயரம் தாளாது தற்கொலைக்கான ஆயத்தங்களை மேற்கொள்கிறாள் ஆலீஸ். இவ்விரு வேறுபட்ட தளங்களிலிருந்து மாறி மாறி செல்கிறது நாவல். முதலாமவனுக்கு நினைவுகளே உயிர் என்றால் இவளுக்கோ அது பெரும் சுமை. இவ்விருவரின் பகுதிகளை அதாவது புனைவையும் நிஜத்தையும் அருகருகே அடுத்தடுத்து வைத்திருக்கும் யுக்தி தமிழுக்குப் புதிதல்ல என்றபோதும் மரபின் மீதான பற்றுதலும் நவீனத்தால் உலகு கொடுக்க நேர்ந்தவைகள்

சார்ந்த விவரிப்புகளும் தொடர்ந்தாற் போல இடம்பெற்றிருப்பது திட்டமிட்டுச் செய்யப்பட்டதாகவே தோன்றுகிறது.

ஆலிஸ் தன் காதல் கணவனுடன் கனவுகளோடு கட்டிய வீட்டை நோக்கிக் கடல் நெருங்கி வருகிறது. அவள் வசிக்கும் பகுதியையொட்டிய இடங்கள் எவ்வாறு வணிகச் சுயநலமிகளால் கபளீகரம் செய்யப்பட்டு தன் அழகிய முகத்தை இழக்கிறது என்கிற ஆதங்கம் நாவலின் தொடக்கத்திலேயே இடம்பெற்றுவிடுகிறது. ஆலிஸுூம் தாமும் விரும்பும்வண்ணம் எழுப்பும் வீட்டிற்கும் அவர்களது மகனுக்கும் கிட்டதட்ட சமவயது. ஆலீஸின் சொற்கள் மற்றும் நினைவுகளின் வழியாகவே தாமும் டோட்டாவும் நாவலுக்குள் நுழைகின்றனர். இவ்விருவரும் மேற்கொண்ட மலையேற்றத்தில் தொலைந்து போனதாக ஆலீஸால் தொடர்ந்து கூறப்படுகிறது. அவர்கள் இல்லாத வெறுமையை தாங்கொண்ணாது உலகை நீங்க அவள் முடிவெடுக்கையில் இரு கண்களும் இரு வேறு நிறங்களில் ஒளிரும் சிற்றுயிரான பூனை அவளது எண்ணத்தை மடைமாற்றி வாழ்க்கைக்குள் திருப்பி விடுகிறது. இந்த ஓட்டத்தின் வழியே அவள் வசிக்கும் அதே கடற்கரையோரத்தில் செவன்த் சிசிட் என்கிற பெயரில் பேக்கரி போன்ற ஒன்றை நடத்தும் பழங்குடி இனத்தவளான(பாங்க்கா) ஹஃபேயுடனான நல்லுறவும் அவளது பின்னணியும் சொல்லப்படுகிறது. போலவே மற்றொரு பழங்குடி இனத்தவனான(புனூன்) டாஹூுவினுடையதும். முன்னேற்றத்தின் பெயரால் இயற்கையை நவீனம் மெல்ல விழுங்குவது நாவல் நெடுகிலும் எங்கோ ஒலிக்கும் அனாதரவான பாடல் போல காதில் கேட்டபடியே இருக்கிறது. இவ்வளவுக்குப் பிறகு அந்தத் தைவான் தீவை குறிப்பாக அவர்களது கடற்கரையோரத்தை உலகமே உற்று நோக்கும்படியாக ஆபத்து சூழ்கிறது. அப்போது நிகழும் அவலத்தின் காரணமாக இம்மனிதர்கள் மீண்டும் வேறிடங்களைப் புதிய மனிதர்களை நோக்கி நகர்கிறார்கள்.

விட்டு நீங்கிச் செல்லுதல் அல்லது இழத்தலின் பிரதி என இந்நாவலை வாசிக்க முடியும். ‘யாரும் யாருடனும் (நிரந்தரமாக) இல்லை’. ஆலிஸை விட்டு தாம், ஹஃபேயை விட்டு அவளது வசீகரமான எதிர்பார்ப்பிற்குரிய வாடிக்கையாளன், டாஹூுவை விட்டு அவன் மனைவி, ரசுலாவை விட்டு அட்டிலெ’ய். ஒருவகையில் காதலின் பிறிவாற்றாமையைத் தீவிரமாக எதிர்கொள்ளும் பிரதி என்றும் பார்க்க முடியும். பேரலைப் புரட்டிப்போட்ட பிறகு இடம் மாறுகிறவர்கள் அங்கே அன்பை அறிகிறார்கள். விநோதமான

இந்த இடப்பெயர்ச்சியில் ஆலீஸ் தன் உறவுகளை தேடிச் செல்ல அட்டிலெ'ய்யும் , அவன் தன் காதலியைக் காணக் கிளம்ப ஆலிஸூம் பரஸ்பரம் உதவிக் கொள்ளும்படி மனதளவில் நெருங்குகிறார்கள். அது போலவே இரு வேறு தனிமைகளில் உழலும் ஹஃபேவும் டாஹூவும் மகள் உம்மாவும் ஒரு கூரையின் கீழ் இணைகிறார்கள்.

நாவலின் முதல் பக்கத்தில் மலைக்குடைவு உண்டாக்கும் சத்தத்துடன் அறிய நேரும் டெட்லெஃப்பை கிட்டத்தட்ட முக்கால்பகுதி நாவல் கழிந்தபின்பே மீண்டும் சந்திக்க நேர்கிறது. தன் தலைமையின் கீழ் குடைந்த மலையின் இதயத்திற்குள் பயணக்கும் நேரத்தில் அவருடன் துணையாக சாராவும். நாவலின் பிற உறவுகள் போல பரஸ்பர விழைவுகளின் பேரில் அல்லாமல் இவ்விருவருடையதும் வலிந்து ஒருவித செயற்கைத்தனத்துடன் அமைந்துள்ளது. ஆனால் சாராவின் தந்தையான அமண்ட்ஸன் திமிங்கலம் மற்றும் கடல்நாய் வேட்டை பகுதிகளையும், அவரது இயல்புகளையும் எப்போது வேண்டுமென்றாலும் நினைவுகூற முடியும் என்பது போல நன்றாக அமைந்திருக்கிறது.

நாவலின் இரு இடங்களில் கூட்டுவிழிகள் கொண்ட மனிதன் வருகிறான். இரண்டாவது முறை அவன் பிரசன்னமாகும் இடம் யுவன் சந்திரசேகர் கூறுவது போல (*"ஒட்டுமொத்த மனிதக்குலமுமே கூட்டுக் கண்கள் கொண்ட மனிதனாகத் திரண்டுக் காட்சியளிக்கும் சந்தர்ப்பம் அது; அல்லது அதன் கூட்டு நனவிலியே ஒற்றை மனிதனாகத் திரண்ட சந்தர்ப்பம்"*-பின்னுரையில்) மிகவும் வலுவானப் பகுதியாகக் கருதத்தக்கது. இருவருக்குள்ளும் நிகழும் உரையாடல்கள் அதிலும் குறிப்பாக அம்மனிதன் தாமிடம் எழுப்பும் வினாக்களும் அளிக்கும் விளக்கங்களும் இதற்காகத் தான் இந்த இடம்வரை நாவலை வாசித்து வந்தோமோ என நினைக்க வைக்கும்படி உள்ளது. அதுவரை ஆலீஸூடன் சேர்த்து வாசிப்பவரும் மலையேற்றத்தில் தொலைந்து விட்டதாக நம்பிக் கொண்டிருந்த அவர்களது மகன் டோட்டோ முன்பே இறந்துவிட்டான் என்பதும் இருவரும் அவனுடன் அரூபமாக வாழ்ந்திருப்பதுமான அதிர்ச்சிகரமான உண்மை அப்போது தான் தெரியவருகிறது. ஆனால் ஒரு குறிப்பு போல முன்னரே ஆலீஸால் இது சொல்லப்பட்டிருப்பது இரண்டாம் வாசிப்பிலேயே கண்டுகொள்ள முடிந்தது. நாவலின் நடுவில் அட்டிலெ'ய் கேட்கும் 'எதற்காகக் கதை எழுதுகிறாய்?' என்ற கேள்விக்கு "ஒரு உயிரைக் காப்பற்றுவதற்காக" என்கிற பதிலுக்கானப் பொருள் அம்மனிதனின் சொற்களின் வழியாகவே துலங்குகிறது.

சூழலியல் சார்ந்த அக்கறைகள் கொண்ட இப்பிரதி அதை ஓர் அறிக்கை போலவோ பிரகடனம் போலவோ பிரச்சாரம் போலவோ முன்வைக்கவில்லை. மாறாக உறவுகளின் அல்லாடல்களை (பின்புலமாக துறுத்தாமல் வந்து கொண்டே இருக்கும் இயற்கை வளங்களின் சுரண்டல்களைக் கவனப்படுத்திக் கொண்டே) கவித்துவத்துடனும் ஆழத்துடனும் தேவையான இடங்களில் நேரடியாகவும் பேசுவதாலேயே இந்நாவல் இலக்கியப் பிரதியாக ஆகிறது. நமது வளங்கள் வெவ்வேறான இடங்களில் சுரண்டப்பட்டுக் கொண்டிருக்கும் இக்காலகட்டத்தில் உரத்தக் குரலாக, இல்லாது வாசிப்பவரின் தலையை அழிவின் பக்கத்தை நோக்கித் திருப்ப மௌனமாக வற்புறுத்துகிறது.

வு மிங்-யின் நான்காவது நாவல் இதுவென்று அறிகிறேன். ஆங்கிலத்தில் மொழிபெயர்க்கப்பட்ட ஒரே நாவல் இதுவென்றும். குறைவான மனிதர்கள் என்றாலுமே கூட அவர்களுக்குரிய பிரத்யேக மொழிப்பயன்பாடுகளுடன் அமைந்த இந்நாவலை அதற்கு ஊறு நேராதவாறு மொழிபெயர்த்திருப்பவர் யுவன் சந்திரசேகர். சரளமான நடை. தமிழில் தரத்தை முன்மொழியும் மிகச்சில மொழிபெயர்ப்பாளர்களுள் ஒருவர். மொழியாக்கத்தில் ஓரிடத்தை மட்டும் ஏற்க இயலவில்லை. தமிழ் கலாச்சாரத்துடனும் பண்பாட்டுடனும் பிணைந்துள்ள காக்கும் தெய்வமான முனியின் பெயரைக் கற்பனைத் தீவை காபந்து செய்பவர்களுக்கு நிலமுனி, கடல்முனி என இட்டிருப்பது ஒவ்வாமையை ஏற்படுத்துகிறது. இக்குறைத் தவிர்த்து நிறைவு தந்த மொழிபெயர்ப்பாகவே இந்நாவல் அமைந்துள்ளது. யுவனின் மொழிபெயர்ப்புகளில் இதுவரை வெளிவந்துள்ள நாவல்களுக்கு அவர் எழுதியிருக்கும் பின்னுரைகள் அந்நாவலின் சாரத்தையும் ஆழத்தையும் தெளிந்த மொழியில் வாசகரிடம் முன் வைக்கும்படியாகவும் எந்தப் புள்ளியையும் விட்டுவிடக் கூடாது என்கிற கவனத்துடனும் தரத்துடனுமே எழுதப்பட்டிருக்கும். அதற்கு இந்நாவலும் விதிவிலக்கல்ல.

கூட்டு விழிகள் கொண்ட மனிதன் – வு மிங்– யி; தமிழில்: யுவன் சந்திரசேகர்; பக் ;360 விலை : ரூ.395/- காலச்சுவடு பதிப்பகம், நாகர்கோவில்.

- **சொல்வனம்,** *இணைய இதழ், 22.6.2020*

சுரேஷ்குமார இந்திரஜித்தின் 'நடன மங்கை'
மனக்குமிழ் பிம்பங்கள்

"அர்த்தங்கள் சார்ந்த புதிய கோணங்களையும் அவற்றுடன் இணைந்த வெளிப்பாட்டு முறையையுமே நான் எப்போதும் விரும்பிக் கொண்டிருக்கிறேன்."

– 'மறைந்து திரியும் கிழவன்' தொகுப்பின் முன்னுரையில்.

வர்ணனைகளையும் அலங்காரங்களையும் தவிர்த்துவிட்டு நேரடியானச் சித்தரிப்புகளின் வழி உருக்கொள்ளும் காட்சிகளிலிருந்து விரிபவை சுரேஷ்குமார இந்திரஜித்தின் கதைகள். அந்தக் காட்சிகளிலிருந்து திரண்டு வரும் ஏதேனுமொன்று (அது சேதனமாகவோ அசேதனமாகவோ இருக்கலாம்) படிமமாக ஆகி அந்த மொத்தக் கதையையும் குவியாடி போல பிரதிபலிக்கச் செய்கின்றது. அவரது புகழ்பெற்ற 'விரிந்த கூந்தல்' முதல் இத்தொகுதியிலுள்ள 'நடன மங்கை' வரை இதைக் காணமுடிகிறது. பொறுக்கியெடுத்த அளவான சொற்களால் எதையும் கூடுதலாகச் சொல்லி விடக்கூடாது எனும் பிரக்ஞையுடன் எழுதப்பட்ட ஆக்கங்கள் இவருடையவை. இந்த பிரக்ஞையே, 'தான் அதிகம் எழுத முடியாததற்கு, பெரிய வடிவமாக யோசிக்க முடியாததற்கான காரணி'யென நேர்காணலொன்றில் சுரேஷ் சொல்கிறார். அவர் சொல்லும் அந்த பிரக்ஞையை 'இறுகிய' பிரக்ஞை என அர்த்தப்படுத்திக் கொண்டேன்.

மௌனியும் சா. கந்தசாமியும் இணையும் புள்ளி என இவ்வுலகைத் தோராயமாக வரையறுக்கத் தோன்றுகிறது. ஏன் 'தோராயமாக' என்றால் அதிலிருந்து விலகி கிளை பிரிந்து தன் பிரத்யேகக் கூறுமுறை நோக்கி

சுரேஷ் சென்றுவிடுவதே. ஏனெனில் அகச்சலனங்களை, ஓரிடத்திலிருக்கும்போதே வேறிடத்துக்கு கற்பனையின் துணையால் சட்டென்று போய் அமர்ந்து கொள்வதை, அங்கு ஒரு முழு வாழ்க்கையையே சில நிமிடங்களில் வாழ்ந்து விட்டு திரும்பி வரும் வினோதங்களை நோக்கிச் செல்பவராக இருக்கிறார். இவர் கூறுமுறையின் தொடர்ச்சியும் அதன் சில சாயைகளும் அடுத்தடுத்த தலைமுறைகளில் எழுத வந்த குலசேகரன், எஸ்.செந்தில்குமார் (எஸ்.ரா-வின் பாதிப்பும் இவருக்குண்டு) ஆகியோரிடம் காணக் கிடைக்கின்றன.

'நானும் ஒருவன்' என்னும் சுரேஷின் ஐந்தாவது சிறுகதைத் தொகுப்பு வெளியான ஓராண்டுக்குள் வந்திருக்கும் 'நடனமங்கை'யில் பத்துக் கதைகள் இருக்கின்றன. தொடர்ந்து எழுதி வரும் காலகட்டத்தின் பகுதியிலிருந்து கிட்டியிருக்கும் தொகுப்பு. மனப்புதிர்களின் மேல் அதன் மர்மமான நகர்வுகளின் மேல் ஈடுபாடுடையவர் சுரேஷ். முந்தையக் கணத்தில் தோன்றிய எண்ணத்துக்கு நேரெதிராக அல்லது சம்பந்தமற்ற எண்ணத்திற்குள் செல்லும் மனதை காட்டும் தருணங்கள் கதைகளுக்குள் கலந்து வருகின்றன. (ஏமாற்றப்பட்டு கையறு நிலையில் செய்வதறியாது அமரும்போது, மறுவினாடியே டெலிபோன் பில் கட்டவில்லை என்ற எண்ணம் ஏற்பட்டுவிடுகிறது - 'கோவில் பிரகாரம்'). இந்த புரிபடா நிலையை நிறமற்ற மொழிநடையில் அவரது முந்தைய தொகுதிகளிலிருந்து ஒரு வித தொடர்ச்சி போலவும் (கதை சொல்லும் முறையில்) ஒரு அர்த்தத்தில் தொடர்பற்றும் (கதைக்கருக்களின் தேர்வில்) எழுதப்பட்டுள்ள ஆக்கங்கள் இவை.

தொகுப்பின் தலைப்புக் கதையான 'நடன மங்கை' மற்றும் 'சொப்பன வாழ்வில் மகிழ்ந்து...' ஆகிய இரண்டையும் அருகருகே வைக்க முடியும். ஏனெனில் பிரதானப் பாத்திரத்தின் கற்பனை மேற்கொள்ளும் மனப்பயணமே- அதுவும் பெண்ணின் 'வசீகரம்' சார்ந்து- இவ்விரு கதைகளும் தொட்டுக் கொள்ளும் அண்மையில் இருப்பதை உணர்த்துகிறது. ஓரிடத்தில் 'இருந்து' கொண்டே தான் ஆசைப்படுவது பலவும் அடுத்தடுத்து நடப்பதாக எண்ணி மகிழ்ந்து கொள்வது மனித இயல்பிற்குள் உள்ள அம்சமே. ஆனால் அதை கதையினுள் கொண்டு வந்தவர்/ வருபவர் சுரேஷ்குமார இந்திரஜித். சில வாக்கியங்களுக்குள் ஒருவனின் கதையை சொல்லி முடித்து வைப்பதையும் இங்கு சொல்லியாக வேண்டும். இக்கதைகளில் மனக்கோலங்களின் புள்ளிகளைக் காண்பதிலிருந்து நகர்ந்து அவற்றைக் கதைகளாகச் சொல்லியிருக்கிறார்.

இத்தொகுதிக் கதைகளுக்குள் காணக் கிடைக்கும் ஒற்றுமை, பெரும்பாலான மையப் பாத்திரங்கள் பெண்கள் என்பதே. அவர்களே கதையை நகர்த்திச் செல்வதற்கான ஆதார விசையாக இருக்கிறார்கள். 'புன்னகை', 'கணவன் மனைவி', 'கால்பந்தும் அவளும்' போன்றவை அத்தகையவையே. இவற்றுக்குள் தற்செயல்கள் பிரதான காரணியாக இருக்கின்றன. பெரியாரின் பேச்சை அகஸ்மாத்தமாகக் கேட்க நேரும் நீலமேகம் பத்தொன்பது வயதில் விதவையாகிவிட்ட தன் மகளுக்கு மறுமணம் செய்து வைக்கிறார். பிறகு அவளது வாழ்க்கையில் விரும்பத்தக்க மாற்றங்கள் நிகழ்கின்றன. இக்கதை அவளது மரணத்திலிருந்து தொடங்கினாலும் நீலமேகம் அந்த உரையைக் கேட்பது தற்செயலே. போலவே 'கால்பந்தும் அவளும்'. 'கணவன் மனைவி' சிறுகதையை வாசித்ததும், தட்டையாக, பல பத்தாண்டுகளுக்கு முன்பே எழுதி ஓய்ந்த சக்கையை மீண்டும் மென்று பார்க்கும் உணர்வையே அளித்தது. வெகு சுமாரான கதை. அசேதனப் பொருட்களான டிரான்சிஸ்டர் ('வீடு திரும்புதல்'), கால்பந்து ('கால்பந்தும் அவளும்'), விசிறியடிக்கப்பட்ட துணி ('நடன மங்கை') போன்றவை ஒரு கட்டத்தில் நினைவின் குறியீடுகளாக ஆகிவிடுவதையும் குறிப்பிட வேண்டும்.

இரு பெண்களும் தங்களது வேறுபட்ட தனிமைகளுக்குள் இருந்து விடுபடுவதை (விடுதலை பெறுவதை?) காட்டும் கதைகள் 'கோவில் பிரகாரம்', 'வீடு திரும்புதல்'. இவ்விரு கதைகளும் இயலாமையின் மேல் எழுதப்பட்டிருப்பினும்கூட மனிதனின் விசித்திரச் செயல்களைக் காட்டுகின்றன. ஆயினும் சில ஒளிப்புள்ளிகளை மட்டும் தந்துவிட்டு உடனே அணைந்து விடுகின்றன.

மிகுபுனைவு கதைகளிலும் சுரேஷ்குமார இந்திரஜித்தின் மொழியில் மாற்றமேதுமில்லை. அதே சட்டகத்துக்குள்ளேயே நடை போடுகிறது. இது பெரும் குறை. ஆனால் பெண்களின் மீதான ஈர்ப்பைச் சுட்டும் நடையில் 'மௌனி'யின் நிழல் விழுந்துள்ளது. மனதின் உள் அசைவுகளை, விளங்காப் புதிரை அறியத்தரும் சில கதைகளே நல்ல வாசிப்பை அளிக்கின்றன. பிற கதைகளைப் பற்றி சொல்லப் பெரிதாக ஏதுமில்லை.

- பதாகை மின்னிதழ், ஏப்ரல் 2018,
சுரேஷ்குமார இந்திரஜித் சிறப்பிதழ்

அ. முத்துலிங்கத்தின் 'பிள்ளை கடத்தல்காரன்'
உலகெலாம் உணர்ந்து

அறுபதாண்டுகளை எட்டியிருக்கும் முத்துலிங்கத்தின் எழுத்து வாழ்க்கையில் பத்துக்கும் மேற்பட்ட சிறுகதைத் தொகுப்புகள் வெளியாகியிருப்பினும் (1965-லிருந்து 1994வரை முப்பதாண்டுகள் அவர் ஏதும் எழுதவில்லை) அவற்றில் மூன்று தொகுதிகளின் சமர்ப்பணக் குறிப்புகளிலிருந்து தொடங்கலாம் என்று தோன்றுகிறது.

"இடருற்று அவதிப்படுவது மனிதர்கள் மாத்திரமல்ல. இந்தப் பூலோகத்தில் அழிவின் எல்லையில் பல விலங்கினங்கள், பறவைகள், ஏன் தாவரங்கள் கூட உண்டு.

மற்ற உயிரினங்களுக்கு தீங்கிழைப்பது வேறு யாருமல்ல. ஆறறிவு படைத்த மனிதன்தான். இந்த மனிதர்கள் செய்யும் அக்கிரமங்களுக்காக மன்னிப்பு கேட்டு இந்நூலை இடருற்ற உயிரினங்களுக்கு சமர்ப்பிக்கிறேன்"

- 'வடக்கு வீதி' (மணிமேகலை பிரசுரம் - 1998)

"கடல் ஆமையின் வாழ்க்கை விசித்திரமானது. பெண் ஆமைகள் இரவில் நீந்திவந்து கடற்கரை மணலில் குழி பறித்து முட்டைகள் இட்டுவிட்டுப் போய்விடும். அதற்கு பிறகு அவை திரும்பிப் பார்ப்பதேயில்லை.

சூரிய வெப்பத்தில் இந்த முட்டைகள் பொரிக்கும். வெளியே வந்த குஞ்சுகள் நாலா பக்கமும் சிதறி ஓடத் தொடங்கும். தண்ணீரின் திசை அறிந்து வழி தேடி கடலில் போய் சேர்ந்து கொள்ளும்.

நான் எழுதிக்கொண்டே இருக்கிறேன். எங்கோ ஒரு வாசகர், என் எழுத்தை முற்றிலும் உணர்ந்தவர், காத்திருக்கிறார். என்னுடைய படைப்புகள் எப்படியோ வழி தேடி அவரிடம் போய்ச் சேர்ந்துவிடும். அப்படி நம்பிக்கை.

இந்த நூல் அந்த வாசகருக்கு, அந்த உலகத்துக்கு."

- 'மகாராஜாவின் ரயில் வண்டி' (காலச்சுவடு பதிப்பகம் -2001)

"சமர்ப்பணம் என்றால் வழக்கத்தில் வாழ்க்கையில் மறக்க முடியாத ஒருவருக்கு நன்றி கூறும் முகமாக இருக்கும். இது பிராயச்சித்தம். ஆப்பிரிக்கக் காட்டில் எனக்கும் என் நண்பன் ஒருவனுக்கும் மட்டுமே தெரிந்த சங்கதி. நீண்ட 'பாம்' மரத்தின் உச்சியிலே ஒரு காகம். அவ்வளவு தூரத்திலும் மொழுமொழுவென்று கொழுத்துக் காணப்பட்டது. எங்கள் உயரத்திலும் பார்க்க நிழல்களின் நீளம் குறைந்து காணப்பட்டது. ஒரு மினுமினுப்பான வெய்யில் நேரம். நண்பன் என்னைப் பார்க்க நான் மெள்ள தலையசைத்தேன். அவன் துப்பாக்கியை செங்குத்தாகத் தூக்கிச் சுட்டான். அந்த பறவையின் பெரியபாதி பொத்தென்று காலடியில் விழுந்தது. அதை நான் எதிர்பார்க்கவில்லை. ஏனென்றால் நண்பனின் குறிபார்க்கும் வல்லமையில் எனக்கு அமோகமான நம்பிக்கை இருந்தது. அந்தக் காகம் ஒரு குற்றமும் செய்யவில்லை. அது செய்ததெல்லாம் அந்த நாட்டிலே உள்ள அத்தனை காடுகளிலும் அந்தக் காட்டிலே உள்ள அத்தனை மரங்களிலும் அந்த மரத்திலே உள்ள அத்தனை ஓலைகளிலும் உள்ள வளைந்த ஓலையைத் தேர்வு செய்து அங்கே தன்பாட்டுக்கு உட்கார்ந்திருந்தது தான். இந்தப் புத்தகம் ஒரு பாவமும் அறியாத அந்தப் பறவைக்கு பிறக்காமல் போன அதன் சந்ததிகளுக்கு."

- 'அ. முத்துலிங்கம் கதைகள்' (தமிழினி வெளியீடு- 2004)

இம்மூன்றிலுமே ஒருவித தொடர்ச்சி காணப்படுவது மட்டுமல்ல, அவரது படைப்புலகிலும் மன உலகிலுமுள்ள பிரத்யேக அம்சங்களில் சிலதேனும் துலங்கி வந்திருக்கின்றன. இதன் மூலம் முத்துலிங்கத்தின் ஆக்கங்களுக்குள் செல்ல இச்சொற்களின் ஊடாகத் துல்லியமாக இல்லையென்றாலும் தோராயமாக ஆனால் ஏமாற்றாத வழியை உருவாக்கிக் கொள்ளவும் முடியும்.

மூன்றாவது குறிப்பைக் காணுங்கள். அதுகாறும் எழுதிய முக்கால் சதக் கதைகளும்(75) இறந்து போன காகத்துக்கும் பிறக்காத அதன் சந்ததிகளுக்கும் என்கிறார். இத்தனைக்கும் அது பழகினது கூட இல்லை. அப்போது தான் அவ்விருவருமே அதை காண்கின்றனர். மேலும் அந்த 'கொழுத்த காகம்' அமர்ந்திருந்த மரத்தின் வேர் புதைந்திருப்பது ஆப்பிரிக்க வனாந்தரத்தில். அதைச் சுட்டு வீழ்த்தியவரைக் கடிந்து கொள்ளவோ குற்றம் சாட்டும் தொனியோ கீழானப் பார்வையையோ அவர் வெளிப்படுத்தவில்லை. நண்பர் என்றே சுட்டுகிறார். இக்குறிப்பை ஒளிரச்செய்வது ஆசிரியரின் தன்னியல்பான இப்பண்பு தான். இதில் சுயபுகழ்ச்சியின் தம்பட்டமோ மிகையுணர்ச்சியோ பச்சாதாபமோ தென்படவில்லை. அஃதொரு இயல்பான சுபாவமாகவே வெளிப்பட்டிருக்கிறது. ஒருவேளை இதற்காகத்தான் சிறிது காலத்திற்கு ('வடக்கு வீதி'யின் சமர்ப்பணம்) முன்பே மனிதகுலம் சார்பாக மன்னிப்பும் கேட்டு விட்டாரோ என்னவோ..!

'பெயர் அறியாத வாசகருக்கு..' என்று முடிகிறது மற்றுமொரு குறிப்பு. இதில் புதுமை ஏதுமில்லை. புதுமைப்பித்தன் 'வாழையடி வாழை'யாக வரும் வாசகருக்கு எனச் சொன்னதன் எதிரொலியே இது. ஆனால் அந்த இடத்திற்கு வருவதற்கு அவர் தரும் தகவலும் அதைக் கூற வந்த விஷயத்துடன் பொருத்தமாக இணைத்து விடுகிற லாவகமும் அக்குறிப்பைச் சுவாரஸ்யமுடையதாக மாற்றி விடுகிறது. நிறம் உதிர்ந்த சுவரில் வண்ணம் அடித்ததைப் போல பளிச்செனக் காட்டுகிறது. கதையென்றாலும் கட்டுரையென்றாலும் அதில் சுவாரஸ்யத்தை முக்கியமாகக் கருதுவதாகத் தான் அளித்த செவ்வியொன்றில் கூறியுமிருக்கிறார். அதுவொன்றும் பாதகச் செயலும் அல்லவே. அது எந்தளவுக்கு எழுத்துக்குள் வினையாற்றுகிறது என்பதன் பொருட்டு அணுகப்பட வேண்டியதாகும். ஏனெனில் சுஜாதாவின் முதன்மை இலக்கும் சுவாரஸ்யமே. இருவரையும் பிரிக்கும் எல்லைக்கோடுகளுள் ஒன்று முத்துலிங்கத்தின் கதைகள் 'ஏகதேச'மாக உலகு தழுவியவை என்பது. கடல், கண்டங்களைக் கடந்து பயணிக்கும் அவரது கதைகளின் மனிதர்கள் எவரையுமே தன் பார்வை சார்ந்து எடை போடவோ முற்றானத் தீர்ப்பை அளிக்கவோ ஒருபோதும் விரும்பாதவர். ஓர் பண்பாடு தனக்கு முற்றிலும் அந்நியமான சம்பந்தமற்ற வேறொரு பண்பாட்டுடனும் கலாச்சாரத்துடனும் உரையாட அல்ல சந்திக்க நேர்ந்தாலே மனதில் வேற்றுமையுணர்ச்சிகள், பாகுபாடுகள், தாரதம்யத் தட்டுகளின் ஆட்டங்கள், இளக்காரங்கள் குமிழியிடுவது

இயல்பு. அது ஆசிரியனே அறியாத விதத்தில் எழுத்திற்குள் பிரதிபலித்து விடுவதையும் தவிர்த்து விட முடியாது. ஆனால் அதன் கால்நகத்தின் நிழல் கூட முத்துலிங்கத்திடம் இல்லை. அவரது உலகு தழுவிய நோக்கும் வியப்பும் தன்னை முன்னிருத்தி ஏதொன்றையும் மதிப்பிடாதத் தன்மையுமே அவரை இலக்கிய முன்னோடிகளுள் ஒருவராகக் கருத வைக்கிறது. இக்கூற்றுக்கு பலம் சேர்ப்பது போல ஓர் நூலின் முன்னுரையில் 'ஒரு நாட்டு மக்களின் அழகுணர்ச்சியையோ கலைவெளிப்பாட்டையோ சரியாக எடை போடுவதற்கு எனக்கு என்ன யோக்யதை இருக்கிறது என்ற எண்ணம் வலுத்தது' என்று எழுதியிருக்கிறார். சுஜாதாவுடன் அவரைச் சேர்த்து வைப்பது மொழியில் ஆங்காங்கே அவர் தடவுத் தரும் இனிப்புகளே. கதையின் சில பகுதிகளைக் கடக்கும் அந்த நிமிடத்தில் மட்டும் இவர் 'இலக்கிய சுஜாதா'வோ என எழும் நினைப்பைத் தவிர்க்க முடியவில்லை. கதைசொல்லிகள் வாய்பேச்சின் வித்தகர்களுக்கு தங்கள் படைப்புகளில் பெரிய இடமளிப்பவர்களாகவே இருப்பார்கள். இதில் கி.ராஜநாராயணனை முன்னோடியாகக் கொள்ளலாம் என்றால் சமகாலத்து உதாரணமாக யுவன் சந்திரசேகரைச் சொல்லலாம். எனவே முத்துலிங்கத்தின் மாந்தர்களும் பேச்சில் சலிக்காதவர்கள். சுவாரஸ்யம் குன்றாமல் தன் பாட்டுக்குக் கதையை வளர்த்திக் கொண்டு செல்பவர்கள். வெளித் தோற்றத்திற்கு மிகச் சரளமாக எழுதிச் சென்றிருப்பதாகத் தோன்றும் இவ்வெழுத்திலும் நாகாசுகள், செதுக்கல்கள், மேற்கொள்ளப்பட்டிருக்கும். ஏன் அந்த சரளமே திரும்பத் திரும்பப் பிரதியைத் திருத்திய பின் உருவானதாக இருக்கலாம் (எளிமையும் சரளமும் கொண்ட பஷீரின் ஆக்கங்கள் பல தடவை வெட்டி சீர்படுத்தித் திருத்தி எடுக்கப்பட்டவையே). இந்தக் கதைசொல்லிகள் பாத்திரங்களின் பேச்சில் ரசம் கூட்டி வக்கணையைச் சேர்க்க விரும்புகிறவர்களாகவே இருப்பார்கள். அதனால் தான் கி.ராஜநாராயணன் காட்டும் கரிசல் மனிதர்களை விடவும் பூமணியின் உலகத்தவர்களே அம்மண்ணிற்கு மிகவும் நெருக்கமானவர்களாக இருக்கின்றனர். அங்கேயே முளைத்தவர்கள் போலுள்ளனர். (நண்பர்களின் அரட்டைகூட எப்படிக் கதையாக மாற முடியும் என்பதற்கு முத்துலிங்கத்தின் 'குங்கிலிய நாயனார்' போன்ற கதைகள் எடுத்துக்காட்டாகக் கூறலாம்.) ஆனால் செட்டான சொற்களில் எழுதப்பட்ட கச்சிதமான கதைகளும் அவர் படைப்புலகில் உள்ளன. வடிவத்தை முதன்மை நோக்கமாக கொண்டிருக்காமல் எங்கும் தொடங்கி தாவி வேறொன்றுக்குச்

சென்று மீண்டும் திரும்பி முடிக்கும் முத்துலிங்கம் தன் கதைகளை வெவ்வேறு வடிவ மாதிரிகளில் எழுதிப் பார்ப்பவராகவும் இருக்கிறார். முத்துலிங்கத்தின் கவச குண்டலம் தகவல்கள். அதன் பிறகு சித்தரிப்பு உத்திகள்.

இக்கட்டுரையை பறவையினம் ஒன்றிலிருந்து தொடங்கலாம் என நினைத்து அல்ப்ராஸ் என்னும் பறவை குறித்து தகவல்களைத் திரட்டி இருந்தேன். ஆனால் அதை பற்றியும் ஓர் கதையினுள் எழுதி விழி பிதுங்க வைத்துவிட்டார். வரலாறு, விலங்குகள், பறவைகள் என அவர் எடுத்தாளும் தகவல்கள் கதைகளுக்கு மேலதிக அர்த்தங்களை அளிக்கின்றன. சில சமயங்களில் துருத்திக் கொண்டுமிருக்கின்றன. மேலும் பறவைகளும் பிராணிகளும் விலங்குகளும் இவர் உலகில் தவிர்க்க முடியாதப் பிரஜைகள்.

சூழல் மற்றும் பாத்திரச் சித்தரிப்பிலுள்ள முனைப்பு, தகவல்களை எப்படியேனும் கதையினுள் சொல்லிவிட வேண்டும் என்பதிலும் இருக்கிறது. அவை பொது அறிவு களஞ்சியம் எனச் சொல்லத் தக்க அளவில் படைப்புகளில் நிறைந்திருக்கின்றன. இவற்றை மட்டும் தனியாகப் பொறுக்கி எடுத்து தொகுத்து மனனம் செய்தால் அரசாங்க போட்டி தேர்வுகளைக் (குரூப்-*IV*) கூட வெற்றி பெற்று விடலாமோ என்னவோ..! நீளமான வாக்கியங்களே முத்துலிங்கத்திடம் காண முடியாது. அப்படி அமைந்தாலுமே கூட அவற்றை வெட்டி ஒட்டிட் துண்டுக்கி விடுவார் போலும். சுஜாதாவிடமிருந்து பிரிக்கும் மற்றொரு முக்கியமான பண்பும் இதுவே. நறுக்குத் தெறித்தாற் போலச் சுருங்கக் கூறும் உரைநடை ஸ்ரீரங்கத்தவருடையது. இவர் முன் லட்சக்கணக்கான ரசிகர்களின் முகங்கள் ஊஞ்சலாடிக் கொண்டிருக்கும். அவர்களுக்குக் களிப்பூட்ட வேண்டிய, தோதாக நடனங்களை அமைத்துக் கொள்ள வேண்டிய தேவை சுஜாதாவின் எழுத்திற்கு இருந்து கொண்டே இருந்தது. எனவே இலக்கிய தரம் நான்காம் பட்சம் தான். முத்துலிங்கம் தன் எழுத்தை என்றேனும் தன்னை தேடி வரும் வாசகனுக்கு என்கிறார். இருப்பினும் கூட அவரால் வெகுஜன ஊடகத்திலும் சிறுபத்திரிகையிலும் சமமான அளவில் வாசகரை அடைந்து விட முடிகிறது. சுவாரஸ்யமும் நுட்பமும் குறிப்புணர்த்தலும் கூடிய அவரது கதைகள் அவரவர்களுக்கான வாயில்களை தன்னகத்தே திறந்து வைத்திருக்கின்றன.

ஈழக்கவிதைகளிலும் புனைவெழுத்துகளிலும் பெரும்பான்மையானவற்றைப் போர் இலக்கியங்களாகப் பாவித்துக்

கொள்வதில் பிழையில்லை. தாயகத்து மக்களின் நிம்மதியற்ற வாழ்வும் புலம்பெயர்ந்தவர்களின் அகதி அடையாளம் அளிக்கிற துயரக்கதைகளும் போர் சுட்டுத் தீர்த்த சாம்பல்களின் எச்சங்களே. இந்த உக்கிரம் ஏதும் முத்துலிங்கத்தின் எழுத்திற்குள் இல்லை. ஏன் இல்லை என்கிற வினாவை எழுப்ப தேவையுமில்லை. தெரிவு படைப்பாளருடையதல்லவா..! ஆனால் மிக நேரடியாக இல்லை என்றாலுமே கூட மறைபொருளாகக் கதையினுள் சற்றே உள் நுழைந்து அணுகினால் அத்துயரங்களுக்கு இடமிருப்பதைக் கண்டு கொள்ளலாம். எழுதுகிறவனுக்கெனத் தனியாக சுயசரிதைகள் தேவையில்லை. ஏற்கனவே அதை தான் தினுசான முறைகளில் எழுதிக் கொண்டிருக்கிறானே..! நேரடியான எளிய கூறு முறை கொண்ட கதைசொல்லிகளின் உலகில் இரத்தச் சொந்தங்கள், சுற்றங்கள் எனப் பலரும் சிறிய புனைவு வேடத்தைத் தரித்துக் கொண்டு அவர்களது படைப்புலகினுள் நிறைந்திருப்பார்கள். உதாரணமாக முத்துலிங்கத்தின் ஒட்டுமொத்தப் படைப்புலகையும் அணுகினால் அவரது சொந்தக் குழந்தைகள் சிறுவர்களாகி இளைஞர்களாக வளர்ந்து பின் அவர்களது குழந்தைகளும் கதையினுள் இடம்பெறும் வம்சவரலாறு ஒன்று இடைகலந்து ஓடிக் கொண்டே இருப்பதை உணரலாம். தன்வரலாறு இன்றி கதைசொல்லிகள் இல்லை போலும். இத்தகைய கதைகளில் எப்போதுமே வந்துவிடுகிற அவரது மனைவி 'பிள்ளை கடத்தல்காரன்' தொகுதியில் இரு கதைகளில் மட்டுமே வருகிறார். மீதமுள்ள 18 கதைகளும் பிறரது அனுபவங்களை சொல்லக் கேட்டவையும் பார்க்கக் கிடைத்தவையுமே. இவற்றின் நிகழிடம் மிகுதியும் கனடா. ஒன்றிரண்டு இலங்கையில் நடக்கின்றன. பிறகு அவரது பெரும்பான்மைக் கதைகளின் விளைநிலமான ஆப்பிரிக்கா இத்தொகுதியில் ஒரே கதையில் மட்டும் வருகிறது. பாக்கி இருக்கும் இரண்டை இந்தியாவுக்கும் பாகிஸ்தானுக்கும் ஆளுக்கொன்றென பிரித்துக் கொடுத்திருக்கிறார்.

திரும்புகிற திசையெங்கும் அந்நியமாகத் தோன்றுகிற நிலப்பரப்பை நோக்கி, எங்கே கொண்டு போகப் போகிறது எனத் தெரியாத கப்பலில் உயிருக்கு எவ்வித உத்தரவாதமுமில்லாத ஒருவித சாகசப் பயணம் மேற்கொண்டு ஒரு கரையைக் காண்கிறார்கள். அங்கே கனேடியத் துப்பாக்கி அவர்களை வரவேற்கிறது. அகதியாகத் தஞ்சமடைகிறவர்களின் கையறுநிலையின் கண்ணீரை முன்னரே ஈழ படைப்புகளின் வழி உணர்ந்திருந்தாலுமே கூட மண்ணெண்ணெய் என்றால் என்னவெனப் புரிந்துகொள்ள

முடியாத தேசத்தில் அவர்களுக்கு அதை விளக்கிச் சொல்ல மொழி தெரியாமல் பிதுங்கி நிற்பவனை தீவிரவாதி என நீதிமன்றம் கருதி ஐந்தாண்டு சிறைத் தண்டனையெனத் தீர்ப்பளிக்கிறது (மண்ணெண்ணெய் கார்காரன்). மாறாத நிரல்களை கொண்ட ஒருபடித்தான அன்றாடங்களில் அமிழ்ந்து கிடப்பவர்கள் இந்த ஏதுமறியாத சனங்களை, தங்கள் விம்மல்களை அடக்கியபடியே வெறித்து தான் பார்க்க முடிகிறது. ஒப்புநோக்க இத்தொகுப்பு கதைகளில் அகதிகளின், குடியேறிகளின் கடைநிலை வாழ்க்கைகள் அதிகமாகவே பேசப்பட்டிருக்கின்றன. பெண்களின் முகங்கள் அணிவகுத்து வருமளவிற்கு அவர்களால் ஆன தொகுதி என்றும் கூறிவிடலாம். நாடிழந்து சென்றிறங்கிய இடத்தில் பிழைக்கப் போராடும் ஏதிலிகள் இப்பெண்களால் கொஞ்ச நாட்களேனும் சொர்க்கத்தை எட்டிப் பார்க்கிறார்கள். ஒன்றுமற்றவர்களுக்கு அதுவேனும் கிட்டுகிறதே..! இதற்கு காரணம் வேறொன்றுமில்லை. அவள் பெண். இவன் ஆண். அவ்வளவு தான். ஒரு அர்த்தத்தில் காதலை உள்ளடக்கமாக கொண்ட கதைகளாகவும் இவை உள்ளன.

பசியால் துவண்டு வழியேயில்லாமல் உழன்றுகொண்டிருப்பவனுக்கு வேலை கிடைக்கிறது. மரம் அறுக்கும் போதும் ரயிலில் கண்ட பெண்ணே நினைவில் மிதக்கிறாள். அவனது நிராகரிக்கப்பட்ட குடியுரிமை விண்ணப்பத்திற்கிடையிலான பொழுதுகளிலும் அவள் மீது கொண்ட மையலே ஒரே ஆறுதல் (ரயில் பெண்). ஹோட்டலில் மேசை துடைத்து பிளேட் கழுகிறவனின் மனது, அங்கு வருகிற சிறிய அழகிய பெண்ணிடம் தானாகவே சென்று விடுகிறது. 60 மேசைகளையும் தனி ஆளாகத் துப்புறவு செய்வதை எண்ணிப் பாருங்கள். அவளால் ஒரு முறை வேலை பறிபோய் மீண்டும் சேர்த்துக் கொள்ளப்படுகிறான். தன் திறனால் பணி உயர்த்தப்படும் போது ஓர் ஆர்டர் வந்து சேர்கிறது. முடித்துத் தரவேண்டும். ஆனால் அப்பெண்ணிடமிருந்து செய்தியும் வருகிறது. இவன் தயக்கமேயில்லாமல் முடிவெடுத்து அந்த செய்தியின் பின்னால் போய்விடுகிறான்(கடவுளை ஆச்சரியப்படுத்து). இன்னும் பல வேலைகளை அவன் இழக்கவும் கூடும். ஓர் பெண்ணின் அழைப்புக்கு முன், அந்த ஆர்டரைக் கடவுளே கொடுத்திருந்தாலும் அவர் துச்சமானவர் தானே..! கனடா போக இருந்த ஒருவனை ஏஜெண்ட் சென்னையில் தங்க வைக்கிறான். வீட்டுக்காரம்மாவின் மகள் ரூபத்தில் வருகிறது வினை. அவளது அடுத்தடுத்தத் துரோகங்களால்

ஏமாற்றப்படும்போதுகூட அவனது ஒரே லட்சியம் அவளை மணமுடிப்பது மட்டுமே. இறுதி வரை கொண்ட கொள்கையில் வழுவாத முன் மாதிரி அவன்(நான் தான் அடுத்த கணவன்). மேலோட்டமாக அவளது சொல்லுக்காக மொத்த உடம்பையும் சுமந்தலையும் ஏமாளியொருவனை குறித்ததான நகையுணர்வு கொண்ட கதையென தோன்றக் கூடும். மேல் தளத்தில் பெண் சார்ந்த மோகத்தின் அலைகழிப்பாகத் தோன்றினாலுமே கூட இதையொட்டி கதையினுள் திகார் சிறைச்சாலையும் அதன் நானாவித கைதிகளும் அவர்களது நம்பவியலாத பின்னணிகளும் அவர்தம் கதைகளும் முகத்திலறைவதுபோல சொல்லப்படுகின்றன. அதைக் கூறுவதற்கான நிமித்தம் தான் இக்காதல் கதையோ என்கிற எண்ணமும் எழமாலில்லை.

மரங்கொத்தி மரத்தை ஒரு நொடிக்கு 20 தடவைகள் கொத்தும். அப்படி தன் கதைகளைத் திரும்ப திரும்ப பலமுறை திருத்தி எழுதுகிறவர்களுள் ஒருவர் முத்துலிங்கம். பச்சோந்தியின் கண்கள் எப்போதும் சுழன்று கொண்டே இருக்கும். அப்படி எழுதுகிறவன் மனதளவில் அதற்குரிய ஆயத்தங்களுடனேயே அறிந்தும்/அறியாமலும் இருந்து கொண்டிருப்பது இயல்பு. எனவே தான் சிறிய விஷயங்களுக்கடியில் கூட கதையின் முட்டை ஒளிந்திருப்பதைக் கண்டுகொள்ளும் சாமர்த்தியம் அவனுக்கு வாய்க்கிறது. அதைக் கூறுகிறவனுக்கு அது ஓர் செய்தி, அது பேச்சை நீட்டிக்கக் கிடைத்த வஸ்து. அவ்வளவே. அப்படி பிறரது முட்டைகளின் மீதமர்ந்து அடைகாத்துப் பொரிக்கப்பட்ட குஞ்சுகள் ஆரோக்கியமாக இருக்கின்றன என்பது தான் விசேஷம். அவ்வாறு சொல்லப்பட்டதன் புனைவாக்கமே ‘அது நான் தான்’. புலம்பெயர்த்தலில் உணவும் இடமும் முற்றிலும் சம்பந்தமற்ற சீதோஷ்ணநிலையும் மனிதர்கள் கிடைக்காதிருப்பதும் தான் ஆகக் கூடிய அவலம் என்கிற நினைப்புக்கு மாறாக இவை கிடைத்தவனுக்கு ஆசைப்பட்ட பெண் மனைவியாவதும் அதிர்ஷடத்தைச் சார்ந்ததுதான் போலிருக்கிறது. தாயகம் வந்து மணம் முடித்தவள் ஒருத்தி, 2 ஆண்டுகளுக்குப் பின் குடும்பம் நடத்த கனடா வந்திறங்குபவள் வேறொருத்தி. நம்ப முடிகிறதா? இதற்குத் தலைகீழாக ஊருக்குள் மகிழ்ச்சியோடு சுற்றித் திரிந்தவளை கனடாவுக்கு அனுப்பிவைக்கிறார்கள். கணவன் அங்கு காத்திருக்கிறான். ஆனால் மகிழ்ச்சி இல்லை. மட்டந்தட்டி முடங்கச் செய்வதுதான் நடக்கிறது. அவருக்கு பாடம் புகட்ட அவளுக்குத் தெரிந்துமிருக்கிறது(லூக்கா 22:34).

இவ்விரு பெண்களுகளுக்கும் சம்பந்தமில்லாத விசித்திரமான நடவடிக்கைகளால் ஆனவளை பற்றியது 'உன் கால அவகாசம் இப்போது தொடங்குகிறது'. சித்தரிப்புகளில் உவமைகளில் அதிகம் மெனக்கெடுபவர் முத்துலிங்கம். உதாரணமாக,

"ஐந்து டொலர் நோட்டில் இருக்கவேண்டிய முகம் அவளுக்கு.."

"மீனின் உடம்பில் தலையிருப்பது போல கழுத்தே தெரியாமல் இருந்தார்"

"சிரிக்கும் போது எல்லா பற்களிலும் சிரிப்பார்"

"படம் எடுத்த பின்னர் சிரித்தது போல எனக்கு ஏமாற்றமாகிவிட்டது"

இது அப்படியே தொடர்ந்து சிறிய முகம் என்பதை உணர்த்த எந்தளவிற்கு செல்கிறார் எனக் காண்பது சுவாரஸ்யமாக இருக்கிறது. கொஞ்சம் சிரித்துக்கொள்ளவும் தோன்றுகிறது.

"இரண்டு கண்கள், ஒரு வாய் இவற்றுக்கு மட்டுமே போதுமான அளவு முகம்."

"கடவுச் சொல்', 'இலையுதிர் காலம்' போன்றவை பழகிய பழைய நெடியுடனேயே இருக்கின்றன. ஆனால் கதைகள் நிகழும் அந்நியச்சூழலும் அதன் பின்னணியும் தரப்படுகிற அபூர்வமான தகவல்களும் அந்தப் பழைமையை விலக்கி வைக்கின்றன. சுவாரஸ்யத்துடன் புதிய ஆச்சரியமான தகவலொன்றை சலிப்பு குன்றாத மொழிநடை மூலம் அறிந்து கொண்டோம் என்பதையும் கடந்து 'ஆதிப்பண்பு' வேறெதையும் அளிக்கவில்லை. வெவ்வேறு சம்பவங்களைச் சேர்த்து அடுக்கிக் கோர்த்த 'சின்ன சம்பவம்' ஓர் வாடகை டாக்ஸி ஓட்டுனன் நம்மிடையே பகிர்ந்து கொள்ளும் பலதரப்பட்ட அனுபவங்களின் கதம்ப மாலை போலுள்ளது.

போராளிக்குழு என்ற பெயரில் அதன் பின்னணியில் நடக்கும் பகடிகளை எள்ளலுடன் ஷோபாசக்தி கதைகளில் கண்டிக்கிறோம் என்றாலும் இத்தொகுப்பில் 'பதினோரு பேய்கள்', 'வால்காவிலிருந்து கங்கை வரை' ஆகிய கதைகளை முத்துலிங்கம் அவருக்கே உரித்தான அங்கதத்துடன் எழுதியிருக்கிறார்.

வேகமான எழுத்தாளன் இல்லை நான் என்கிறார் முத்துலிங்கம். ஆனால் இரண்டாவது சுற்றை ஆரம்பித்த பிறகு அவர் நிற்கவேயில்லை. சீரான வேகத்தில் ஏன் சற்று தீவிரமாகவே படைப்பாகத்திற்குள் இருந்து கொண்டே இருக்கிறார். அவரது

சமகாலத்தவர் எவரைக் காட்டிலும் மிகுதியான கதைகள் அவரிடமிருந்து வந்துள்ளன. நெருப்புக் கோழி ஒரு சமயத்தில் நூறு முட்டைகள் வரை போடும் சக்தி கொண்டது. கடற்புறா மிதந்து கொண்டே தூங்கும் இயல்புடையது. இரண்டுக்குமே உதாரணம் காட்ட நம்மிடையே எழுத்தாளர்கள் உள்ளனர். நீரை உறிஞ்சிக் குடிக்கும் பறவையான புறா ஆயிரம் கிலோமீட்டர் வரை எங்குமே நிற்காமல் ஓய்வெடுக்காமல் பறக்கக் கூடிய ஆற்றல் கொண்டதாகும். எழுத்தாளனிடம் உள்ள கதைகளை எழுதி முடிக்க பத்து ஆயுள் இருந்தாலும் போதாது என ஒரு நேர்காணலில் சொல்கிறார் முத்துலிங்கம். அவர் பறக்க வேண்டிய தொலைவு இதுவரை பறந்து அமர்ந்து அடைந்ததை விடவும் அதிகமாகவே இருக்கலாம். அதற்கு கட்டியம் கூறுவது போல இத்தொகுப்பிற்கு பின் இரண்டு தொகுதிகள் வந்துவிட்டன. அவர் எழுதிக் கொண்டிருப்பவையும் மேலும் எழுத வேண்டியவையும் மனதில் ததும்பியபடியே இருக்கக்கூடும். அது இயல்பானது தான். ஏனெனில் விரிந்த உலகெங்கும் அலைந்த சுவாரஸ்யமான கதைசொல்லியல்லவா அவர்.

பிள்ளை கடத்தல்காரன் – அ. முத்துலிங்கம் (முதல் பதிப்பு ஜூலை 2015)பக்;190; விலை – ரூ.175/– காலச்சுவடு பதிப்பகம், நாகர்கோவில்.

- அகழ் மின்னிதழ்

கைவிடப்படுதலின் தனிமை

“மகிழ்ச்சியாக வாழும் எல்லாக்குடும்பங்களும் பார்ப்பதற்கு அநேகமாக ஒரே மாதிரியாகத் தான் இருக்கின்றன. ஆனால் துயரத்தில் தத்தளிக்கிற ஒவ்வொரு குடும்பமும் தனக்குரிய வழியில் துன்பப்படுகின்றன.”

– டால்ஸ்டாய் (‘அன்ன கரீனினா’ நாவலின் தொடக்க வரிகள்).

குடும்ப நாவல் என்றதுமே மனதிற்குள் உருவாகும் வழமையானச் சட்டகத்தில் உறவுகளின் நாடகங்களுக்கே மிகுதியான பங்கிருந்திருக்கிறது. அதனுள் சமூகக் காரணிகள் ஊடாடிக் கிடக்கும் என்றாலுமே கூட பாத்திரங்களின் அகத்திற்குள் நிகழும் மாறாட்டங்களிலேயே அவை கால் கொண்டிருப்பதை உணர்ந்திருக்கலாம். மிகப் புராதானமான அமைப்பென்ற போதும் மனிதர்களுக்கு ஓர் உள்ளார்ந்த பாதுகாப்பை அளிக்கும் நிறுவனமான குடும்பத்திற்கு மாற்றாக இன்றளவும் வேறெதுவும் கண்டடையப்படவில்லை. இருப்பனும் அந்த அமைப்பை மறுத்து ஏற்பட்ட மாற்று வாழ்க்கைமு றைகூட அதன் நிச்சயமின்மையால் விவாதப்புள்ளியிலேயே சுழன்றபடியிருக்கிறதே அன்றி முதிர்ந்த நிலைக்குச் செல்லவில்லை. அப்படி முன்னகர்வு சாத்தியப்பட்டவற்றிலும் கூட ஐயமும் நம்பிக்கையின்மையுமே நீடிப்பதால் குடும்பத்தின் விதிகளும் கடமைகளும் இறுகிவிட்டிருக்கின்றன. அன்பென்றும் உறவென்றும் அது எழுப்பும் சுவர்களோ தப்ப இயலாத அளவிற்குச் செங்குத்தானவை. ஒரே சமயத்தில் ஒருவனைக் காக்கும் அரணாகவும் நசுக்கும்

இயந்திரமாகவும் குடும்பம் திகழ முடியும். ஆற்றலின் உறைவிடம் போலும் சிறகுகளை முறிக்கும் கூடம் போலும் தன்னை மாற்றிக் கொள்ளவும் அதனால் இயலும். உறவுகளின் வழியாக மகிழ்ச்சியின் அலையால் தூக்கப்படும் நபர் கரையில் என்ன விபரீதம் காத்திருக்கப் போகிறதோ எனத் தவிக்கும் மனநிலையின் கேந்திரமாக விளங்கவும் குடும்பத்தால் முடியும். அப்படிச் சிதைந்த ஒரு குடும்ப அங்கத்தினன் ஒருவனது மன உலைவுகளும் பரிதவிப்புகளும் தனிமையுமே இந்நாவல். ஆனால் ஏற்கனவே இங்குள்ள பல நூறு குடும்ப நாவல்களைப் போன்றதல்ல இது. ஏனெனில் குடும்ப நாவல் என்னும் பெயர்பலகைக்கு பின் குவிந்து கிடக்கும் நூல்கள் பீதியூட்டுமளவிற்கு பிரம்மாண்டமானவை. ஆயினும் அவற்றுள் தீவிரப் படைப்புகளை அடையாளம் காண்பதொன்றும் அவ்வளவு கடினமுமல்ல. ஏனெனில் அவற்றுள் வாழ்க்கை கொதித்துக்கிடக்கும் ஆக்கங்களின் வரிசை நினைப்பதற்கு மாறாகக் குறைவானதே. எனினும் இச்சிறு எண்ணிக்கைக்குள் சேரக் கூடிய நாவல் தேவிபாரதியினுடையது. கடந்த இருபது ஆண்டுகளில் வெளிவந்த சிறந்த நாவல்கள் எதன் முன்பும் துணிவுடன் நிற்கும் தகுதிகொண்ட படைப்பு 'நீர்வழிப்படூஉம்' ஆகும்.

அஞ்சல் அட்டை ஐந்து பைசாவுக்கு விற்கும் காலத்தில் நடக்கும் இந்நாவலின் கதைசொல்லி(நாவல்சொல்லி?) பதின்பருவத்தை அப்போதுதான் கடந்த பிராயத்தில் இருக்கிறான். நாவலின் நாயகராக எனவே மையமாக விளங்குகிற குடிநாவிதரான காரு மாமாவின் மரணத்துடன் தொடங்கும் நாவல் அவரைக் காடு சேர்ப்பதற்குள்ளாகவே தன் பாதையை வாசகருக்குக் காட்டித் தந்து விடுகிறது. நாயகரொருவர் முக்கியத்துவம் பெறுவதற்கு துணைப் பாத்திரங்கள் வேண்டுமல்லவா? காரு மாமாவின் ரத்தச் சொந்தங்களாக இடம் பெற்றிருக்கும் அம்மனிதர்கள் அவரரவர்களுக்கே உரிய தனித்துவத்துடன் மேலெழுகிறார்கள். அது இந்நாவலை மேலும் சிறப்பிற்குரியதாக மாற்றுகிறது.

ஊர்ப் பண்ணையக்காரர்களை அண்டிப் பிழைக்கும்படி விதிக்கப்பட்டச் சமூகமொன்று ஒரு காலகட்டத்தில் எவ்வாறு தங்கள் வாழ்க்கைகளை அவர்களின் நிழலையொட்டி எவ்விதக் கேள்விகளுமின்றி அமைத்துக் கொண்டு வாழ்ந்துத் தீர்த்தன என்பதன் சான்றாகவும் இந்நூலைக் கருத முடியும். அவர்களிடம் குறுகிப் பணிவிடை செய்தால் மட்டும் வயிறாற முடியும். அதுவே

அன்றைய நிலை. எனவே அது பழைய கதை. ஏனெனில் காரு மாமாவுக்கு அடுத்தத் தலைமுறையினர் நகரில் பரவுவதன் ஊடாக அந்த மேல் X கீழ் அடுக்குகள் மெதுவாக இல்லாமல் போவதும் கூட சம்பவங்களால் உணர்த்தப்பட்டு விடுகிறது. அப்படிச் செல்வதால் தான் அந்தக் கிராமமே ஒரு கட்டத்தில் கைவிடப்பட்டுப் புதர்கள் மண்டிய சிதலமடைந்த வீடுகளுடைய வெற்று நினைவுச்சின்னமாக அங்கு வாழ்ந்தவர்களுக்கு மாறி விடுகிறது. அப்படியான ஒரு காட்சியை சில பத்தாண்டுகளுக்குப் பின் ஒரு பார்வையாளனாகக் கண்டதன் வழியாகவே இந்நாவல் மனதிற்குள் தோன்றியதாக முன்னுரையில் தேவிபாரதி எழுதியிருக்கிறார். இதனை ஆசிரியர் நேரடியாக அல்லாமல் குறிப்பால் உணர்த்தியிருந்தாலும் கூட இந்நாவல் வேர்கொண்டிருப்பது காருமாமாவிலும் அவரது தொப்புள் கொடி உறவுகளிலுமே. வாழ்க்கைக்கு பெரிய அர்த்தங்கள் ஏதும் இல்லை எனினும் எத்தகையத் துயருக்கிடையிலும் இவ்வுலகில் எதைக் காட்டிலும் வாழ்க்கை முக்கியத்துவமுடையது தான் என்கிற அடிக்கோடிட்டப்பட வேண்டிய செய்தி உட்பொதிந்துள்ளது. வீழ்ச்சியுற்றவனின் கதையால் அதை ஒரு படைப்பின் வழியாக அறிய நேரும் போது அச்செய்தியிலுள்ள உண்மைத்தன்மை மேலும் துலக்கமாகி விடுகிறது. ஏனெனில் யாருமற்றவராகக் கயிற்றுக் கட்டில் முடங்கிக் கிடக்கும் காருமாமா அந்த நிலையிலும் கூட தன் பண்ணையக்காரர்களின் நல்லது கெட்டதுகளில் போய் நின்று ஏவல் வேலைகளைச் செய்யாமல் விட்டதில்லை.

தாய்வழிச் சொந்தங்கள் மூலம் அறிய நேர்ந்த 'பட்டக் கதைகளே' இவை எனப் பீடிகை போட்டுத் தொடங்கும் இந்நாவல் கருணையேயற்ற வாழ்க்கையை மென்று விழுங்கி மாய்ந்துபோன காருமாமாவின் செல்லரித்தக் கொடுங்காலத்தை இரக்கமற்ற தொனியில் கூர்மையான மொழியால் மீட்டுருவாக்கம் செய்கிறது. சபிக்கப்பட்ட வாழ்க்கை எவருக்கெல்லாம் விதிக்கப்பட்டிருக்கிறதோ அவர்களுக்கு மரணம் விடைபெறல் அல்ல, அது ஓர் விடுதலை. கெட்டித்தட்டிப்போன அன்றாடங்களிலிருந்து மீட்சி அடைவது எத்தகையதொரு ஆசுவாசம்..! அவ்வாறு சபிக்கப்பட்ட காரு மாமா வெவ்வேறு காலகட்டங்களில் எப்படியானதொரு வாழ்க்கையை மென்று விழுங்கினார் என்பதை காலத்தைக் கலைந்த வரிசையில் அடுக்கி, நாவலுக்குள் இடம்பெறும் ஒரு பாத்திரமே கதையை சொல்லிச் செல்லும் உத்தி மூலம் தேவிபாரதி நாவலை வளர்ந்திச் செல்கிறார். மார்க்கேஸின் குறுநாவலான 'முன்கூறப்பட்ட சாவின்

சரித்திர'த்தின் வடிவம் ஏனோ நினைவுக்கு வந்து கொண்டே இருந்தது. இரண்டுமே மரணத்தை முன் வைத்துச் சம்பவங்களை முன்பின்னாகக் கோர்த்து நகர்கிறது என்ற ஒற்றுமை உள்ளது என்றபோதும் தேவிபாரதியின் இந்நாவல் தன் பேசுபொருள் சார்ந்து முற்றிலும் மாறுபட்டது. தனித்துவமானது. அடர்த்தியும் செறிவும் கொண்டிருக்கும் இந்நாவல் தமிழ் நவீனத்துவ இலக்கியத்தில் தனக்கெனப் பிரத்யேக இடத்தை ஐயத்திற்கு அப்பாற்பட்டு நிறுவிக்கொள்கிறது.

காலத்தால் இரக்கமின்றிக் கைவிடப்பட்ட பலநூறு தமிழகக் கிராமங்களில் ஒன்று போல தட்டுப்படுகிற, கொங்கு நிலப்பரப்பின் மிகச்சிறிய ஊர் உடையாம்பாளையம். அங்கு குடிநாவிதம் செய்து பிழைத்த சில குடும்பங்களுக்குள் நிலவியப் பிணைப்பும் பகையும் அன்பின் ஈரமும் மட்டுமல்ல அம்மனிதர்களது தனிமையின் தீவிரத்தாலும் ஆன நாவல் இதுவாகும். பெரிய நாவல்கள் குறித்த ஓயாதக் கருத்துருவாக்கங்கள் தீர்க்க முடியாத நோய் போல பீடித்திருக்கும் வேளையில் இருநூறு பக்கங்களைக் கூட எட்டத் திராணியற்ற இந்நாவல் அளிக்கும் அனுபவம் வாசகச் சமநிலையில் நிலைகுலைவை உண்டாக்கி விடுகிறது. எடை மிகுந்த கணங்கள் நாவலுக்குள் தான் வருகின்றனவேயன்றி நூலைத் தூக்கிச் சுமக்கும் கைகளுக்கு இல்லை.

ஒரு அர்த்தத்தில் நாவல் இப்போதுள்ள தீவிரத்தை அடைய கதைசொல்லியின் பெரியம்மா(காரு மாமாவின் அக்கா) பாத்திரமே முதன்மைப் பங்கை வகிக்கிறது. இன்னும் கூறினால் இவர் தான் நிகழும் அனைத்திற்கும் காரணியாக விளங்குகிறாரோ என்ற ஐயமும் எழாமலில்லை. இரண்டு வயது கைக்குழந்தையை விட்டுவிட்டு மரித்துப் போகும் அவளது கணவனின் ஊரே உடையாம்பாளையம். இந்தச் சூழ்நிலையிலும் கூட, தாய் அழைத்தும் அவ்வூரை விட்டுச் செல்ல அவள் சம்மதிப்பதில்லை (அவ்வூரில் பெரியம்மா பிரசவம் பார்த்த பெண்களுக்கே குழந்தை பிறந்து அவளது முன்பாகவே அப்பெண் வரும் காட்சி உவப்பூட்டக்கூடிய ஒன்று). எனவே அவ்வூர் பண்ணையக்காரர்களுக்கு நாவிதம் செய்து வந்த கணவனின் இடத்திற்கு ஆளைச் சேர்த்தாக வேண்டும். ஊர்க்காரர்களோடு அவளும் அலைகிறாள். பிறகு ஊருக்கருகிலேயே முத்தையன் வலசிலிருந்து உறவினனைக் கூட்டி வந்து குடி அமர்த்துகிறாள். அவரது மனைவி கோபம் கொண்டு அவரை விட்டுச் சென்றதும் எங்கெங்கோ தேடியலைந்து இரண்டாம் தாரமாக சவுந்திராவைக்

கட்டி வைப்பவளும் பெரியம்மாவே. அதற்குரிய நன்றியுடன் சில காலம் கழிந்தாலும், அப்படியே சுமுகமாக சென்று விட்டால் காலம் கருணைமிக்கது என நம்பத்தலைப்பட்டு விடுவோமில்லயா..! அவ்வளவு நல்லுணர்ச்சிக் கொண்டவர்களால் ஆனதல்லவே இவ்வுலகம். எனவே நீறு பூத்த நெருப்பாக கனன்று கொண்டிருந்த புகைச்சலும் வன்மமும் மெல்லப் பெருகி ஒருநாளில் எல்லை மீறுகிறது. சந்தேகத்தின் நஞ்சை விழுங்க முடியாத சவுந்திரா வெள்ளைச்சேலைக்காரியான பெரியம்மாவை அவமானப்படுத்தி தூற்றி வசவுகளைப் பொழிகிறாள். முகதாட்சண்யமே அற்று விடுகிறது. பிறகு அவ்வூருக்கு, ரங்கபாளையத்தில் தங்கைகளோடு சிரமஜீவிதம் நடத்தி வரும் தம்பியான காருவைக் கொண்டுவந்து சேர்க்கிறாள் பெரியம்மா. காரு மாமாவின் பிள்ளைகள் இடுப்பிற்கு மேல் வளர்ந்த வயதில், அரசல்புரசலாக அவ்வூரில் உலவிய வதந்தி ஒரு நாள் ஊர்ஜிதம் ஆகிறது. மாமாவின் மனைவியான ராசம்மா அத்தை செட்டியுடன் ஓடிப்போகிறாள், இக்கெடு சம்பவத்தால் காரு மாமா என்ன ஆனார் என்பதை உறவுகளின் பின்புலங்களைத் திரைச்சீலையாக அமைத்து கதைசொல்லி வாசகர் முன் எழுப்பிக்காட்டும் -சீரற்ற ஆனால் உள்ளார்ந்த தொடர்பைக் கொண்டிருக்கும்- வாழ்க்கையின் தொகுப்பே ‘நீர்வழிப்படூஉம்’. அத்தை நீங்கிச் சென்றதைக் கூட உணர்ச்சியற்று எதிர்கொள்ளும் காருமாமா தன் குழந்தைகளையும் இழுத்துக் கொண்டு சென்று விட்டாள் என்பதை அறிந்ததும் தன் பலமனைத்தையும் அங்கேயே இழந்து முதல் வலிப்பு நோய்த் தாக்குதலுக்கு உள்ளாகிறார். பிறகு அவர் மனதாலும் உடலாலும் சிதைந்து போவதே நாவலாக இருக்கிறது. ராசம்மா அத்தையின் அந்த அந்நிய உறவு சார்ந்த தகவல் சில வரிகளில் மட்டுமே இடம் பெறுகிறது. வேறெங்குமே அது விவரிக்கப்படுவதில்லை.

கதைசொல்லியின் அம்மாவான முத்துவுக்கும் காருமாமாவிற்கும் (முத்துவின் அண்ணன்) இடையே ஒரு தந்தைக்கும் மகளுக்கும் உள்ளதைப் போன்ற அசாத்திய அன்பு நிலவுகிறது. சிறுவயதிலேயே நிர்கதியாக விட்டுப் போன அப்பாவின் ஸ்தானத்தில் காருமாமா தான், சிறகில் மூடி அவர்களை வளர்க்கிறார். எனவேதான் ‘பாசமலர்’ திரைப்படத்தை வெறும் சினிமாவாக அவளால் பார்க்க முடிந்ததேயில்லை. அது அவள் யாரிடம் எவ்வாறு வளர்ந்தளோ அதன் காட்சி வடிவம். அந்தப் படத்தை பல தடவை அவள் பார்த்திருந்த போதும் அதன் பாடல்களை ஒவ்வொரு முறைக் கேட்கும் போதும் முதல் தடவை கேட்பவள் போல

உணர்ச்சிவயப்படுவளாகக் கண்ணீருடன் பரவசப்படுபவளாக மாறுகிறாள். அந்தச் சினிமாவின் முதன்மைப் பாத்திரங்களாக தன் அண்ணனையும் தன்னையும் வைத்துக் கொள்வதோடு நிற்கவில்லை, உச்சமாக அந்த நாயகனின் பெயரை தான் கதைசொல்லிக்கு வைத்திருக்கிறாள் என்கிற தகவல் திகைக்க வைத்து விடுகிறது. 'மலர்ந்தும் மலராத...' பாடலைக் கேட்டதும் அவள் ஆற்றும் இரு செயல்களில் முதலாவது வீட்டைப் பூட்டுவது இரண்டாவது அண்ணனின் வீட்டு வாசலில் சென்று நிற்பது. சினிமாவை வாழ்க்கையின் ஒரு பகுதியாகவே கருதும் அந்த மனநிலையை ஏளனமாகவோ கிண்டலாகவோ காண வேண்டியதில்லை. ஏனெனில் அவளது அண்ணன் அவளுக்கு மணமுடித்து வைக்க எங்கெங்கு திரிந்து எவரெவர் காலில் விழுந்து கரையேற்றினான் என்பது மனதை உலுக்குபடி நாவலில் காட்டப்படுகிறது. பிறகு அவனைக் கண்ணீரின்றி வேறெப்படி அவளால் நினைவுக்கூரமுடியும்? அதே காரு மாமா எவரும் அற்றவராக நோயில் விழுந்து தனிமையில் புழுங்கி வெற்றுக் கூடாக மாறுகிறார். ஒரே ஒரு முறை சிறுவெளிச்சம் அவர் வாழ்க்கையில் எட்டிப் பார்க்கிறது. பழனிமலை அடிவாரத்தில் முடி எடுப்பவர்களுக்கு எடுபிடி வேலை செய்பவளாக ராசம்மாவைக் கண்டதாக ஊரார் வந்து சொல்லக் கேட்டு கிளம்பிப் போகிறார். மனப்பிறழ்வின் முதல் அடி அங்கு விழுகிறது. தனியாக ஊர்த் திரும்பும் போதே கிட்டத்தட்ட அவர் கதையின் அடுத்த அத்தியாயங்கள் எழுதப்பட்டு விடுகின்றன.

நாவலில் பெண்களுக்கிடையே அதாவது ஒரு வயிற்றில் பிறந்த அக்காள் தங்கைகளுக்கிடையே நிலவும் அன்னியோன்யமும் நேசமும் அவர்களுக்கு ஒன்று விட்ட சகோதரிகளுக்குள்ளும் அவ்வூருக்கு மணம் முடித்து வந்த நெருங்கிய உறவுகளுக்குள்ளும் ஏற்படுவதில்லை. வன்மமும் சாபமும் பழிதூற்றலுமாக அவ்வுறவு ஒவ்வொன்றும் முறிந்து போகின்றது. சவுந்திராவுடன் உண்டான பூசலின் காரணமாகக் காருவை வரவழைத்து குடியமர்ந்தும் பெரியம்மா பாதிக் குடிகளை அவருக்கு வழங்கும்படி செய்கிறார். கெடுவிதி போல அந்த சவுந்திரா வயிறு வீங்கி படுக்கையில் கிடந்து அது புற்றுநோயோ என அஞ்சி உழல அவ்வீட்டை இருள் சூழ்கிறது. எனவே அவர்களது குடிகளும் மெல்ல காரு மாமாவிடம் செல்கின்றன. ஆவேசமும் உக்கிரமுமாக சவுந்திரா, காரு மாமாவின் குடும்பம் மண்மூடிப் போகும்படிக்குச் சபிக்கிறாள். அவளது எரிந்த சொல் நின்று பேசி விட்டதோ எனும்படிக்கு காரு

மாமாவுக்கு தாங்க இயலாத அவமானமும் இறுதிவரை எழவே முடியாத வீழ்ச்சியும் நடந்தேறுகின்றன. ராசம்மா அத்தையின் செயலைக் கேள்விப்பட்ட சவுந்திரா பலமேயற்று எழ முடியாத நிலையிலும் கூட தட்டுத் தடுமாறி எழுந்து சென்று, காருவின் குடும்பம் ஒன்றுமற்றுப் போனதற்கு கோவிலில் விழுந்து வணங்கிச் சிரிக்கிறாள். அந்த மூர்க்கம் திகைக்க வைக்கிறது. ஒரு காலத்தில் பெரியம்மாவின் உடன்பிறந்தவளை விடவும் ஒருபடி மேலாக பாசத்தோடு கிடந்த சுந்தராண்டி வலசு பெரியம்மாவுடனும் சண்டை மூண்டு விடுகிறது. அவள் இறப்பிற்கு கூட போக முடியாத அளவிற்கு அது வீர்யம்மிக்கதாக இருக்கிறது. ஆனால் அந்த வெப்பம் மிகுந்த சண்டைக்கானக் காரணத்தைக் கதைசொல்லியே அறிய முடியாது போய்விடுவதால் வாசகரும் அதை ஒரு தகவல் போல மட்டுமே தெரிந்து கொள்ள முடிகிறது. ஓடிப்போன ராசம்மா அத்தை, காருவின் உடன்பிறந்தவர்களால் வசவுகளாலும் தூஷணைகளாலுமே நினைவு கூரப்படுகிறாள். எவ்வளவு பாடுகளுக்கிடையிலும் இணைப்பிரியாது விட்டுக் கொடுத்தபடியே சொந்தச் சகோதரிகள் தங்களுக்கு விதிக்கப்பட்ட வாழ்வை எதிர்கொள்கிறார்கள். அவர்களுக்குள் வெளிப்படையான பிணக்கே கிடையாது. இது அழகையும் வியப்பையும் ஒருங்கே கொண்டிருக்கிறது.

சில உயிரற்ற வஸ்துகள் மனிதர்களுக்கு அளிக்கும் ஆறுதல்களையும் ஆசுவாசத்தையும் இந்நாவல் மிக நுட்பமாக அணுகியிருக்கிறது. அஞ்சல் அட்டை ஒரு உயிரின் வடிவமாகக் கைகளுக்குள் புழங்குகிறது என்றால் தனிமையில் வீழ்ந்து கிடக்கும் காருமாமாவுக்கு டிராஸ்சிஸ்டர் சக மனிதனைப் போலத் தேற்றுப்படுத்தும் கரமாக மாறிப்போகிறது. சவுந்திராவின் கணவரான முத்தையன் வலசு பெரியப்பா அதன் அலைவரிசையைப் பிடித்து பாடல்களையும் ஒலிச்சித்திரங்களையும் ஒலிக்க விடுகையில் அதன் மீதேறி மிதந்து பழைய காலத்திற்குள் உலவுகிறார் காருமாமா. சட்டென்று பேட்டரி தீர்ந்து நின்று விடுகிறது. உயிரையே பிடுங்கி விட்டார் போன்ற பதைபதைப்புடன் மல்லுக்கு நிற்கிறார், பிறகு விஷயம் அறிந்து அந்த பேட்டரி செல்களை வாங்க பல மைல்கள் நடந்தே செல்கிறார். எங்கெங்கோ திரிந்து வாங்கி இரவெல்லாம் நடந்து ஊர் வந்து சேர்ந்து வெற்றிப் பெருமிதத்துடன் 'இப்ப போடுங்க கேக்கலாம்' என்கிறார். அந்த இடம் வாசகனாக என்னை உலுக்கியது. ஒன்றுமற்றவனாக ஒருவன் ஆகும் போது அவன் மனதிற்குள் நிகழ்வதென்ன என்கிற புதிரை நோக்கிப் படைப்பாளி

இறங்கி செல்லும் இது போன்ற இடங்கள் மிகவும் முக்கியம் என்று தோன்றுகிறது. இவ்வாறான தீவிரமானக் கணங்களே ஒரு படைப்பின் தரத்தை மேலதிகமாக தூக்கி நிறுத்துகிறது. போலவே அந்த காருமாமா இறந்த பின் பனிரெண்டு வருட அயல்வாசத்திற்குப் பிறகு தாலி அறுக்க, உடைந்து நொறுங்கிப் போனவளாக ஏதுமற்று வந்து நிற்கிறாள் ராசம்மா அத்தை. அத்தனை வருடக் குமைச்சல்களையும் உள்ளக்குமுறல்களையும் பேசித் தீர்த்த பின் காருமாமாவின் ட்ரங்க் பெட்டியிலிருந்து தாயக்கட்டைகள் கிடைக்கின்றன. கோடிழுத்து விளையாட ஆரம்பிக்கிறார்கள். அந்த ஆட்டம் நாவலின் உச்சம் போல நிகழ்கிறது. தாயக்கட்டை அந்த சூழலில் ஆற்றும் வினையையும் விளைவையும் கண்டு திடுக்கிட்டுப் போனேன். கட்டங்களும் காய்களும் வெற்றித் தோல்விகளுமாக மாறி மாறி நடந்து கொண்டிருக்க ராசம்மா அத்தையையும் அவளது மகளையும் அந்த ஆட்டத்தின் மூலமே மீண்டும் குடும்ப அங்கத்தினர்களாக மாறும் மாயம் கண்முன்னேயே நடக்கிறது.

நாவலில் கரிய நகைச்சுவைகள் ஆங்காங்கே தட்டுப்படுகின்றன. அது புன்னகையையும் வெடிச்சிரிப்பையும் வரவழைப்பவையாக உள்ளன. பெரியம்மாவுக்கும் முத்தய்யன் வலசு பெரியப்பாவின் மூத்த தாரத்துக்கும் சென்னிமலையின் ஊர் நடுவே வாய்ச்சண்டை மூள்கிறது. சகிக்க முடியாத வசவுகளின் ஊர்வலம். அதை ஓரளவு விஸ்தாரமாக எழுதியிருக்கலாம் என்கிற அங்கலாய்ப்பு எனக்குண்டு. அப்போது அவர்களை விலக்கும் கம்யூனிஸ்ட் தோழர் ஒருவர், இருவரையும் ‘தோழர்’ என விளித்து நடந்து கொள்ளும் முறையை இதற்கு ஓர் உதாரணமாகச் சொல்லலாம்.

நாவல் முழுக்கவுமே விவரணை மொழியாலேயே அமைந்திருக்கிறது. எனவே சில சொற்கள் மீண்டும்மீண்டும் ஆசிரியரால் பயன்படுத்தப்பட்டிருக்கிறது. கிட்டத்தட்ட நாவலில் பெரும்பான்மையினர் ஏதோ ஒரு சமத்தில் ‘திகைத்து’ப் போனவர்களாக ‘திடுக்கிட்ட’வர்களாகவே உள்ளனர். உரையாடல்கள் மிகவும் குறைவு. அந்தப் பேச்சுகள் கூட கதைசொல்லி அனுமதிக்கும் எல்லை வரை மட்டுமே. அவர்கள் அச்சூழலில் கைவீசியபடி சாவகாசமாக என்னென்ன அளவளாவியிருப்பார்கள் என்பது நாவலின் வடிவம் காரணமாக மட்டுப்படுத்தப்பட்டிருக்கிறதோ எனத் தோன்றுகிறது. காரு மாமாவின் இறப்பிற்கு அவளது தங்கை லிங்க நாவிதனிடம் படித்த

ஒப்பாரிப் பாடலை பாடும் பகுதி நாவலுக்குள் வருகிறது. அங்கு சுற்றி நின்றவர்களில் ஒருவராக வாசகரைக் கருதவைக்கும்படியான பகுதி அது. ஆனால் அந்த ஒப்பாரிப் பாடலிலிருந்து சில வரிகள் கூட நாவலில் தரப்படவில்லை. அது குறைதான். குறைந்தச் சொற்களில் தீட்டிக்காட்டப்படும் லிங்க நாவிதனின் சித்திரம் உயிர்ப்புடன் முன்னால் நிற்கிறது. யதார்த்தவாத வகைமையைச் சார்ந்தது எனினும் கூட அதை மீறிச் செல்லும் இரு தருணங்கள் நாவலுக்குள் இருக்கின்றன. லிங்க நாவிதன் மரணம் அடைந்த சேதி கேட்டு அவனிடம் பாடம் படித்த ஊர்ப்பெண்கள் எழுப்பும் ஒலி இறந்து கிடக்கும் லிங்க நாவிதனின் காதில் விழுந்து சட்டென கண் திறந்து பார்த்ததாகச் சூழ நின்றவர்களுக்குத் தோன்றும் இடமும் தாயக்கட்டையின் வழியாக தன் மனைவி மக்களை அந்த வீட்டோடு இணைத்து விடுவதற்கு பின்னால் காரு மாமாவின் கைங்கர்யம் இருக்குமோ என்கிற சந்தேகம் கொள்ள வைக்கும் இடமும் அத்தகையதே. ஏனெனில் இறந்த காரு மாமாவின் ட்ரங்க் பெட்டியிலிருந்து தான் அந்த கட்டைகள் எடுக்கப்படுகின்றன. தன் மகளுக்காக அவர் இறுதிவரை சேர்த்து வைத்த தங்க நகைகளை அப்போது தான் பெரியம்மா உரியவர்களிடம் ஒப்படைக்கிறாள்.

முந்தைய இரு நாவல்களிலிருந்து முற்றிலும் வேறுபட்டு எழுதப்பட்டிருக்கும் 'நீர்வழிப்படூஉம்'-இல் தேவிபாரதியின் படைப்பூக்கம் மிளிரும் தருணங்கள் நாவலெங்கும் விரவிக் கிடக்கின்றன. வாசகர் எங்கேனும் பராக்கு பார்க்கவும் கற்பனையில் ஆழவும் அனுமதிக்காதப் படைப்பு இது. கைவிடப்பட்டவர்களின் கண்ணீரால் ஆன கதையை எவ்வித நெக்குருகலும் இன்றி 'ஐய்யோ..' என ஓலம் எழுப்பாமல் வாசிப்பவரை தொந்தரவுக்குட்படுத்தும் படைப்பு. இந்நாவலை பெண்களால் எழுதப்பட்ட ஆண்களின் கதை என்று சொல்லலாம். குறைகளாகப்பட்டவற்றைச் சுட்டிக்காட்டி இருப்பினும்கூட ஆசிரியரின் மிகச்சிறந்த படைப்பு இதுவே. இந்நாவல் குறைந்தபட்சம் தென்னிந்திய மொழிகளிலேனும் மொழிப்பெயர்க்கப்பட வேண்டும்.

நீர்வழிப்படூஉம் (நாவல்) – தேவிபாரதி. தன்னறம் வெளியீடு. விலை. ரூ. 220.00.

*- **தமிழ்வெளி**, ஜனவரி '23 இதழ்*

உதிராத நட்சத்திரம்

“என்ன வாசிக்கறோம் என்பது எவ்வளவு முக்கியமோ, அதை விட முக்கியமானது எப்படி வாசிக்கறோம் என்பது...”

– பழனி சுப்ரமணிய பிள்ளை

மரபானக் குடும்பங்களிலிருந்து பரம்பரையாகத் தொன்றுத் தொட்டு வருகிறக் கிளையொன்றிலிருந்து தோன்றுகிறவர்களுக்கே இசையின் வாயில்கள் திறக்கும் என்பதற்கு ஏராளமான சான்றுகள் உள்ளன. அவ்வாறில்லாமல் சங்கீதத்திற்குத் துளியும் சம்பந்தமில்லாதக் குடும்பம் ஒன்றிலிருந்து வந்த ஒருவர், இன்று வரை தொடர்கிற ஓர் இசை மரபின் காரணகர்த்தராக விளங்கினார் என்பது ஆச்சரியமான ஆனால் உவப்பூட்டுகிற உண்மை.

சோழர்கள் காலந்தொட்டு பின்னர் வந்த நாயக்கர், மாராட்டிய மன்னர்கள் காலம் வரையில் தஞ்சையில் கலைகளைப் போஷித்து வளர்த்ததன் பேறாக நெடிய வரிசையில் அமைந்த பெருங்கலைஞர்கள் அங்கு உருவாகினர். போலவே அதை வெட்டி ‘புதுக்கோட்டை வழி’ என்ற ஒன்று உருவானது. அஃது தோல் வாத்தியத்தை அடிப்படையாகக் கொண்டது (நாதஸ்வரத்துடன் இசைக்கப்பட்ட தவில் இதற்கு வழிவகுத்தது).

இதன் மூலாதார வித்து அரண்மனையில் லாந்தர் விளக்குச் சேவை செய்பவரிடமிருந்து தோன்றியது என்றால் நம்ப முடிகிறதா? வரலாற்றில் பல்வேறு திருப்புமுனைகள் எளிய ஆனால் தீவிரமான தொடக்கத்தைக் கொண்டிருப்பது நினைவுக்கு வருகிறது. அவர் பெயர் மான்பூண்டியா

பிள்ளை (பிள்ளை என்பதை இசை வேளாளர் எனக் கொள்க). விளக்குச் சுமப்பது தொழில் என்றாலும் அவர் மனம் கேட்ட கச்சேரியிலேயே லயித்திருக்கிறது. ஊசலாட்டங்களுக்குப் பிறகு மாரியப்ப தவில்காரரிடம் குருகுல வாசத்தில் சேர்கிறார். பிள்ளை டேப் அடிப்பதில் வல்லவர். கணக்குகள் அவரிடம் சுத்தமாகப் பேசுகின்றன. அவரது திறனைக் கண்ட மாரியப்பா அந்த 'டேப் அடிப்பதை ஒட்டி ஒன்றைச் செய்துகொள்ளச் சொல்கிறார். பல முயற்சிகளுக்குப்பின் அவர் தயாரித்ததே 'கஞ்சிரா'. அதில் பல சொற்களும் பயின்று வரும்படி தேர்ச்சி அடைகிறார். பிறகு அதையெடுத்துக்கொண்டு தஞ்சை, கும்பகோணம், சென்னை என அலைந்து சங்கீத விற்பன்னர்களிடம் வாசித்துக் காட்டி உச்சிமுகரும் பாராட்டுகளுடன் நிறைகிறார். மிகக் கடினமான ஒரு சவாலிலுமே கூட வெல்கிறார் பிள்ளை. அவர்களால் மான்பூண்டியாவின் கஞ்சிராவுக்கு மகுடம் சூட்டப்படுகிறது. பிறகு சுபாவமாகவே சிஷ்யர்கள் இணைகிறார்கள். அவர்களில் 'மிருதங்க மேதை' தட்சிணாமூர்த்தி பிள்ளை மிகவும் முக்கியத்துவமுடையவர். இவரது பின்னணியிலும் மரபேதுமில்லை. அரண்மனையில் காவல்காரராக இருக்கிறார். பிள்ளையால் ஈர்க்கப்பட்டு அவரிடம் வந்து சேர்க்கிறார். இன்றுமே சில கலைஞர்கள் இரட்டை வாத்தியங்களில் தேர்ந்தவர்களாக இருப்பதை பலரும் அறிந்திருக்கலாம். கஞ்சிரா, தவில், மிருதங்கம் எனத் தோல்கருவிகளை லய சுத்தத்துடன் கடினமான கணக்குகளை தங்கள் பயிற்சியால் ஈடேற்றிய இக்கலைஞர்கள் கச்சேரிக்கென்று பிரத்யேகமாக தன் மனோதர்மத்திற்கு உகுந்த வாத்தியத்தையே தேர்ந்தெடுத்திருக்கின்றனர் (இது போக பழனி சுப்ரமணியப் பிள்ளை நன்றாகப் பாடுவார். ஜி.என்.பி. அவர் பாடிக் கேட்பதை விரும்பி இருக்கிறார்). அவ்வகையில் தட்சிணாமூர்த்தியும் அதன் பின் வந்தவர்களும் மிருதங்கத்தின் விரல்களாக இருப்பதையே பெரிதும் விரும்பி இருக்கின்றனர். கச்சேரி செய்ய ஆரம்பித்தக் குறுகிய காலத்திலேயே உச்சத்திற்குச் சென்றவராம் தட்சிணாமூர்த்தி. இவரிடம் சிஷ்யனாகச் சேர்ந்த முத்தையா பிள்ளையின் முயற்சியாலேயே மான்பூண்டியாவுக்கு கோவில் எழுப்பப்பட்டிருக்கிறது.

'உள்ளே' அவ்வளவாக ஏதும் இல்லாதவர்களை அல்லது அதற்கான அடிப்படை விருப்பம் வாய்க்கப்பெறாதவர்களை பிறர் எத்தனை புளி போட்டு துலக்கினாலும் புடம் போட்டாலும் கூட கலை அவர்களுக்கு தன் ஓரக்கண்ணைக் கூடக் காட்டாது போலும். முத்தையா பிள்ளையின் மூத்த தாரத்தின் இரண்டாவது மகனான

பழனி சுப்ரமணிய பிள்ளை இடது கை பழக்கம் உடையவர். அது கலைக்கு சம்பிரதாய விரோதமாகக் கருதப்பட்டதால் தந்தையால் தூஷணையுடன் ஒதுக்கி வைக்கப்பட்டார். இளைய தாரத்து மகனுக்கு மிருதங்கப் பயிற்சிகள் நடக்கின்றன. ஆனால் அவனுக்கோ விளையாட்டிலேயே நாட்டம் அதிகம். மாறாக விலக்கப்பட்டவனுக்கு இன்னும் கொஞ்சம் வாசித்தலென்ன என்கிற வேட்கை. அதற்காக உடல் தண்டனைகள் கூட கிடைக்கிறது. விரோதப் பாவத்துடன் நடத்தப்படுகிறார். ஆனாலும் மிருதங்கத்தின் மீது தனக்குள்ள அடங்காத தாபத்தைத் தணிக்க அவனால் இயலவில்லை. அந்த இடதுகைக்காரனான சுப்ரமணியபிள்ளை வாசிக்க அனுமதி வாங்கித் தந்தவர் அதே தட்சிணாமூர்த்தி தான். அபாரமான மேதையாக உருவாகக் கூடியவன் எனக் கணித்தவரும் அவரே.

அதே இடக்கையைக் காரணம் காட்டிக் கச்சேரி மறுக்கப்படுகிற போது இயற்கையாகவே அவருக்கான நாற்காலி அமைகிறது. பாலக்காடு மணி ஐயருடன் (மதுரை மணி ஐயர் அல்ல) செம்பை வைத்தியநாத பாகவதருக்கு ஏற்பட்ட மனத்தாங்கல் அவரிடத்தில் பிள்ளையை அமர வைத்தது. பிறகு பிள்ளைக்கு வாசிப்பிலிருந்த அபாரமான ஞானம் அவரை பெரிய இடங்களுக்குக் கொண்டு போய் சேர்த்தது. ஜி.என்.பி, மதுரை மணி ஐயர், ஆலத்தூர் சகோதரர்கள் போன்றோரின் கச்சேரிகளுக்குப் பக்கவாத்தியத்துக்கு அவருக்கே அழைப்பு வந்தது. வாய்ப்புகளுக்காக தன் வாசிப்பு முறையை ஒரு போதும் மாற்றிக் கொள்ளாதவர், இரசிகர்களுக்கு பிடிக்கும் என்பதற்காகச் சில உருப்படிகளைச் சேர்க்காதவர், சமரசம் செய்து கொள்ளாதவர் சுப்ரமணிய பிள்ளை என்பது தான் அவரை மட்டற்றக் கலைஞராகக் காலத்தில் நிறுத்துகிறது. ஏனெனில் தட்சிணாமூர்த்தி பிள்ளையிடம் இணைந்தே இவர் கச்சேரிகள் செய்திருக்கிறார். அவரது சொந்த மகனை விடவும் இவரிடமே பிரியமாக இருந்திருக்கிறார்.

மேலும் இரு நிகழ்ச்சிகள் மூத்த மற்றும் சக கலைஞர்களுக்குப் பிள்ளையிடமிருந்த பெரும் மதிப்பை காட்டுகின்றன. இருபதாம் நூற்றாண்டின் நிகரற்ற கலைஞர்களுள் ஒருவரான பாலசரஸ்வதியின் நட்டுவனர் கந்தப்ப பிள்ளையை பழனியின் வாசிப்பு வெகுவாகக் கவர்ந்திருக்கிறது. பழனியை பல ஜதிகள் வாசிக்கச் சொல்லி அதற்கேற்ப பாலாவை ஆடச் செய்வாராம கந்தப்பா. சிகரம் வைத்தாற்போல 'வீணை' தனம்மாள் போன்ற பெரிய மேதை பழனியின் மீது பெரும் மதிப்பு கொண்டிருந்திருக்கிறார். மற்றொன்று எம்.எஸ்ஸுடன் ஆனது. "பழனி ஒரு பல்லவியை

நாட்டைக் குறிஞ்சி ராகத்தில் பாடிக் காட்டினார். 'ரொம்ப கச்சிதமா அழகா இருக்கே' என்று சொன்னதும் உடனிருந்த திருவாலங்காடு சுந்தர்ரேச ஐயரோ 'குஞ்சம்மா இன்னைக்கு கச்சேரியில இதைப் பாடிடேன்' என்றார்... எனக்கு வெலவெலத்து விட்டது. பிறகு பழனியை மீண்டும் பாடச் சொல்லிக் கேட்டு பல்லவியை பாடம் செய்தேன். அன்று முன் வரிசையில் பழனி அமர்ந்திருக்க நான் நாட்டைக் குறிஞ்சியில் ராகமும் தானமும் பாடினேன்...' என்று விட்டு 'எப்படியோ தவறு வராமல் பாடி ஒப்பேற்றி விட்டேன்' என்று எம்.எஸ் சொன்னாராம்(பக்.176).

தொடக்கக் காலச் சோதனைகளுக்கு ஆற்றுப்படுத்தும் முன்னிலையாக விளங்கியவர் கோலார் ராஜம்மாள். முதல் மணவுறவு முறிந்து கச்சேரியும் அமையாமல் விரக்தியில் கிடந்தவரைத் தேற்றி மேலேற்றிய முக்கியமான கரம் இவருடையது. பழனி மீது வெளிச்சம் படரக் காரணமானவர் செம்பை.

ஒரு காலத்தில் வாழ்ந்த இரு மேதைகள் எவ்வாறு தங்களுடன் பரஸ்பரம் மேலதிக மதிப்புக் கொண்டிருந்தனர் என்பதன் உதாரணம் பழனி சுப்ரம்ணிய பிள்ளை - பாலக்காடு மணி ஐயர் இருவருக்குமான உறவு ஆகும். பாடகர் பாடுவதைப் போலவே மிருதங்கத்தில் வாசிப்பது மணி ஐயரின் சிறப்பு. இதில் இவரது உள்ளுணர்வு வெகுவாகச் சிலாக்கியத்திற்குள்ளா கியிருக்கிறது. ஆனால் பழனி சங்கதிக்கு சங்கதி வாசிக்காமல் பாடலுக்கு பொருத்தமான நடைகளை சொற்கட்டுகளை வாசிப்பார். பெரும்புகழில் மணி ஐயர் இருந்த போதும் பழனி தன் பாணியை மாற்றிக் கொள்ளவே இல்லை. மேலுமொன்று வாசிப்பில் சறுக்கல் நேர்ந்தால் பழனி திரும்பவும் முதலிருந்து வருவார் என்றால் மணி ஐயரோ சறுக்கினால் திரும்பாது தொடர்ந்து சென்று கொண்டிருக்கும் இயல்புடையவர். இருவருமே மேதைகள் என்பதால் எது சிறந்தது என்கிற அரட்டை தேவையற்றதாகும். வாத்தியத்தின் மீது மோகம் கொண்ட மணி ஐயருக்கு பழனியின் 'தொப்பி' போல தன்னுடையது வரவில்லை என்கிற மனக்குறை இருந்திருக்கிறது. அதற்காக கருவியில் பல வேலைகள் பார்த்துமிருக்கிறார். பிறகு பழனியின் 'கும்கி'களை வேறு எவரும் அவரளவிற்கு கையாளவுமில்லை. பழனி, மணி ஐயரின் மிருதங்கக் கச்சேரிகளுக்கு கஞ்சிரா வாசித்திருக்கிறார். இதனைத் தொடர்ந்து 'இன்று மிருதங்கம் வாசிப்பவர்கள் எல்லோருமே பழனியின் பாதையிலேயே 90% பின்பற்றுகின்றனர்' (பக்.135) என்கிற நூலிலுள்ள வரிகளை முத்தாய்ப்பாகச் சொல்லத் தோன்றுகிறது.

ஆனால் மணி ஐயருக்கு கிடைத்த அங்கீகாரங்கள், விருதுகள் ஏதும் பழனியின் பக்கம் திரும்பவில்லை. இதற்கு பிராமணர்Xபிராமணர் அல்லாதவர் என்கிற பாகுபாடு அன்றி வேறு காரணம் ஏதும் இருப்பதாகத் தெரியவில்லை. முடிவெடுக்கும் சபைகளில் யார் கை ஓங்கியிருக்கிறதோ அது தானே பேசும். அதுவும் கர்நாடக சங்கீத உலகம் என்றால் கேட்கவும் வேண்டுமா? நூலாசிரியர் லலித்ராம் அதை ஒப்புக் கொண்டாலுமே கூட அதற்கு வேறு சில சமாதானங்களையும் சொல்கிறார். அது சமாதானம் என்கிற அளவில் மட்டுமே ஏற்புடையதாகும்.

ஒரு நூலுக்கு 'துருவ நட்சத்திரம்' எனப் பெயரிட்டு விட்டால் போதுமா? அது ஏன் என வாசிப்பவர் உணர வேண்டாமா? உணர்வது மட்டுமல்ல நூலாசிரியருக்கு நன்றிக்கடன் பட்டவராகவும் வாசிப்பவரை எண்ண வைப்பது சாதாரணமானதல்ல. லலித்ராமின் தேடலும் ரசனையும் உழைப்பும் ஓர் மேதை மேல் கொண்டிருக்கும் அளப்பரிய பற்றுதலும் ஈடுபாடும் இந்நூலில் வெளிப்படுகிறது. பலரையும் கண்டு கேட்டு எழுதியிருக்கிறார். லலித்ராம் முறையாக இசை கற்றுக் கொண்டவர். இசையில் ஆராய்ச்சிகள் மேற்கொள்கிறவர். ஒரு துறைச்சார்ந்தவர்கள் மட்டுமே அறிந்து போற்றி அப்படியே காலத்தில் மறைய விடுகிற மேதைகளை, கலைஞர்களை பொதுசமூகத்திடம் முன் வைப்பவர் இவர்.

லலித்ராம் தொடர்ந்து சிறுகதைகள் எழுதி வருகிறார். அவற்றின் வழி அவருக்கு மொழி படிந்து வருகிறது. அது இந்நூலிலும் தொழிற்பட்டிருக்கிறது. சில இடத்தில் மொழி இன்னும் செறிவுடன் இருந்திருக்கலாம் எனத் தோன்றாமலில்லை. குறையாக ஓரிடத்தை மட்டும் சுட்டிக்காட்டத் தோன்றுகிறது. 'இவர்களுடைய புகழ் திறமையான முதலீட்டாளிடம் கிடைத்த மூலதனத்தைப் போன்றது. வருடங்கள் ஆக ஆக பெருகுமேயன்றி குறையாது'(பக்.142) என எழுதியிருக்கிறார். கலையுலக மேதைகளைக் குறித்து எழுதும் போது இதுபோன்ற லௌகீக உலகின் உவமைகளைத் தவிர்ப்பது நல்லது. அதற்கிணையான உவமைகளைத் தேடிக் கண்டடைந்து எழுதலாம். பழனியின் 'தொப்பி'யை பலரும் 'புறா குமுறுவது போல...' என்று சொல்கிறார்களே, அது போல. என்னவொரு அழகிய உவமை..!

துருவ நட்சத்திரம் – லலிதாராம் – முதல் பதிப்பு 2011, சொல்வனம், பெங்களூரு. பக்கம். 224 ; விலை. ரூ.150/.

ஃபியோதர் தஸ்தயேவ்ஸ்கியின் 'நிரந்தரக் கணவன்'

கோமாளி, பலியாடு, விரோதி...

வெல்ச்சேனினோவ் (*Velchaninov*) இந்நாவலின் பிரதான இரு பாத்திரங்களில் ஒருவன். அவனை மிகமிக அரிதாகவே என்றேனும் தாக்கும் நெஞ்சுவலி அன்று அவன் தொடர்ச்சியாகச் சந்தித்த சில விரும்பத்தகாத நிகழ்ச்சிகள் தந்த மனவழுத்தத்தால் மீண்டும் ஏற்பட்டு விடுகிறது. அதற்கு முற்றிலும் காரணமான நபர் இன்னொரு பிரதான பாத்திரமான பாவ்லோவிச் ட்ரூஸோட்ஸ்கி (*Pavlovitch Trusotsky*). அவர் அவனது அறையிலேயே இருக்கிறார். எனவே உடனடியாகப் பணிப்பெண் மார்வாவைத் துணைக்கழைத்துக் கொண்டு முதலுதவி செய்கிறார். தனது சொந்த மகனின் உயிரைக் காப்பாற்றவது போல துடிக்கிறார். அவரது முயற்சிகளால் வலி குறைந்து வெல்ச்சேனினோவ் சோர்வுடன் தூக்கத்திற்குள் நழுவுகிறான். அடுத்த பதினைந்தாவது நிமிடத்தில் யார் உயிரைக் காப்பாற்ற அங்குமிங்கும் ஓடி சிகிச்சை செய்தாரோ அவனைக் கொல்வதற்கு கத்தியுடன் நெருங்குகிறார் பாவ்லோவிச். உண்மையில் இந்தளவு கொடூரராக மாறுவார் என்று சில வினாடிகளுக்க்கு முன்புவரை அவருக்கே தெரிந்திருக்கவில்லை. நாவலின் இன்னொரு இடத்தில் இதே பாவ்லோவிச்சிடம் கடும் கசப்பும் தாங்க முடியாத சினமும் கொண்டு இனி முகத்திலேயே விழிக்கக் கூடாது என நினைக்கும் வெல்ச்சேனினோவ், அகஸ்மாத்தமாக அவரைக் கண்டதும் ஒதுக்கிச் செல்ல முனைகிறான். பின் தொடர்ந்து வந்து 'மாலை வணக்கம்' என்கிறார். பதில் அளிக்காமல் சென்று விடுவான் என நினைத்தால் திரும்பி வணக்கம் சொல்கிறான். ஏனெனில் அவரை எப்படி எதிர்கொண்டோம் என்கிற வியப்புக்கும் ஏன்

அவ்வாறு நடந்து கொண்டோம் என்ற கேள்விக்கும் உண்மையில் அவனுக்கே பதில் தெரியாது.

மனிதர்கள் தங்கள் எண்ணங்களாலும் அதையொட்டிய செயல்களாலும் ஆனவர்கள் தானா என்கிற தவிர்க்கவியலாத வினாவைத் தொடர்ந்து எழுப்பும் நாவல் இது. ஏனெனில் எதுவுமே அவர்களது கட்டுப்பாட்டில் இல்லை. ஏன் இவ்வாறு நடந்து கொண்டோம் என அவர்களுக்கே விளங்க மாட்டேன் என்கிறது. ஏனெனில் முந்தைய நொடி வரைகூட எண்ணியிருந்தது முற்றிலும் வேறு. பிறகு அவர்களே அதற்குமாறான ஒன்றுக்கு ஆட்படுவதன் நியதி என்ன? இதற்காக விளம்பப்படும் எந்த விரிவுரையும் செல்லாது. ஏனெனில் சம்பந்தப்பட்டவர்களுக்கு அது தெரியாது. கொஞ்சம் கருணைகாட்ட வேண்டுமென்றால் அதை தஸ்தயேவ்ஸ்கியின் பாஷையில் சொல்லலாம், 'நாசமாய் போக, கடவுளுக்குத் தான் வெளிச்சம்'. வினைபுரிபவனுக்கு அந்த வினைக்கான காரணம் சரிவரத் தெரியாத நிலையிலும் கூட அது அவனுக்கு ஆச்சரியமாக இல்லை. சிலவினாடிக்கு முன் நினைத்திருந்ததற்குச் சற்றும் சம்பந்தமில்லாத ஒன்றை செய்து விடுகிறார்கள். எனவே தான் முழுமனிதன் என்றோ தனக்குள் இருப்பவனை (அவனுக்கு என்ன வேண்டுமாம்...!?) விஞ்சி முன் செல்பவன் என்றோ ஒருவரும் இல்லை எனத் தாடிக்காரர் ஆணித்தரமாக ஒரு நாவலுக்குள் நிறுவுவது பதற்றத்தையும் அபாரமான புத்துணர்வையும் ஒருங்கே அளிக்கிறது.

இரண்டே பாத்திரங்கள். அவர்களுக்கிடையிலான நம்பிக்கைகள், துரோகங்கள், அவமானத்திற்கானப் பழிதீர்த்தல்கள், கனலும் கோபங்கள், கசப்பு மறைந்திருக்கும் புன்னகைகள், வஞ்சம் தீர்ப்பதற்கானப் பதுங்கல்கள் என இந்நாவலின் உலகை தோராயமாகத் தொட்டுக் காட்டலாம். அனல் அடிக்கும் பீட்டர்ஸ்பெர்க்கில் முடியாமல் இழுத்துக் கொண்டிருக்கும் வழக்கை முடித்துவிட அலைந்து கொண்டிருப்பவன் வெல்ச்சேனினோவ். தூக்கமின்மையாலும் கற்பனை நோயாலும் அவதிப்படுபவன். இரண்டாவது அத்தியாயத்திலேயே அவனது எதிரிடையானவனும் 'நிரந்தரக் கணவனு'மான பாவ்லோவிச் வந்து சேர்ந்து விடுகிறார். இவர்களுக்கிடையே சிறுமி லிசா. இவளது பிறப்பு சார்ந்த ரகசியம். அவ்வளவே. இம்மூன்று புள்ளிகளே இக்குறுநாவலின் மிக முக்கியமான காரணிகள். இவர்களுக்குள் நிகழும் நாடகீயத்தருணங்களைத் தேர்ந்த உளவியலாளனையும் விஞ்சிய மேதமையுடன் (புத்திசாலித்தனம் அல்ல) இருளையும் வெளிச்சத்தையும் மாற்றி மாற்றி காட்டிச் செல்லும் படைப்பு இதுவாகும்.

தஸ்தயேஸ்வ்ஸ்கியின் பாத்திரங்கள் தங்களுக்குள் போராடுபவர்கள். மூழ்குபவனுக்கு மேல்மடத்தில் நடப்பவை பற்றி பெரிய பராதிகள் இருப்பதில்லை. அவனது வினாக்களும் கூட வட்டத்திற்குள் ஒரு வட்டம் அதற்குள் மேலுமொன்று என உள்நோக்கிச் சுழல்பவை. முரண்நகையாகத் தங்களுக்குள் போராடுபவர்கள் ஒரு உந்துதலில் மூழ்குபவனுக்கு அருகில் வந்து சென்று விட முடியும். அவன் பெரும்பாடுபட்டு சென்ற வளையங்களை இவன் வேறொரு வழியில் சென்று தொட்டு விடவும் முடியும். விஷயம் அந்த போராட்டம் எந்த வகைப்பட்டது என்பதில் அடங்கியுள்ளது. திமித்ரி (கரம்சோவ் சகோதரர்கள்) தனக்குள் போராடுகிற முரடன் எனக் கொண்டால் தன் கனவில் பசியால் அழும் குழந்தைக்கு ஏதோ ஒரு விதத்தில் தானும் கூட காரணம் என நினைக்கும் மனம் அவனுக்கு எப்படி வாய்க்கிறது? தந்தையைக் கொலை செய்ய அல்ல, அப்படி ஒரு எண்ணம் தோன்றியதே..! அதற்காகக் கூட இந்த தண்டனை தேவை தான் என ஏற்கும் மனம் எப்படி சாத்தியம்.! இந்த மனாஅமைப்பை அவரது வேறு நாவல்களிலுள்ள பாத்திரங்களோடு ஒப்பிட்டுக் கூறவேண்டுமென்றால் மனிதர்கள் அனைவருக்குமே குழந்தைகளின் மனதை வேண்டும் மிஷ்கினை (அசடன்) வந்து சந்தித்து கைகுலுக்கி அவனே நிமிர்ந்து பார்க்கும் ஆளாக திமித்ரி மாறுகிறானா இல்லையா..!?

இந்தக் குறுநாவலும் கூட அகத்திற்குள் அடைந்து கிடப்பது என்ன? அதன் லகான் ஏன் உரிமையாளனின் கைக்கு அகப்படவே மாட்டேன் என்கிறது போன்ற வினாக்களை எழுப்பக் கூடியது. நாவலில் பாவ்லோவிச்சின் மனைவியான நதாலியாவுக்கு மணவுறவைக் கடந்து சில தொடர்புகள் உருவாகின்றன. அது கணவருக்கும் தெரிந்தே இருக்கிறது. ஆனால் அவர் மனைவியின் கட்டுப்பாட்டில் அவளை மீறி ஏதும் செய்ய இயலாதவர். அவள் அத்தகைய குணக்கேடு உடைய பிற பெண்களைக் கடிந்து கொள்ளக் கூட செய்கிறாள். நாவலுக்குள் சில பக்கங்களுக்குள் வருகிற இப்பகுதியே கூட, தாடிக்காரர் எத்தகையதொரு நாவலாசிரியர் என்பதைக் காட்ட போதுமானதாகும். பையன் இல்யூஷாவினுடையது (கரமசோவ்) போல இல்லையென்றாலுமே கூட சிறுமி லிசாவின் மரணத்தைக் கடப்பது சிரமமாகத் தான் இருந்தது.

மீண்டும் மீண்டும் இருவர் சந்தித்து மையமான விஷயத்திற்குள் வராமல் பீடிகையுடன் பேச்சை வளர்த்துவது ஒரு கட்டத்தில் நகைச்சுவையாகக்கூட மாறி விடுகிறது. அபத்த நகைச்சுவை. ஏனெனில் இருவருமே ஒருவருக்கொருவர் சம்பந்தமற்ற

குணவியல்புகள் கொண்ட பாத்திரங்கள். பாவ்லோவிச் கோமாளித்தனம் உடையவராக இருப்பினும் கூட இன்னொரு முனையில் தக்க சந்தர்ப்பத்தை எதிர்நோக்கி காத்திருக்கும் நரியைப் போன்றவரும் தான். மனைவியின் மீது அதீத பிணைப்புடன் இருப்பவரே அவள் மரணத்திற்கு பிறகு துவேசம் மிக்கவராக மாறி விடுகிறார். வெல்ச்சேனினோவ்வைக் கூட இப்படிப்பட்டவர் என வரையறுத்து விட முடியாது. ஏனெனில் தொடக்கத்திலேயே சொன்னது போல அவர்களுக்கே அது ஏனென்று தெரியாது.

'நிலவறைக் குறிப்புகள்'*(1864)* நாவலுக்கு பிறகு 'குற்றமும் தண்டனையும்'*(1866)* அதன் பிறகு 'அசடன்'*(1868-69)*. இவ்விரு பெரும் படைப்புக்கு பிறகு எழுதப்பட்ட நாவல் 'நிரந்தரக் கணவன்' *(The Eternal Husbend-1870)*. வாஸ்தவத்தில் அதற்கு ஒன்றுக்கும் மேற்பட்ட அர்த்தங்கள் (கோமாளி, பலியாடு, விரோதி, ரசிகன்...) உள்ளதாக முன்னுரையில் கூறுகிறார் இந்நாவலை ஆங்கிலத்தில் மொழிபெயர்த்த ரிச்சர்ட் பேவியர். இவையனைத்து வேடங்களுக்குமே பொருந்தி போகும் வார்ப்பு பாவ்லோவிச்சினுடையது ஆகும். எனவே தான் அவர் 'நிரந்தரக் கணவனோ'..!

ரஷ்ய இலக்கியத்தில் ஐம்பதாண்டுகளுக்கும் முந்தைய ராதுகா வெளியீடுகளையே மீண்டும் புதிய பதிப்புகளாக பலரும் வெளியிட்டு வருகிறார்கள். எம்.ஏ. சுசீலா விதிவிலக்கு. இதுவரை தமிழுக்கு வராத தஸ்தயேவ்ஸ்கியின் பெரும் படைப்புகளை இடையறாது மொழிபெயர்த்து வருகிறார். புவியரசு, அரும்பு ஆகியோரின் மொழியாக்கத்தில் 'கரம்சோவ் சகோதரர்கள்' வெளிவந்துள்ளது. இரண்டில் மிகச் சிறப்பான பணி புவியரசுவினுடையதே. அவ்வரிசையில் சென்ற ஆண்டு மொழியாக்கக் கதைகளை (சின்ட்ரெல்லா நடனம்- பாதரசம் வெளியீடு) வெளியிட்ட நர்மதா குப்புசாமி, தஸ்தயேவ்ஸ்கியின் முக்கியமான குறுநாவல்களில் ஒன்றான 'நிரந்தர கணவனி'ன் மொழிபெயர்ப்பு தங்குதடையற்ற சீரான ஓட்டத்தில் அமைந்திருக்கிறது. அவரது மெனக்கெடல்கள் நன்றாகவே தெரிகின்றன. உதாரணமாக நோய் பீடித்திருப்பதையும் நோய் தாக்குவதையும் துல்லியமாக வகைபிரித்து அந்தந்த இடங்களில் கையாண்டிருப்பதைச் சொல்லலாம்.

நிரந்தரக் கணவன் – ஃபியோதர் தஸ்தயேவ்ஸ்கி – தமிழில் : நர்மதா குப்புசாமி. பக், 200. விலை ரூ. 250. பாதரசம் வெளியீடு.

சாரா ஜோசஃபின் 'ஆலாஹாவின் பெண்மக்கள்'

சிறிய உலகின் பெரிய விஷயங்கள்

"முகத்தை வெளியே காட்டாமல் பாயைத் தொங்கவிடும் கொடியின் கீழே இருட்டில் மெல்ல மெல்ல கரைந்து போய்க்கொண்டிருக்கும் பெரிய அத்தை, எங்கே இருக்கிறார்களெனத் தெரியாமல் அலைந்து திரியும் நோனு அத்தையும் பேபியும், மௌனமாகிப் போன அம்மா, சிரிக்காத சின்னம்மா, இரண்டாயிரம் ரூபாய் சீதனத்தைத் தராததைக் காரணம்காட்டி குஞ்ஞிப்பாலுவால் பிறந்த வீட்டிற்கு வர அனுமதி மறுக்கப்பட்ட சிய்யம்மா, தொடர்ந்து வேதனைகளைப் பார்த்துப் பார்த்தே வயதாகிப் போன பாட்டி, ஆன்னியிடம் கூட மகிழ்ச்சியாக உரையாடாத குட்டிப் பாப்பன். எழுதியதை மாய்த்து விடலாம், இங்கு யாருக்கும் எந்தச் சுகமும் இல்லையென எழுதத் தோன்றியது..."

தன் வீட்டிற்கு அருகில் தலைமுறைகளாக வசித்து வந்தவர்களைக் காலி செய்ய மிரட்டி நிர்பந்தப்படுத்துபவனுக்கு குட்டி பாப்பன், ஆன்னி மூலம் எழுதச் செய்யும் கடிதத்தையொட்டி, ஆன்னியின் மனதிற்குள் எழும் வரிகளே இவை.

அப்படி எவருக்கும் எந்தச் சுகமுமில்லாதக் கோக்காஞ்சறவில் உள்ள வீடு ஆன்னியினுடையது. மனதிற்குள் சுகமில்லாது வாழ்பவர்களின் சான்றாகத் திகழும் அக்குடும்பத்தின் கடைசி அங்கத்தினள் அவள். 'செல்லக்குட்டீ' என்பதன்றி அவளைப் பெயரிட்டு நாவலில் ஒருவர்கூட அழைப்பதில்லை. துயரத்தின் கூரைக்கடியில் அன்றாடங்களின் அல்லாடல்களுக்கு மத்தியில் கொஞ்சம் சிரிக்கவும் ஜீவிக்கவும்

பழக்கப்பட்டவர்கள். பாட்டி வீட்டு முற்றத்தின் அவரைப் பந்தலைச் சரிசெய்வதினூடாக அந்த இடத்தின் பூர்வக் கதைகளை தன் செல்லக்குட்டிக்கு கூறுவதிலிருந்து நாவல் தொடங்குகிறது.

மருமகளான ஆன்னியின் அம்மா தவிர, அதீத அழகும் ஆரோக்கியமும் கொண்ட ஐந்து பெண்மக்கள்தான் ஆன்னியின் பாட்டியான மரியக்காவின் பிரச்சினை. ஐவருடன் இரண்டு ஆண் பிள்ளைகளும். கம்யூனிஸ்ட்டான தகப்பன், ஆன்னியை பத்தொன்பது நாள் பிராயத்தில் விட்டுவிட்டு ஓடிப் போகிறான். காங்கிரஸ்காரனும் மற்றொருவனுமான குட்டி பாப்பன் காசநோயால் படுக்கையிலேயே கிடக்கும் நிரந்தரச் சீக்காளி. தகப்பன் இல்லாது வளரும் செல்லக்குட்டிக்கு இவனுடன் நல்லதொரு அன்யோன்யம் உள்ளது. மீதமுள்ள குடும்ப உறுப்பினர்கள், நாவலுக்குள் குறுக்கும் நெடுக்குமாக பேசியபடியே அலைபவர்கள் என பெரும்பான்மையினர் பெண்களே.

இந்தப் புறமொதுக்கப்பட்டவர்களின் ஒன்றுபோலில்லாத கதைகளின் ஊடே தேக்கின் காடு என்றறியப்பட்ட அடர்ந்த காட்டுக்குள்ளிலிருந்து திருச்சூர் நகரம் எவ்வாறு வசிப்பிடமாக மாறியது என்கிற காலத்தின் கதையும் அதற்கு இணையாக உடன்வந்து கொண்டிருக்கிறது. பெண்களால் ஆன சிறியதோர் உலகிலிருந்து அவர்களின் மென்று விழுங்கப்பட்ட துக்கங்களிலிருந்து கிளம்பி கோக்காஞ்சற முழுவதையும், ஏன் ஒரு அர்த்தத்தில், திருச்சூரின் தோற்றுவாய் வரை சென்று திரும்புகிற முக்கியமான ஆக்கம், சாரா ஜோசஃபின் ‘ஆலாஹாவின் பெண்மக்கள்’.

குடிக்கும் பானத்தின் பெயரென்றோ அயல்தேசத்து உணவுவகை என்றோ ஐயங்கொள்ள வைக்கும் ஒலிப்புகொண்ட ‘கோக்காஞ்சற’ என்பது வேறொன்றுமில்லை. ஒரு காலத்தில் அநாமதேயமாகப் பிணங்களை வீசியெறியப் பயன்பட்ட இடம். மனிதர்களும் பிராணிகளும் நாய்களும் ஒன்றாகக் கூடிக் கழித்து அழுகிப் போன பூமி. அதற்குப் பின் மலம் அள்ளுபவர்கள், கசாப்புக்காரர்கள், கேடிகள், சாராயங் காய்ச்சிகள், ரிக்ஷா இழுப்பவர்கள், சுமை தூக்கிகள், திருடர்கள், உடலை விற்பவர்கள் எனப் பொதுச் சமூகத்திலிருந்து விலக்கப்பட்டவர்களதும் சச்சரவுகளும் கூக்குரல்களும் வசவுகளும் வாடிக்கையாகிப் போனவர்களதுமான கூரைகள் நிரம்பிய இடமாக ஆகிறது அது. அதனால்தான், ஆன்னியை அவளது டீச்சர் பிரம்பின் நுனியால் மட்டும் தொடுகிறாள். அவளைத் தவறுதலாகத் தொட்டுவிடும் போதுகூட

கையை நன்கு கழுவுகிறாள். அவள் வாழுமிடத்தின் பெயர் கோக்காஞ்சறவின் கொடிச்சி அங்காடி (தெருப் பொறுக்கி நாய்கள்) என அறிந்ததும் முகத்தைச் சுளித்து, கஞ்சிக்கு அவள் நிற்கும் வரிசையின் கடைசிக்கு இழுத்தும்விடுகிறாள். ஆனால், மனிதர்கள் வசிக்குமிடமாக கோக்காஞ்சற சுலபத்தில் மாறிவிடவுமில்லை.

வாழும் ஊராக திருச்சூர் மாறிக்கொண்டிருந்த ஆரம்ப நாட்களில், சாதாரணர்கள் பாதை ஓரங்களில் கழிக்கும் மலத்தால் ஊரே நாற்றமெடுக்கிறது. அதற்காக எர்ணாகுளத்திலிருந்து பனிரெண்டு தோட்டிகளைக் கூட்டி வருகிறார்கள். அவர்கள் சற்று தள்ளி வந்தாலே ஒதுங்கிக் கூசி அவர்களை தங்கள் இடங்களிலிருந்து உள்ளூர்வாசிகள் கிட்டதட்ட விரட்டி விடுகிறார்கள். அப்படி அவர்கள் வேறு வழியேயின்றிக் குடியேறியதே அனாதைப் பிணங்கள் இறந்துகிடக்கும் கோக்காஞ்சற. யுத்தம் நடக்கும் காலத்தில் பட்டாளக்காரர்களால் ரோட்டோர வீட்டை இழந்த மரியக்கா, அந்த பீ அள்ளுபவர்களின் வீடுகளுக்கிடையே குழந்தைகளை இழுத்துக்கொண்டு வந்து கூரை போட்டுக் கொள்கிறாள். மழை பெய்யும் அந்த இரவில் சகலருக்கும் பசியை ஆற்ற அவளிடம் இருப்பது நீலம் பாரித்த நாலு ராத்தல் மரவள்ளிக் கிழங்குகளே. அக்கிழங்கை வேக வைக்கவும் வழியில்லை.

திடீரென இயேசுவால் அருளப்பட்டது போல அங்கு நெருப்பைக் காண்கிறாள். மழையிடை நடந்து அருகே சென்றால் அங்கு வேறு ஒன்றுமில்லை. அது யாரோவொரு கிழவியின் பிணத்தை எரியூட்டியதால் உண்டான நெருப்பு. மூடாத பிணத்தின் கண்ணைப் பார்த்து அஞ்சுகிறாள். ஆனால், அக்கிழவியின் மார்பு மேல் கிடந்த நான்கு கொள்ளிக்கட்டைகளை எடுத்துவந்து கிழங்கை வேக வைக்கிறாள். அப்போது மரியக்கா என்கிற ஆன்னியின் பாட்டி சொல்கிறாள், 'பசியை விடப் பெரிய பிசாசு ஏது?' அப்படி அங்கே வாழ்க்கை கொதிக்கிறது, என்ன செய்வதென்று தெரியாமல் மருகுகிறது. எப்படியெங்கிலும் மேடேறி விடத் துடிக்கிறது. பிறகு முன்னதை விடவும் மோசமான பள்ளத்தில் வீழ்கிறது. ஆனால் சுணங்கிவிடாமல் அடுத்த நாளை எதிர்நோக்கிப் போகிறது.

தளராத முயற்சியால் குடும்பத்தைக் கரையேற்ற ஓயாது முயலும் ஆன்னியின் அம்மா, அவளுக்கு கூடக்குறைய ஒத்தாசையாக உள்ள பாட்டி, மணமாகி ஏழாவது நாளில் விதவையாகத் திரும்பி வந்த குஞ்ஞிலை அத்தை, இரண்டாயிரம் ரொக்கம் தராததால்

பிறந்த வீட்டிற்குத் திரும்பிவிடும் சின்னம்மா, மணமே வேண்டாம் எனக் கூறி பிறகு கருக்கலைப்பும் செய்து கிறிஸ்துவின் சேவையில் இணையும் சிய்யம்மா, கட்டினவனின் அடிகள் தாளாமல் வேறு எவனுடனோ உடனேகும் நோனு அத்தையும் அவளது பிள்ளையும், எப்போதேனும் எட்டிப்பார்க்க மட்டுமே செய்யும் செறிச்சி அத்தை. இவ்வளவுதான் பாத்திரங்கள். அவர்களின் ஒற்றை வரிப் பின்புலங்கள்.

இவர்களை இணைக்கவும் இட்டு நிரப்பவும் அங்குமிங்கும் தலைகாட்டி மறையும் சிலர். ஆனால் இதற்குள் சாரா ஜோசஃப் வைத்திருக்கும் பொருள் பொதிந்த மௌனங்கள், ஆற்றுப்படுத்த முடியாத கேவல்கள், குமிழ்கள் போல சட்சட்டெனத் தோன்றி உடையும் சந்தோஷச் சிரிப்பின் திவலைகள், சிறு ஒளிப்புள்ளிகள் மட்டுமே கொண்ட இருள், நிச்சயமற்ற வெளிச்சம். அப்படித்தான் நகர்கிறது வாழ்க்கை. எனவே நாவலும் அவ்வாறுதான் அமைந்திருக்கிறது. ஆனால் சாரா எதையும் விளக்குவதோ பின்னால் நின்று அவர்களைத் தூண்டிவிடுவதோ இல்லை. நவீனத்துவ நாவலின் இறுக்கமும் செறிவான மொழியும் கழிவிரக்கம் அண்டாத நடையுமாக விளிம்புநிலையினரின் உலகை, ஆன்னியின் வீட்டில் எரியும் மண்ணெண்ணெய் விளக்கு போல, அதற்குரிய இருளுடன் சிறிதேயான வெளிச்சத்துடன் எரியவிடுகிறார்.

வீசி எறிந்து விட்டுச் சென்ற பிணங்களைப் பேய்கள் தூக்கிக்கொண்டு ஊர்வலம் போவதாகச் சொல்லப்படுகிற பீதியூட்டுகிற இடம் மெதுவாக வாழிடமாக மாறுகிறது. அது மேலும் சற்றே வளர்வது பிறரது கண்களை நிறைக்கும்போது கபளீகரம் செய்யப்பட்டு அம்மண்ணின் பூர்வகுடிகள் வெளியேற்றப்படுகின்றனர். அங்கே வசித்த கேடிகள் செல்வாக்குமிக்க அபகரிப்பாளர்களின் மிரட்டலுக்குப் பயந்து பின் ஒதுங்குகையில், அங்கு திரியும் நோஞ்சான் நாய்களோ, எழுப்பப்படும் புதிய பங்களாவின் கொழுத்த நாய்களின் குரைப்பொலிக்குப் பயந்து வாலை கால்களுக்கு நடுவே சொருகிக்கொண்டு ஓடிவிடுகின்றன.

அப்படி ஆன்னி ஓடிக்கழித்தத் தோட்டங்கள், புகுந்து வெளிவந்த வீடுகள், வசதிமிக்க வேற்றாள்களின் கைகளுக்குச் சென்றுவிடுகின்றன. அந்தக் கட்டிடங்களுக்குப் பழைய கோக்காஞ்சறவாசிகளே கூலிக்குச் செல்லும்படி நேர்கிறது. கோக்காஞ்சறவின் பூர்வக் கதையை அறிந்தவளான பாட்டி,

நினைவுதவறிப்போய் பழைய நாட்களுக்குள் வீழ்கிறாள். அந்தப் பாட்டி அங்கு வந்துசேர்ந்த போது பெய்ததை விடவும் உக்கிரமாக மழை கொட்டுகிறது. அதில் சாவதைக் குறித்து ஆன்னியின் அம்மாவுக்கு பயமில்லை. ஆனால் அதற்குள் தன் செல்லக்குட்டிக்கு அவளது அப்பாவைக் காட்டிவிட வேண்டும். அவ்வளவே. மூழ்கும் வீட்டைக் காப்பாற்ற போராடுகையில் குட்டி பாப்பன் தன் துயரை ஆன்னிக்கு அளித்துவிட்டு உயிர் அடங்குவதுடன் நாவல் முடிகிறது, கவித்துவத் துயருடன்.

மணமான முதல் வாரத்திலேயே வீட்டுக்குத் திரும்பிவந்த பிறகும் அம்மா மரியக்கா (ஆன்னியின் பாட்டி) நான்கு பிள்ளைகள் பெறுகிறாள். பிரசவிக்க வழியின்றி முக்கித் திணறும்போது மகளே அம்மாவின் பிள்ளைப்பேறுக்கு மருத்துவச்சி ஆகிவிடுகிறாள். பிறகு குஞ்சன் கம்பௌண்டருடன் இணைந்து பிரசவத்திற்குச் செல்லும்படிக்கு அதுவே அவளது தொழிலாக மாறுகிறது. அவளுக்கு அடுத்து பிறந்த இரு பெண்கள் பட்டன் கம்பெனிக்கு சொற்ப ஊதியத்திற்குச் செல்கிறார்கள். ஆனால் மேலேற எந்த நல்வாய்ப்புமற்று இயலாதவர்களின் இறுதிப் புகலிடமான கண்ணீரிடம் சென்று சேர்கிறார்கள். இவர்களிடமிருந்து வேறுபட்ட ஆன்னியின் அம்மாவோ இந்த ஒன்றுமில்லாத உலகத்திற்குள் உழன்றபடியே அவர்களை மேடேற்றிவிட ஓயாது முயல்கிறாள்.

மரியக்காவின் குடும்பத்து இரு ஆண்கள் தவிர்த்து, நாவலுக்குள் சிறிது தூரத்திற்கு வருபவர்கள், குஞ்சன் கம்பௌண்டரும் குட்டி பாப்பனின் சிநேகிதனான குட்டி சாமியாரும். நிற்கக்கூட தெம்பில்லாது படுக்கையிலேயே கிடக்கும் குட்டி பாப்பனின் குரல் அவ்வீட்டின் எல்லா நிகழ்ச்சிகளிலும் ஒலித்து அடங்குகிறது. குட்டி பாப்பன் தோட்டிகளின் விசேஷ வீடுகளில் ஒலிக்கும் தமிழ்ப் பாடல்களுக்காக ஆன்னியுடன் காத்திருப்பதாகக் காட்டப்படுவதினூடாக தமிழகத்திலிருந்து அங்கு கூட்டிச் செல்லப்பட்ட தோட்டிகள் பற்றிய குறிப்பு பொதிந்துள்ளது.

கிறிஸ்துவத்தின் உட்பிரிவுகளுக்குள் நிகழும் பூசல்களை, ஒவ்வாமைகளை, கேலிகளை, ஆன்னியின் அம்மாவுக்கும் பாட்டிக்குமான (ரோமன் கத்தோலிக்கர் Vs. சுராயிகள்) பேச்சுகளின் மூலம் அவர்களது முற்றுப்பெறாத பரஸ்பர சீண்டல்கள் வழி தொடர்ந்து காண முடிகிறது. ரோமன்களுக்கு சுராயிகளைக் கண்டால் ஆகாது. சுராயிகளுக்கோ சமயம் கிட்டும் போதெல்லாம்

அவர்களை கால் வாரிவிடுவதில் அலாதி இன்பம். போலவே மார்த்தோமாக்களும். ஆனால் வரதட்சனை பெறுவதில் எந்தப் பிரிவுக்கும் எந்தப் பேதமும் இருப்பதில்லை. இந்த மோதல்கள் நிகழும் இடைவெளியிலேயே திருச்சூருக்கு கிறிஸ்துவம் பரவிய வரலாறு, 'அறுபத்தி நாலு கிறிஸ்துவ குடும்பங்களைக் கூட்டிவந்து புத்தன்பேட்டைய்ல குடி வைச்சாங்க' எனச் சில வரிகளில் பாட்டியால் சொல்லப்பட்டு விடுகிறது. பாட்டியின் வாய்மொழிக் கதைகள்தான் மாறிய காலத்தின் ஒரே சாட்சி. இந்தப் பாட்டி ஆலாஹாவின் *(God of the Father)* நாமத்தை ஒருபோதும் மறப்பதேயில்லை.

எட்டு வயதேயான செல்லக்குட்டியின் கண்களும் கால்களும்தான் நாவலின் பாதையாக இருக்கின்றன. ஆன்னி இல்லாத உலகத்தின் கதைகள் அவளது குடும்பத்தினரின் பேச்சுகளின் வழி வீட்டுச்சுவர்களுள் உறங்கியிருக்கக்கூடும். அதை ஆன்னி எப்படியோ கேட்டிருப்பாளாக இருக்கும். பாட்டி, அம்மா, அத்தை என நாவலில் பாத்திரங்களின் உறவுமுறைகள் சுட்டப்படுவது கூட ஆன்னியின் இடத்திலிருந்தே. கசப்புகள், செல்லங்கள், கோபங்கள் என அவளது உணர்ச்சி நிலையிலிருந்து தொடங்கி சம்பந்தப்பட்டவர்களின் உலகிற்குள் நாவலின் அத்தியாயங்கள் மெதுவாக நுழைகின்றன. அவளது தீர்க்க முடியாத ஐயங்கள் களங்கமின்மையின் அழகுடன் பெரியவர்களால் அப்படியே விடப்படுகின்றன. தொட்டால் சுடுகிற வயசு என்றாலோ ஓடிப்போவது என்றாலோ பிள்ளை பெறுதலோ லவ்வு என்றாலோ செல்லக்குட்டிக்கு என்னவென்று தெரியாது. அது விளங்கிக்கொள்ள இயலாத புதிர் போல அந்தரத்தில் அப்படியே நிற்கிறது.

பாழாகி மூலையில் முடங்கும்படியான சம்பவங்களை விவரிக்கும்போது கூட, சாரா அதன் மீது நின்று நிலைத்து பேசுவதில்லை. ஒப்பாரிக்கும் ஓலமிடுவதற்கும் கிட்டிய வாய்ப்புகளின் மீது நிராசையின் நிழலை மட்டும் படரவிட்டு நகர்ந்தபடியே இருக்கிறார். ஆனால், அவரது சொல்முறை பாரங்களை ஏற்றுகிறது. ஐவ்வு போல எத்தனை தூரத்திற்கும் நாவலை இழுத்துச் சென்றிருக்க முடியும். ஆனால் அந்த விபரீதத்திற்கு ஆளாகவேயில்லை அவர். இதை ஏறக்குறைய தகழி சிவசங்கரன் பிள்ளையின் நடையுடன் ஒப்பிடலாம் என்று தோன்றுகிறது. ஆனால் அவரிடமிருந்து சாராவை வேறுபடுத்தும் பிரத்யேக அம்சம் கவித்துவம். எளிய விஷயங்களின் அல்லது

இயல்பான செயல்பாடுகளின் மீது அதுவோர் ஒப்பற்ற அழகை அளிக்கிறது. உதாரணமாக,

//இருவரும் அவள்மீது படுத்து உருண்டார்கள். சிரிப்பின் கண்ணாடிக் கோப்பைகள் உடைந்துகொண்டிருந்தன.//

//அகட்டி ஆன்னி படுத்தாள். காற்றின் எதிரே எல்லாத் துவாரங்களும் சாத்தப்பட்ட ஒரு வீடு தான் ஆன்னியினுடையது.//

1999இல் மலையாளத்தில் வெளிவந்த சாரா ஜோசஃப் (1946)-இன் 'ஆலாஹாவின் பெண்மக்கள்' அவருக்கு கேரள சாகித்ய அகாதமி விருதைப் பெற்றுத் தந்திருக்கிறது. அதை மேலும் பத்து ஆண்டுகளுக்குப் பிறகு 2009இல் தமிழில் சாகித்ய அகாதமிக்காக மொழிபெயர்த்திருப்பவர் நிர்மால்யா. இந்நூல் வெளியாகி அதே பத்தாண்டுகளுக்குப் பின்னும் அப்படி ஒரு நாவல் வெளிவந்ததற்கான முனகல்கள் கூட இங்கு எழவில்லை. வாஸ்தவத்தில், தமிழ் தலித் இலக்கியத்திற்குள் இந்நாவலை முன்னிட்டு ஓர் உயிர்ப்புள்ள உரையாடலும் விவாதமும் நிகழ்ந்திருக்க வேண்டும். அவ்வாறு நடக்கவில்லை.

முக்கியமான ஆக்கம் இங்கு கண்டுகொள்ளாமல் விடப்படுவது ஒன்றும் புதிதுமல்லவே. இந்நாவலுக்குள் வரும் வெவ்வேறு பேச்சுவழக்குகளை நிர்மால்யா தன் அனுபவத்தால் சிறப்பாகத் தமிழாக்கியிருக்கிறார். கறுத்த குஞ்ஞிசரம்மாவின், அங்காமாலிக்காரனின் மலையாள உச்சரிப்புகளை தமிழில் கண்டபோது நிர்மால்யாவின் மொழியாக்கத் திறனை மெச்சத் தோன்றியது. மேலும், இது மலையாளத்தின் விளிம்புநிலைச் சமூகத்தின் கொச்சை வழக்குகளால் ஆன நாவல். அதை பிற மொழிபெயர்ப்பாளர்களுக்கு உதாரணமாகக் காட்டும் வகையில் நிர்மால்யாவின் மொழியாக்கம் அமைந்துள்ளது. அதுவே இந்த மொழிபெயர்ப்பு நாவலின் கூடுதல் சிறப்பம்சம் ஆகும்.

ஆலாஹாவின் பெண்மக்கள் – சாரா ஜோசஃப் – தமிழில் : நிர்மால்யா, சாகித்ய அகாதமி வெளியீடு, முதல் பதிப்பு: 2009, பக். 208, விலை: ரூ.130. (தமிழினி, 24-08-2020)

குறிப்புகள்

இளமையும் விவேகமும்

(ஜாக் லண்டனின் 'சிறிதளவு இறைச்சி')

'காட்டின் அரசன்' என்ற போதும் சிங்கம் இரை தேடுவது தன் நிரைகளுடன் தான். பிறகு ஒன்றிற்கும் மேற்பட்ட தன் இனத்தவருடன் கிடைத்த இறைச்சியைப் பகிர்ந்து கொள்ளும். அதன் இளமை பிற விலங்குகளுக்கு சிம்ம சொப்பனம். பொதுவாக பிற உயிர்கள் சிங்கத்தின் இளமைக்காலத்தில் அதை நெருங்க அஞ்சும். அதற்கு முதுமை ஓர் சாபம் போல. பிறர் தின்று வைத்த எச்சங்களை வயோதிகத்தின் இயலாமையுடன் அசை போட்டு ஒரே இடத்தில் படுத்து உறங்கிச் சோம்பிக் கிடக்கும். இயல்பிலேயே அந்த இனத்திற்கு சோம்பல் உண்டெனினும் அந்திம காலத்தில் எழ முடியாத அளவிற்கு அச்சோம்பல் அவற்றை ஆட்கொண்டு விடும். கைவிடப்பட்ட அந்த கிழட்டுச் சிங்கம் தன் இளமையின் நாட்களை எண்ணியபடி வந்தமரும் பூச்சிகளைக் கூட விரட்ட வலுவின்றி கண்மூடி லயித்துக் கிடந்து அப்படியே இறந்தும் போய்விடும்.

வயது கூடுவதாலோ பலகீனமானவராக மாறுவதாலோ வேறு எந்த வனவுயிர்களை விடவும் மூர்க்கமான விலங்கான பசி மனிதர்களை விட்டு விலகி சென்று விடுகிறதா என்ன? வேட்டையாடும் உயிர்களுக்கே நிலைமை அதுவெனில் பிழைப்பையொட்டி உணவு தீர்மானிக்கப்படும் மனிதர்களின் அல்லாடல்களை என்னவொன்று உரைப்பது? 'பசி வந்தா ஏன் இந்த உடம்பும் மனசும் நாயா மாறிடுது..?' என யமுனா பாபுவிடம் கேட்பது (மோகமுள்) நினைவுக்கு வருகிறது. 'உள்நின்று உடற்றும் பசி' என்பதே திருவள்ளுவரின் வரி. பசி பற்றி எழுதாத படைப்பாளிகள் இல்லை எனும் அளவிற்கு அவர்களின் வரிசை நினைவில் எழுகிறது. வெளிச்சம்

நிரம்பிய காலத்தில் உடல்வலுவின் துணிவில் வெற்றிகளை ஈட்டி மிதப்பானதொரு வாழ்க்கையைக் கொண்டாடித் தீர்த்த ஒருவன் தன் ஒளியற்ற காலத்தில் ஏதுமிற்றவனாக ஆகி சிறிய இறைச்சிக்காக ஆற்றாது அழுத கண்ணீரே ஜாக் லண்டனின் 'சிறிதளவு இறைச்சி' என்கிற நெடுங்கதை.

வண்ணநிலவனின் 'பயிவான்' கதையின் தொடக்கம் 'ஆமீனா ரொம்பவும் நாள்பட்ட கருவாட்டை வதக்கிக் கொண்டிருந்தாள்' என்பது. இஸ்மாயில் பெற்ற பழைய வெற்றிகள் ஏதும் இன்றைய அன்றாடங்களின் புகைச்சலை விரட்டுவதில்லை. பசியின் வீட்டில் தரித்திரத்திற்கு எப்போதும் நாற்காலி கௌரவம் தான் வழங்கப்படும் போலும். பீடி சுற்றி கிட்டும் காசில் உலை வைக்கும் குடும்பத்தில் 'பயில்வான்' ஏதேனும் போட்டிகள் நடக்குமா என்கிற தேடுதலில் அலைந்து வீடு திரும்புவதே வழக்கம். ஆனால் லண்டனின் கதை இதை விடவும் தீவிரமும் ஆற்றலும் மிக்கது.

இளமையும் புத்தெழுச்சியும், முதுமையும் விவேகமும் என்கிற இருமைகளுக்கிடையிலான சமர். 'வலியது வாழும்' என்கிற கோட்பாடே உலகின் நியதி என்பதை காட்டுபவர் லண்டன்.

டாம் கிங் புகழ்பெற்ற ஆனால் அந்த புகழ் பழங்கதையாகிவிட்ட குத்துச்சண்டை வீரர். எனவே போட்டி தொடங்குவதற்கு முன் தோற்பவருக்குத் தரப்படுகிற மூன்று பவுண்டுகள் அவருக்கு வழங்கப்படுகின்றன. ரொட்டியும் குழம்பும் தயாரிக்க அவை சரியாகப் போய் விடுகின்றன. அந்த இரவில் நடக்கும் யுத்தத்தில் வென்றால் முப்பது பவுண்டுகள் கிடைக்கும். அதைக்கொண்டு தான் பக்கத்து அறையில் பசியை மறக்கடித்து உறங்க வைத்த இரு பிள்ளைகளுக்கும் பசியை மறந்து நின்றிருக்கும் மனைவிக்கும் ஏதாவது செய்ய முடியும். பிறகு வாடகை பாக்கி அப்பறம் கடன்காரர்களின் நெருக்குதல்களிலிருந்தெல்லாம் தப்ப ஒரே விடிவெள்ளி வெற்றி மட்டுமே.

ஆனால் அவருக்கு இன்னும் கொஞ்சம் இறைச்சி வேண்டும். மனைவி கடன் கேட்டு சென்ற இடத்தில் தோல்வியின் நினைவூட்டலே பரிசாக வழங்கப்படுகிறது. இத்தனைக்கும் அவர் பலத்தை அரங்கில் தான் காட்டியவரேயன்றி எந்த வம்புக்கும் அதை பிரயோகிக்காதவர். வம்பிற்கே செல்லாதவர். நிதானமும் தன்மையான குணமுமே அவர் இயல்பு. ஆனாலும் மறுக்கப்படுகிறது. அவர் வெற்றிவேந்தனாகத் திகழ்ந்த காலத்தில்

அவர் வளர்த்த நாய்க்குக் கணக்கற்ற இறைச்சித் துண்டுகளைத் தினமும் போட்டுக் கொழுக்கச் செய்தவர்தான் டாம்.

ஆனால் இப்போது பசி வேறு அவரைப் பாடாய் படுத்துகிறது. போட்டி நடக்கும் கெயிட்டியை சென்றடைய முழு இரு மைல்கள் நடந்தே செல்ல வேண்டிய அவலம். சொற்பக் காசு கூட இல்லை. ஒரு குத்துச் சண்டை வீரனுக்குச் சக்தியின் சேகரம் எவ்வளவு மதிப்புமிக்கது எனத் தெரிந்த போதும் நடந்தே செல்கிறார். காலையில் பயிற்சியும் மேற்கொள்ளவில்லை. அவர் வீழ்த்தி வாகை சூடிய வீரர்களின் முகங்களையும் அன்று நடைபெற்ற காட்சிகளையும் மனத்திரையில் ஓட விட்டபடியே செல்கிறார்.

ஒருவர் தொடர்ந்து நெடுங்காலம் சண்டையிடும் போது தசைகள் தளர்கின்றன. நம்பமுடியாத அளவிற்கு மூட்டுகளும் நரம்புகளும் பாதிக்கப்பட்டு விடுகின்றன. அவர் வயதில் வேறு எந்த வீரரை விடவும் அதிக அரங்குகளில் களமாடியவர் டாம் கிங். அவர் தன் இளமையில் எப்படி தன்னை விடவும் வயதானவர்களை விழ்த்தினாரோ அதே போல தன்னை வீழ்த்த இளமையின் துடிப்புடன் காத்திருக்கிறான் சான்டல். முன்பு தன்னிடம் தோற்று திரும்பிய பில் உடை மாற்றும் அறையில் அழுது கொண்டிருந்த காட்சியை டாம் நினைவு கூர்கிறார்.

எதிரே இளமையின் கோலாகலத்துடன் திமிறும் தசைநார்களும் வடிவான அங்கங்களும் கொண்ட சான்டல். அவரிடம் ஒரே ஒரு பவுண்ட் இருந்திருந்தால் சிறிதளவு இறைச்சிக்கு செலவிட்டு சக்தியை பெற்றிருப்பார்.

ஆரம்பச் சுற்றுகளில் தன் சக்தியை விரயம் செய்யாமல் எதிராளியோடு விவேகமான முறையில் போட்டியிடுகிறார் டாம். சான்டல் துள்ளலுடன் அவரை தாக்க முனைகிறார். தப்பிக்க அவருக்கு சுலபமாகத் தெரியும். எதிரியைக் கட்டிப்பிடித்து எகிறாமல் பார்த்துக் கொள்வதிலேயே டாம் மணித்துளிகளை செலவிடுகிறார். மூன்றாவது சுற்றில் சான்டல் அதீத தன்னம்பிக்கையுடன் செய்யும் சிறு தவறுக்குள் நுழைந்து டாம் அவரை தாக்குகிறார். நிலைகுலைந்து வீழ்கிறார் சான்டல். ஒன்பது வினாடிகளுக்குப் பிறகே எழ முடிகிறது. டாமின் மீது மதிப்பு ஏற்படுகிறது.

தான் நடந்து வந்த சக்தியை மீளப் பெறும் விதமாக சுற்று தன் மூலைக்கருகிலேயே முடிவது போல பார்த்துக் கொள்கிறார் டாம். முக்காலியில் அமர்ந்து ஓய்வெடுக்கிறார். எதிர்ப்புறமிருந்து

நடந்து வந்து இங்கு அமர்வதற்கு கால்களுக்கு சக்தி தேவைப்படும். ஓய்வெடுக்கவும் கூடுதல் வினாடிகள் கிடைக்குமே. ஏழாவது சுற்றில் சான்டல் ஓய்ந்தது போலத் தெரிகிறது. தான் கண்ட போட்டிகளிலேயே கடுமையானது டாமுடன் தான் என்பது அவனுக்கு உறைக்கிறது. உணர்ச்சிவயப்படாதவராக டாம் கிங் தகுந்த நேரத்தில் கொடுத்த குத்துகள் 'குண்டாந்தடியால்' தாக்குவது போல இருக்கின்றன. அப்போதும் அவரைத் தன் பசியும் வீட்டினரின் பசியும் ஆட்கொள்கின்றன. வென்றால் மட்டுமே விடுதலை.

இளமைக்கு அனைத்துமே வழங்கப்படுகிறது என்கிறார் ஜாக் லண்டன். ஆம் தன் வீழ்ச்சியிலிருந்து விரைவாக முன்னேறி நிற்கிறான் சான்டல். அதற்கான ஆற்றலை அவன் இளமை அவனுக்கு வழங்குகிறது. ஆனால் அவனுக்கு போதிய விவேகமில்லை. இளமையும் விவேகமும் ஒரு போதும் ஒருங்கே ஒருவருக்கு அமைவதில்லை. ஒன்றிருக்கும் போது மற்றது வெகு தொலைவில் இருக்கும் என்கிறார் லண்டன். எத்தனை மகத்துவமான சொற்கள்.

ஒன்பதாவது சுற்றில் டாம் எதிரியை மூன்று முறை வீழ்த்துகிறார். பத்தாவது சுற்றில் பொன்னான வாய்ப்பு தன் முஷ்டியில் காத்திருக்கிறது. சான்டல் கிட்டத்தட்ட வீழ்ந்தது போல. டாமின் அடிகளைத் தாங்க முடியாது திணறி முழங்காலில் நிற்கும் நிலை. ஒரே ஒரு வலுவான பலம்மிக்க குத்து. முப்பது பவுண்டுகளும் பசியறியா நாட்களும் சொந்தமாகிவிடும். ஆனால் டாமின் கைகள் எடைமிக்கவையாக இருக்கின்றன. தூக்கக் கூட சக்தியற்ற பலகீனராக அதை மறைத்தபடியே தாக்கும் போது அது இலக்கு தவறி வேறிடத்தில் அதுவும் பலமற்று விழுகிறது. டாமைக் கண்டுகொள்ளும் சான்டல் பிறகு பின்வாங்குவதேயில்லை. அவருக்கு சற்று முன் வந்த கிறுகிறுப்பில் மீண்டு தெளிந்த டாம் இம்முறை எழ முடியாமலேயே போகிறது. அவர் எழும் போது ஆரவாரம் சான்டல் பக்கம் சென்று விடுவதை அறிகிறார்.

சிறிது இறைச்சி கிடைத்திருந்தால் அந்த குத்து சரியாக விழுந்திருக்கும். தோல்வி அவரை குனியச் செய்கிறது. அதே போல இரு மைல்கள் திரும்பிச் செல்ல வேண்டும். அதை விடவும் வீட்டில் காத்திருப்பவர்களின் முகங்கள் அவர் நெஞ்சை அறுக்கிறது. ஓரிடத்தில் அமர்ந்து முகத்தைப் பொத்திக் கொண்டு அழுகிறார். முன்பு பில் ஏன் அழுதார் என்பது அப்போது அவருக்கு விளங்குகிறது.

பசியும் வீழ்ந்தவனின் கதையும் வாசகரைத் தாக்கும் வலுவான களன்கள். அதில் எதிரே லண்டன் நிற்க வைத்தது எது என்பதும் அதை எடுத்துச் சென்ற முறையும் எளியவனுக்கு இவ்வுலகு காட்டுவது இல் என்பதை ஆற்றுலுடன் உணர்த்துகிறது. டாமின் மனதிற்குள் இறைச்சி உண்ணாதது பூதாகர விஷயமாக மாறிவிடுகிறது. எதிரியை விழத்தட்டும் போது எந்த ஆற்றல் பெருகி துணை நிற்கிறதோ அதே போல அவர் சரியுந்தோறும் கண் முன் அந்த இறைச்சியின் நினைவே துரத்துகிறது. தோல்விக்கு ஒரு காரணியாக மனம் போட்டுக்கொண்ட நாடகம் எனவும் ஆறுதலுக்காக சொல்லிக் கொள்ளும் காரணம் எனவும் கருத இடமுண்டு. ஏனெனில், ‘இளமைக்கே அனைத்தும் வழங்கப்படும்.’ கதையின் இடையே டாமிடன் கூற்றாகச் சொல்லப்படும் வரியுடன் முடிக்க விரும்புகிறேன்,

> ‘சான்டல் ஒருபோதும் உலகளவில் முதன்மை நிலையை அடைய முடியாது. அவருக்குப் போதிய விவேகமில்லை. அதை அடைய அவருக்கு ஒரே வழி அவரது இளமையின் ஆற்றல் தான். பின்னாளில் விவேகம் கிட்டுகிற நிலையில் இளமை கழிந்திருக்கும்.’

மேற்கூறியவை சான்டலுக்காக மட்டும் சொல்லப்பட்டதா என்ன..?

மெக்ஸிகன் – ஜாக் லண்டன் – தமிழில் – ராஜேந்திரன், தமிழினி வெளியீடு. விலை. ரூ.110.00

பூக்குழி

ஆணவக் கொலைகள் செய்திகளில் இடம்பெற்று பத்து பதினைந்து ஆண்டுகள் இருக்கலாம். அதற்கும் முன்பே அது போன்ற கொலைகள் நடைபெற்றன என்றாலும் அவற்றைப் பொதுச் சமூகத்திடம் ஊடகங்களே கொண்டு வந்து சேர்த்தன. சாதியக் கட்டுமானம் மிக்க கிராமங்களில் மூன்றாவது காது அறியாதவாறு காரியங்கள் முடிந்து விடுவதே வாடிக்கையாக இருந்தது. அவற்றில் பிரதான பங்கு வகிக்கும் ஆண்ட சாதிகளை அரசு ஒரு போதும் கண்டுகொண்டதில்லை. திவ்யா, கௌசல்யா போன்றோரின் சாதி மானத்தைக் காக்கும் பொருட்டு பலி கொள்ளப்பட்ட இளவரசன், சங்கர் உடல்கள் தான் இல்லாமல் ஆக்கப்பட்டன என்பதைக் கவனியுங்கள். அது ஓர் எச்சரிக்கை. அதற்கு இரு திராவிட அரசுகளும் எந்தக் கருத்தையும் உதிர்க்கவில்லை. கௌசல்யா குடும்பத்தினர் விடுதலை செய்யப்பட்டதற்கு சிறு முணுமுணுப்புக் கூட இவர்களிடமிருந்து எழவில்லை என்பதைக் காணுங்கள். வாக்கு அரசியல் மௌனியாக்கி விடுகிறது போலும்.

இவை சமகாலத்தில் நடைபெறுகிறது என்றால் பெருமாள் முருகனின் 'பூக்குழி' 1980இல் சாதியப்பார்வை இறுகிப்போன ஊரொன்றில் நிகழ்கிறது. அக்காலத்தைக் கணித்துக் கொள்ள இணைகள் காதல் வளர்க்கும் பாடலாக 'ஆத்து மேட்டுல... ஒரு பாட்டுக் கேக்குது..' (கிராமத்து அத்தியாயம்) சொல்லப்படுகிறது.

குமரேசன், சரோஜாவை மணம் செய்து தன் கிராமத்திற்குக் கூட்டி வருவதிலிருந்து நாவல் தொடங்குகிறது. சரோஜா வளர்ந்ததற்குச் சற்றும் சம்பந்தமற்ற கிராமம். நாவலின்

முதல் இருபது பக்கங்களில் சரோஜா மேல் சாதிப் பெண் என நினைத்ததற்கு நேர்மாறாக நாவல் உள்ளது. தந்தையில்லாத மகனை அந்த அத்துவானக் காட்டிலிருந்து வளர்த்து ஆளாக்கிய மாராயி, ஆரம்பக்கட்டப் பிடிவாதங்கள் தளர்ந்து தங்களை சேர்த்துக் கொள்வாள் என்கிற குமரேசனின் நினைப்பு நிராசையாக மாறுகிறது. ஓயாமல் சாதியின் நினைப்பில் சரோஜாவை விலக்குகிறாள். அவள் மட்டுமல்ல, ஒட்டு மொத்தக் கிராமமுமே அதைத் தான் வெவ்வேறு விதங்களில் செய்கிறது. குமரேசனின் ஒவ்வொரு எதிர்பார்ப்புகளும் பொய்த்துக்கொண்டே இருக்க சரோஜா பயத்துடனும் அவமானத்துடனும் அங்கு நாள்களைக் கடத்துகிறாள். பாறை மீது கூரை போட்ட வீட்டைக் கண்டதுமே அவளது மனம் சுருக்கென்கிறது. நெல்லுச் சோறே காணாத வீடு, அவள் அரிசிச் சோறன்றி எதுவும் பழகியவளல்ல. ஆட்களின் நடமாட்டத்துடன் வளர்த்தவள், அங்கு ஒற்றைக் குடிசையில் மாட்டிக் கொள்கிறாள். அத்தனை கஷ்டங்களையும் குமரேசனின் மீதான காதலால் மென்று விழுங்குகிறாள். அவனிடம் தொடர்ந்து கேட்கப்படும் அவளது சாதி பற்றியக் கேள்விக்கு 'நம்ம சாதி தான்' எனக் கடந்து போகிறான் குமரேசன். ஆனால் ஆட்கள் அவள் வளர்ந்த ஊருக்குச் சென்று விசாரித்து வருகிறார்கள். அவர்களை ஊரை விட்டு விலக்கி வைக்கிறார்கள். பிறகு அவளைக் காட்டோடு வைத்து எரித்து விட திட்டம் தீட்டி தீ வைக்கிறார்கள். நாவல் முடிகிறது.

ஐம்பது பக்கங்களைக் கடந்த பின்னும் நாவல் ஒரே இடத்தில் நின்று கொண்டு ஒரே விஷயத்தைச் சுற்றி வருகிறது. புற உலகைச் சரியாகத் தீட்டிக் காட்டும் பெருமாள் முருகனிடம் அகவுலகம் சார்ந்த எந்த முனைப்பும் இல்லை. நூற்றி ஐம்பது பக்கங்கள் கொண்ட இந்நாவல் தேவைக்கதிகமாக இழுக்கப்பட்டு விட்டது என்றே தோன்றுகிறது. நாற்பது ஐம்பது பக்கங்களில் இதை இன்னும் சிறப்பாகச் சொல்லி இருக்க முடியும். குமரேசன் சோடா போட வீடெடுக்கும் இடத்தில் இருவருக்கும் பழக்கம் ஏற்படுகிறது. நன்றாகப் பேசுவான் என ஒற்றை வார்த்தையில் ஓர் இடத்தில் சரோஜா சொல்கிறாள். அப்படி என்ன நன்றாகப் பேசினான் என்ற உரையாடலே நாவலுக்குள் இல்லை.

அந்நியமான ஓரிடத்தில் யாரென்றே தெரியாத சனங்களுக்கு மத்தியில் வாழ வந்த தாய் இல்லாத பெண்ணுக்கு என்னென்ன நினைப்புகள், எதிர்பார்ப்புகள் மனதிற்குள் ஓடும். அவை

எதுவும் நாவலில் சரியாகச் சொல்லப்படவில்லை. கிராமத்தின் இயல்புகளை கையாளத் தெரிந்த முருகனுக்கு மனிதர்களின் ஆழங்களுக்குள் செல்ல இயலவில்லை.

அவள் அவனை விடவும் கீழ் நிலைச் சாதிப் பெண் என்பது ஒருவழியாக சொல்லப்பட்டு விடுகிறது. ஆனால் எதிர்ப்புகள் அனைத்தும் குமரேசன் பக்கமிருந்து மட்டுமே வருகின்றன. அவளது அண்ணனும் தந்தையும் என்ன நினைத்தார்கள் என்பது அப்படியே விடப்படுகிறது. அது ஒற்றைத்தன்மையை நாவலுக்கு அளிக்கிறது. பிரேம்சந்த்-ன் 'கோதானம்' (1930,40களில் நடைபெறும் நாவல்) நாவலில் பிராமண இளைஞன் ஒருவன் தலித் பெண்ணை வஞ்சித்த பிறகும் அவள் அங்கேயே கிடப்பாள். அவளது பெற்றோர் வந்து தூஷித்து எதிர்ப்பைக் காட்டுவார்கள். அந்த அளவிற்குக் கூட இந்நாவலில் இல்லை. எக்கேடு கெடட்டும் என விட்டு விட்டார்களா? இத்தனைக்கும் அவள் மீது அவர்கள் அன்பைச் பொழியும் இடங்கள் நாவலுக்குள் வருகின்றன. அவளது அம்மா இறப்பு பற்றி செய்தி மர்மம் போல தந்தையால் அவளுக்குச் சொல்லப்படுகிறது. அதை யூகித்துக் கொள்ள முடிகிறது.

மிக வேகமாக வாசித்துச் சென்றுவிட முடிகிறது என்பது நிறையாகக் கருதினால், தட்டையான மொழியைப் பலவீனமென்று சொல்ல வேண்டும். ஓர் உலகைச் சமைக்க முடிகிற நாவலாசிரியர் அதன் ஆழ அகங்களுக்குள் செல்லாமல் தேங்கி விடுவதை (அதுவும் இந்நாளைய வாசகர்களுக்கு தெரிந்திருக்கக் கூடியவை) குறிப்பிடத்தான் வேண்டும்.

ஒரு தொடர்கதையாக எழுதப்பட்டு நாவலாக வந்திருக்கும் 'பூக்குழி' அதற்கான குறைகளுடனுயே இருக்கிறது. இந்நாவலுக்கு நிகழ்ந்த இத்தனை ஆர்ப்பாட்டங்களைக் கண்டு உள்ளூர சிரிப்புத் தான் வந்தது. நாவல் தர்மபுரி இளவரசனுக்குச் சமர்பிக்கப் பட்டிருக்கிறது. கதைகளை மனதிற்குள் பல தடவை எழுதி அழித்து அதன் கலைத்தரம் சார்ந்த பிடிவாதங்களை எழுதுவதை ஒத்திப் போட்டுக் கொண்டிருப்பதெல்லாம் வீண் என்ற எண்ணத்தை இந்நாவலை வாசித்த போது அடைந்தேன். மிக சாதாரணமான இத்தகைய நாவலை எழுதவோ அதை உலக அரங்கில் கொண்டு சேர்க்கவோ ஆசிரியருக்கும் பதிப்பாளருக்கும் எந்தத் தயக்கமும் இல்லை எனும் போது அதற்கு மேல் வேறு என்ன பேச இருக்கிறது..! தகுதி அதன் கலைத்தன்மையில் மட்டுமே இருக்கிறது என்பதோடு முடித்துக் கொள்கிறேன்.

சூறாவளி: லெ கிளெஸியோவின் இரு குறுநாவல்கள்

'எல்லாவற்றையும் தெரிந்து வைத்திருப்பதும் சோகமானது தான்'

– கிளெஸியோ.

பிரமாண்டங்களுக்கு முன் மனிதர்கள் தன்னிலை மறந்து சிறியவர்களாக ஆவதே இயல்பு. அதிலும் இயற்கையின் முன் பணிவும் லயிப்புமாக கலந்து விடுகிறவர்களுக்கு அது அவர்களின் பழைய சுமைகளை களைகிறது, நினைவுகளின் விடுதலையை அளிக்கிறது. மட்டுமல்ல, தேற்றுப்படுத்தும் கரமாக, ஆற்றுப்படுத்தும் முன்னிலையாகவும் மாறுகிறது. கடலும் மலையும் வானும் காடும் அத்தகைய மருத்துவ குணங்களை இயல்பிலேயே பெற்றுள்ளது. ஓயாத கடல் அலைகளை சிலமணி நேரம் பார்த்தபடியே அமர்ந்திருப்பதே பெரும் ஆசுவாசத்தை அளித்துவிடும். பாரங்களின் கற்களை அது அடித்து இழுத்துச் சென்று சந்தோஷங்களின் கிளிஞ்சல்களை காலடியில் சேர்த்துவிடும். கடலுள்ள ஊருக்குச் செல்ல நேர்ந்தால் ஒருபோதும் கடலலைகளைக் காணாமல் திரும்பியதே இல்லை.

அப்படி தங்கள் கடந்த கால இழப்புகளால் அல்லலுறும் இருவேறு பின்னணி கொண்டவர்கள் ஒரு தீவிற்குள் வந்து சேர்வதன் ஊடாக எப்படி தங்களை மீட்டுக் கொள்கிறார்கள் புதிய உறவிற்குள் சென்று இன்னுமொரு சிறையை உருவாக்கிக் கொள்கிறார்கள், தங்கள் அடையாளங்களின் வலி மிகுந்த இடங்களை நோக்கி அலைகிறார்கள் என்பதே 'சூறாவளி' குறுநாவலின் குறுக்குவெட்டுத் தோற்றம்.

போர்ப்படைகளைப் பின் தொடர்ந்து சென்று புகைப்படங்களுடன் தகவல் சேகரிப்பாளனுமாக விளங்கும் பத்திரிகையாளன் பிலிப் க்யோ. படைவீரர்கள் ஒருபெண்ணை வன்புணர்வு செய்யும் போது தடுக்க வக்கில்லாமல் வேடிக்கைப் பார்ப்பவனாக இருக்கிறான். நீதிமன்றம் அதற்காக அவனுக்கு தண்டனை வழங்குகிறது. முடிந்து வெளியே வந்து பலவேலைகள் செய்யும் போது தன்னை விட பனிரெண்டு வயது மூத்தவளான மேரி சிங்குடன் உறவு ஏற்படுகிறது. இருவரும் ஜப்பான் தீவிற்கு வருகிறார்கள். களித்துக் கிடக்கும் வேலையிலும் மேரி, பழைய நாட்கள் அளித்த காயங்களால் அவதியுறுபவளாக இருக்கிறாள். ஒருநாள் அவன் நகரத்துக்குச் சென்ற அன்று நன்றாக நீந்தத் தெரிந்த மேரி, கடலில் இறங்கிக் காணாமல் போகிறாள். அதே தீவிற்கு 30 ஆண்டுகளுக்குப் பிறகு திரும்பும் க்யோ, அங்கேயே தன் வாழ்க்கையை முடித்துக் கொள்ளும் தீர்மானித்தில் வந்திறங்குகிறான்.

இன்னொரு பக்கம் கறுப்பினப் படைவீரன் ஒருவனால் கர்ப்பம் தரித்து குடும்பத்தினரின் ஒதுக்குதால் 4 வயது மகளைக் (ஜுன்) கூட்டிக் கொண்டு அத்தீவிற்கு வருகிறாள் ஜூலியா. அவள் மீனவப்பெண்களுடன் சேர்ந்து கடலுக்குள் இறங்கி மீன்கள், நண்டுகள், நத்தைகளைப் பிடித்து வந்து விற்று வயிறாறுகிறாள். கடலின் உலகம், கடலுக்குள் அதற்குரிய உடைகளுடன் உயிரைப் பற்றி கவலையேயின்றி அதன் ஆழங்களுக்குள் சென்று கரை திரும்பும் பெண்களின் கதைகள் சொல்லப்படுகின்றன. ஜுனுக்கு 16 வயதிருக்கும்போது அங்குவந்து சேரும் க்யோவை, அவன் தூண்டில் கழியுடன் மீன் பிடிக்கத் தெரியாமல் இருக்கும் பொழுதொன்றில் அறிமுகமாகிறாள். அவளது அம்மாவுக்கு அங்கொரு காதலன் கிடைத்துவிட ஜுனின் ஒரே ஆசுவாச இடமாகக் கடல் ஆகிவிடுகிறது. மீனவப்பெண் ஆக வேண்டும் என விரும்பும் அளவிற்கு.

தந்தை மகள் போலத் தொடங்கும் க்யோ-ஜுன் உறவு இருதலைமுறைக்கும் மேலுள்ள வயதின் இடைவெளி மறைந்து போக உடலைப் பகிரும் இடத்திற்கு வந்து சேர்ந்து விடுகிறது. க்யோவுக்கு அத்தீவில் மேலும் ஒரு பெண்ணுடன் காதலிருப்பதை அறிகிறாள் ஜுன். இதற்குள் இடைகலந்து அத்தீவின் மீனவக்குடிகளின் வாழ்க்கை சுருக்கமான முறையில் தீட்டப்படுகிறது. மேரியின் அந்த இருண்ட இடதத்திற்கு செல்ல க்யோ விரும்பும் போது அந்தக் கதையை ஜுன் முன்னெடுத்துச் செல்பவளாக இருக்கிறாள்.

ஆனால் ஒருகட்டத்தில் இருவருமே பரஸ்பரம் நெருங்கும் போது ஜுன் தான் க்யோவை மேலதிகமாக சென்று சந்தித்து அதற்கு வழி வகுக்கிறாளோ என்றும் தோன்றுகிறது. வெறுமையை வெல்ல அடையாளமிழந்த இருவரும் முயன்றார்களோ எனத் தோன்றுகிறது. ஜுன், தன்னை நிராதவராக விட்டுச் சென்று தீராத அவச்சொல்லுக்கு ஆளாக்கிய தந்தையை அவனிடம் தேடினாளா? மேரியை இடத்தை அவளுக்கு அவன் வழங்கினானா? கடலுக்குள் சென்று மறைய இறங்கும் ஜுனை மீனவப்பெண்களுடன் காப்பாற்றி வீடு சேரும் அவளது அம்மா அத்தீவை விட்டு வெளியேற முடிவெடுக்கிறாள். க்யோவும் அதே கப்பலில் அங்கிருந்து வெளியேறுகிறான்.

இதற்கு நடுவே ஒரு சூறாவளி தீவைத் தாக்குகிறது. புற உலகைத் தாக்கும் சூறாவளி ஒருபுறமெனில் இவர்களில் வாழ்க்கையைக் கலைத்துப்போட்ட சூறாவளிக்கு காரணர்களைத் தேடும் போது அது சுலபமில்லை என மற்றொரு புறத்தில் தோன்றுகிறது. ஆனால் அனைத்தையும் கடல் பார்த்துக்கொண்டே இருக்கிறது.

இரண்டாவது குறுநாவலான ‘அடையாளத்தை தேடி அலையும் பெண்’ தலைப்பிற்கேற்பவே தான் யாரென்ற கேள்வியை பின் தொடர்ந்து அலைபவளின் கதை. எவருக்கோ பிறந்து விடுதியில் போட்டுவிட்டுச் சென்றதாகச் சொல்லப்படும் ராஷேல், சிற்றன்னையின் சுடுசொல்லிலும் அவமதிப்பிலும் வளரும் பெண். குடும்பத்திற்குள் நிலவும் வன்முறைகளைப் பார்த்தபடி தன் தங்கைக்கு அனைத்தும் வழங்கப்படுகிற சூழலுக்குள் உழலும் பெண்ணும் கூட. அந்தக் குடும்பம் வீழ்கிறது. வளர்த்தவர்கள் ஆளுக்கொரு பக்கம் பிரிந்து செல்கிறார்கள். பாரிஸில் அவள் அனாதையாக தெருநடையாளராக, சும்மா சுற்றும் நபராக நாட்களைக் கழிக்கிறாள். அவள் தங்கைக்கும் அவளுக்குமான உறவு ஆச்சரியமாக நல்வழியில் அமைகிறது. அடையாளத்தைத் தேடும் பயணத்தில் மனச்சிதைவிற்கும் அலைக்கழிப்பிற்கும் ஆளாகிறாள். தன்னை விட்டுச் சென்ற அம்மாவை அங்கு சந்திக்கவும் நேர்கிறது. ஆனால் ஒட்டுதல் உருவாவதில்லை. விலகிச் செல்கிறாள். அவள் எங்கு தொடங்கினாளோ அங்கேயே திரும்பி வருவதுடன் நிறைகிறது இக்குறுநாவல்.

இரண்டாம் குறுநாவலை விடவும் ‘சூறாவளி’ நல்ல வாசிப்பனுவத்தை அளித்தது. இக்குறுநாவலின் இடையே வரும் வரிகளின் வழி அனுகினால் இந்நாவலை மேலும் நெருங்கிப் புரிந்துகொள்ள

முடியும். 'வாழ்க்கையில் ஒரு சிறுமாற்றம் ஏற்பட்டாலும் போதும். உடனடியாக நீங்கள் மறந்திருக்கும் பொருள் அப்பட்டமாகத் தெரியும். அது உங்களை ஆட்கொண்டுவிடும்.'

சூறாவளி – இரு குறுநாவல்கள்– லெ கிளெஸியோ : ஃபிரெஞ்சிலிருந்து தமிழில்: சு.ஆ. வெங்கட சுப்புராய நாயகர்– காலச்சுவடு பதிப்பகம்.

மன்னார் பொழுதுகள்

போதிசத்வ மைத்ரேயின் 'சிப்பியின் வயிற்றில் முத்து' நாவலே நவீன தமிழ் புனைவெழுத்தில் பரதவர் இடம்பெற்றதன் தொடக்கம். துரதிஷ்டவசமாக அது நேரடித் தமிழ் நாவல் அல்ல. வங்கத்திலிருந்து மொழியாக்கம் (மொ-ர் : எஸ். கிருஷ்ணமூர்த்தி) செய்யப்பட்ட படைப்பு அது. அதன் ஆசிரியர் மீன்வளத்துறை அதிகாரியாக சில ஆண்டுகள் பணியாற்றியவர். மீனவர்களின் நானாவித வாழ்க்கைகளை கூடவே தேவதாசிகளைப் பற்றி தமிழகப் படைப்பாளி போல நுட்பமாக அவர் எழுதிய நாவல் அது. ஜோ.டி. குரூஸின் வருகையே அந்த வெற்றிடத்தை நிரப்பியது. அவரது முதலிரு நாவல்கள் கடல், கடல்சார் மனிதர்களை காலத்தின் முன் வைத்தும் வரலாற்றினுள் வைத்தும் பேசியது. அதில் உச்சம் முதல் நாவலான 'ஆழிசூழ் உலகு' (இரண்டாவது நாவல் 'கொற்கை'). மைத்ரேயி போலவே அந்த நிலப்பரப்பைச் சாராத ஒருவரான வேல்முருகன் இளங்கோ சில ஆண்டுகளுக்கு முன் எழுதி வெளியான நாவல் 'மன்னார் பொழுதுகள்'.

நிலமும் கடலும் சார்ந்த நிலப்பரப்பை கையகப்படுத்தியிருக்கும் வேல்முருகன் காலத்தைக் கையாளும் பெரிய நாவலுக்குரிய பண்புகளில் ஒன்றான அதிகளவிலான பாத்திரங்களை நாவலெங்கும் உலவ விட்டிருக்கிறார். பதினாறாம் நூற்றாண்டில் தம் மீனவக் குடிகளைச் சுற்றி வளைத்து கொன்றழிக்கும் அரேபிய மூர்களிடமிருந்து காக்க போர்ச்சுகீசியர்களின் கைகளை நாடி அதற்கு பிரதி உபகாரமாக கிறிஸ்துவத்தை தழுவிய சைவப் பற்றாளர்களின் வரலாற்றிலிருந்து நாவல் தொடங்கினாலும் அடுத்த அத்தியாத்திலேயே நிகழ்காலத்திற்குள் வந்துவிடுகிறது.

தூத்துக்குடி, மணப்பாடு, புன்னைக்காயல் என முத்துக்குளித் துறையிலும் நிலத்திலுமாக நாவல் கால்கொண்டிருக்கிறது. மையப் பாத்திரங்களான இசக்கி, ராஜசேகர், நஞ்சுண்டான், இருதயராஜ் ஆகிய நால்வரே நானூறு பக்கத்தை நெருங்கும் நாவலுக்கு உயிரூட்டுகின்றனர். நிகழ்காலமும் கடந்த காலமும் அருகருகே அடுக்கப்பட்ட வடிவத்திலுள்ளது நாவல். வெவ்வேறு காரணங்களால் ஊரை விட்டு நெல்லைக்கு வந்து சேரும் இசக்கியும் ராஜசேகரும் இரட்டைக் கொலையாளிகளாகி தூத்துக்குடிக்கு சென்று விடுகின்றனர். பிறகு தொடங்குகிறது பழி தீர்த்தலின் அத்தியாயம். இருவேறு மேசைக்காரர்களின் பகையினுள் சென்றுவிடும் இசக்கி மெதுவாக கடல்புரத்தில் செல்வாக்கும் மதிப்புமிக்க நபராக மாறி வீழும் சித்திரம் ஒருபுறம் என்றால் நஞ்சுண்டானுடான நட்பும் அவரது பின்னணியும் வேறு கிளைக்கதைகளைப் பரப்புகின்றன.

ஹெமிங்வேயின் 'கடலும் கிழவனும்', ஸ்டீபன் க்ரேக்கின் 'திறந்த படகு' போன்ற படைப்புகளில் கடலின் சீற்றமும் காற்றின் அலைகழிப்புகளும் உயிராசையும் இருளுக்குள் ஒளி தோன்றாதா என்கிற நப்பாசையும் நிர்கதியையும் வெகு அருகில் கண்டிருந்திருக்கிறோம். இந்நாவலிலும் அது போன்ற காட்சி இடம்பெற்றிருக்கிறது. மட்டுமல்லாமல் கடலின் பாடுகள் அதன் உள்ளடி அரசியல் சாதிப்பிரச்சனைகள் என தன் தளத்தை சற்றே விரிவுபடுத்தியும் உள்ளது. ஆனால் இந்நாவல் அனைத்தையும் புறஉலகின் தோற்றங்கள் எனக்காட்டி நகர்கிறது. தோற்றத்திற்கு அப்பால் என்ற வினாவை நோக்கிச் செல்லவில்லை. சில இடங்களில் தகவல்களுக்கு மேல் ஏதுமில்லை எனத் தோன்றுகிறது. நாவலின் அடிப்படையானப் பிரச்சினை என்னவென்றால் உணர்ச்சிகரமான இடங்களில் மனிதர்களின் நிலை என்ன என்பதை அவர்களுக்குள் இறங்கி அந்த அலைகழிப்புகளையும் துயரையும் நெருங்காமல், வெறுமனே அவற்றைச் சொல்லிச் செல்வதையே கூற வேண்டும். பழியையும் ரத்தத்தையும் குறைத்துமிருக்கலாம். சில இடங்கள் சினிமாத் திரைக்கதை போல தோன்றியதையும் குறிப்பிடத்தான் வேண்டும்.

நாவலில் காலத்தைக் கணக்கிட பயன்படுத்திய உத்தி சரியாகவே வந்திருக்கிறது. விடுதலைப்புலிகளுக்கு உதவும் நஞ்சுண்டான் வழியாக, அவர்கள் ஒவ்வொரு காலகட்டத்திலும் நேர்கொண்ட சிக்கல்களைக் காட்டுவதன் மூலமும் தூக்குத்துடி ஸ்டெர்லைட் ஆலை தொடங்குவதன் போராட்ட அறிவிப்பு இடிந்தகரை

மக்களின் ஒற்றுமை போன்றவற்றைச் சொல்வதன் மூலம் நாவல் எந்தந்த காலத்தில் நிகழ்கிறது என்பதை அறிந்துவிடமுடியும். மகனின் உயிராபத்தை முன்னிட்டு தன் சினேகிதரின் வீட்டிற்குச் செல்லும்படி பணிக்கிறார் இசக்கி. அப்படிப் புதிதாக வீட்டிற்குள் நுழைபவனை தன் குடும்பத்தில் ஒருவனாகக் கருதிக் காக்கும் நஞ்சுண்டானும் அவரது குடும்பத்தவர்களும் வியப்பு எனில் ஒரு காலத்தில் இசக்கியே அப்படி இன்னொரு வீட்டினரால் காக்கப்பட்டவன் தான் என்பதும் நினைவுக்கு வருகிறது. நாவலில் பெண்கள் ஆண்களைக் காப்பவர்கள், அவர்களுக்கு துணை நிற்பவர்கள். ஆண்கள் பழியும் வன்மமும் ஊசலாட்டமும் மிக்கவர்கள்.

வேல்முருகன் இளங்கோவின் கதைகளை எங்கும் வாசித்ததில்லை. இது அவரது இரண்டாவது நாவல். நாவலுக்குள் நிறையப்பேர் வந்து அப்படியே மறைந்தும் போய்விடுகிறார்கள். தொடக்கம் முதல் இறுதிவரை வரும் மங்கம்மா விளக்கும் அதன் பின்னுள்ள கதையும் வலுவாகச் சொல்லப்பட்டிருக்கலாம். மிகுபுனைவு வழியாக அதை சாதித்துமிருக்கலாம். இத்தனை பாத்திரங்களை உலவவிட்டு அவர்களை கொண்டு செல்லவே தனித்திறன் வேண்டும். அதுவும் நாவலாசிரியர் 28 வயதேயான இளைஞர் என்றால்..!

வேல்முருகனுக்கு ஒரு நல்ல எடிட்டரும் எதைச் சொல்லவும் எதை தவிர்க்கவும் வேண்டும் என்கிற நுட்பமும் கிட்டியிருந்தால் நாவல் இன்னும் சிறப்புற வந்திருக்கக் கூடும். கடலையும் கடல் சார் வாழ்க்கையையும் ரத்தமும் சதையுமாக எனச் சொல்வதில் சதையை விட ரத்தம் கூடுதலாகச் சிந்தப்பட்டு விட்டது, கூறப்பட்டுவிட்டது என்கிற அங்கலாயிப்பைத் தவிர்க்க முடியவில்லை.

நாவலின் அட்டை ஏதோ சினிமாப்பட போஸ்டர்போல வடிவமைக்கப்பட்டிருக்கிறது. நாவலின் களத்திற்கும் உள்ளடத்திற்கும் அட்டைக்கும் வெகுதூரம். சாதாரணமான அட்டைத் தேர்வு.

கட்டுரைகள்

முதல் சந்திப்பு

சுந்தர ராமசாமி மறைவுக்குப் பின் அவர் குறித்து எழுதப்பட்ட நினைவுக் கட்டுரைகளில் அவரை முதன் முதலில் சந்திக்கச் சென்றது பற்றிய குறிப்பு பெரும்பாலும் இடம்பெற்றிருந்தது. அவற்றில் ஏழோ எட்டோ கட்டுரைகளில் ஒரு பகுதி மட்டும் ஒன்று போலவே இருந்ததைக் கண்டிருக்கிறேன். நேராக நாகர்கோவில் கிளம்பிச் செல்வார்கள். பிறகு சுதர்சன் கடையைத் தேடிக் கண்டுபிடிப்பார்கள். ஆனால் பலரும் உள்ளே போக மாட்டார்கள். கடையின் முன் கொஞ்ச நேரம் அப்படியே நடப்பார்கள். வந்து பார்த்தால் கண்ணாடி ரேக்கிற்குப் பின் சு.ரா அமர்ந்திருப்பதைக் காண்பார்கள். பிறகும் நடந்து பார்த்து விட்டு வந்தால் அப்போதும் உள்ளே உட்கார்ந்திருப்பார். 'என்ன இது?' என்னும் தயக்கத்துடன் திரும்பிச் சென்று விடுவார்கள். பிறகொரு நாள் தான் அச்சந்திப்பு நிகழ்ந்ததாக எழுதியிருப்பார்கள். மலையாள எழுத்தாளர் சி.ஜே. தாமஸை காணச் சென்றதை 'என் கடவுள் கத்திக் கொண்டிருந்ததைப் பார்த்துத்' திரும்பி வந்து விட்டதாக சு.ரா எழுதியிருந்தது அப்போது நினைவுக்கு வந்தது. அது போலவே எம். கோவிந்தனைப் பார்க்கப் போய் தயக்கத்துடன் நின்று கொண்டிருந்த போது காகத்தின் எச்சம் மேலே விழுந்ததை சாக்காக வைத்துக் கொண்டு திரும்பி விட்டதாக சு.ரா எழுதியிருப்பார். மேற்கண்ட கட்டுரைகளில் ஒன்றிரண்டு பேர் உண்மையைத் தவிர எழுத்தில் வேறெதுவும் பேசாதவர்கள். அவர்களைத் தவிர பிறர், கட்டுரை 'அப்படியே ஸ்டைலாக' வர வேண்டும் என்பதற்காக 'அப்படி' எழுதியிருப்பார்களோ

என்னும் ஐயம் எனக்கிருக்கிறது. அது ஐயம் தான் உறுதியாகச் சொல்ல முடியவில்லை.

கடிதம் எழுதிக் கேட்ட பின்பு, சுமார் ஆறு மாதக் கடிதத் தொடர்புக்குப் பின்(வாரத்துக்கு இரண்டு கடிதங்கள் வீதம்) அவரைக் காண என் இருபத்தியொன்றாவது வயதில் கிளம்பினேன். அப்போது கோவையிலிருந்து நாகர்கோவிலுக்கு இரவு இரயில் கிடையாது. 'பகல்நேர பாசஞ்சரில்' தான் போக வேண்டும். சுமார் 12 மணிநேரப் பயணம். போய் இறங்கியதும் அழைக்கச் சொல்லி எழுதியிருந்தார். குரல் எப்படி இருக்கும் என்ற கற்பனையுடன் ரயிலடியிலிருந்து தொலைபேசினேன். மென்மையான குரலில் அவர் பெயரைச் சொல்லாமல் பக்கத்து வீட்டு டாக்டர் பெயரையும் எதிர்புற அடையாளத்தையும் கூறி முகவரி சொன்னார். ஆட்டோக்காரர் இறக்கி விட்ட போது இரவு ஒன்பது இருக்கும். நானும் உள்ளே எட்டிப்பார்த்து அந்த ரோட்டில் 'கேட் வாக்' செய்திருக்கலாம் தான். ஆனால் அது போல இந்த கே.பி. சாலை இருக்கவில்லை. 'உன்னப்புடி.. என்னப்புடி' வேகத்தில் வாகனங்கள் குறுக்கு மறுக்காக பாய்ந்து கொண்டிருக்கும். நானும் போகலாமா வேண்டாமா என்னும் யோசனையில் அங்கு முன்னும் பின்னும் நடந்திருந்தால் என் உயிரை அவர் வீட்டின் எதிரேயிருக்கும் வேட்டாளி அம்மனால் கூட காப்பாற்றியிருக்க முடியாது.

'சாப்பிட்டேனா', 'பாத்ரூம் போகிறீர்களா' என்றெல்லாம் கேட்டுவிட்டு 'பயணமெல்லாம் எப்படி இருந்திச்சு... ரொம்ப நேர உட்கார்ந்துக்கிட்டே வரணுமே..!' என்றார்.

'ஆமா சார்... ஆனா டிக்கெட் விலை ரொம்ப கம்மி சார். திருப்பூர்ல இருந்து இங்க வர வரைக்கும் முப்பத்தி மூணு ரூபா தான் சார்" (முப்பத்தி மூணா அறுபத்தி ஆறா எனக் குழப்பமாக இருக்கிறது)

"ஓ..அதனால் தான் இதுல வந்தீங்களா..."

"அதுவும் ஒரு காரணம் தான்... ஆனா சார்..."

"யென்ன?"

"நாகர்கோவில் வர்றதுக்கு முப்பத்து மூணு ரூபா... ஆனா ஸ்டேசன்ல இருந்து இங்க வர்றதுக்கு ஆட்டோக்கு இருபது ரூபா சார்."

"கொடுத்துட்டீங்க இல்லயா..."

அது கிண்டல் எனத் தெரியாமல் "ஆமா சார். கொடுத்துட்டு தான் கீழே இறங்கினேன். ஆனா அவர் கிட்ட நீங்க சொன்ன அட்ரஸ சொல்லல. ராமவர்மபுரத்துல சுந்தர ராமசாமி வீடுன்னு தான் கேட்டேன். தெரியாதுன்னு சொல்லிட்டார் சார். இவ்வளவு வருஷமா எழுதிக்கிட்டு இருக்கீங்க.." சட்டென இடைமறித்து அதில் அக்கறை காட்டாதவராக மீண்டும்

"சாப்பிட்டீங்களா..?" என்றார். அப்போது ஒல்லியும் உயரமுமாக குச்சி மாதிரி இருப்பேன். எனக்கு முன்னரே பொள்ளாச்சியிலிருந்து கோபாலகிருஷ்ணன் என்னும் என்னை விட ஆறேழு வயது மூத்தவர் அவருக்கு அறிமுகமாகி நட்புடனும் கடிதத் தொடர்புடனும் இருந்தார். கோபாலுக்குத் திக்குவாய் இருந்தது. அதற்கு சில ஆண்டுகள் கழித்து சு.ரா எழுதிய 'ஒரு ஸ்டோரியின் கதை'யில் வரும் இரு வரிகள் எங்களுக்கானது என நம்புகிறேன். 'மூங்கில் கழி போல வளர்ந்திருந்த அந்த வயசாளி' என்பது எனக்கானதாகவும் 'பிறவியிலிருந்தே திக்கத் தொடங்கியிருந்த வயசாளி' என்னும் வரி (வரிகளை நினைவில் இருந்து எழுதியிருக்கிறேன்) கோபாலுக்கானதாகவும் கருதினேன். இதை கோபாலிடம் சொன்னேன். சு.ராவிடம் 'சரி தானா சார்?' எனக் கேட்கக் கூச்சமாக இருந்தது. எனவே கேட்கவேயில்லை.

அதுவரை இருந்து கொண்டிருந்தக் கூச்சம் புதிய இடம் பற்றிய தயக்கம் எல்லாம் சிறிது சிறிதாக அகன்று கொண்டிருந்தன.

"திருநெல்வேலில டிரெயின் அரைமணி நேரம் நின்னுச்சு சார். அந்த ஸ்டேசன்ல புரோட்டா சாப்பிட்டேன்."

"ஆனா அவருக்கு உங்க பேரு தெரியாதது வருத்தமாக இருந்துச்சு சார்..." என்றேன் மீண்டும்.

சட்டெனத் தலையை நேர் தூக்கிப் பார்த்து நிமிர்ந்து அமர்ந்து தானாக தலையை அசைத்த பிறகு "காலேஜ் ப்ரோபசர்களுக்கே என் பேர் தெரியாது. என்னையும் தெரியாது..." என் முகத்தைப் பார்த்த பின் "அதிர்ச்சியா இருக்கா... போக போக இதெல்லாம் உங்களுக்கே தெரியவரும்" என்றார்.

உள்ளே இருந்து கமலாம்மா வந்தார். அறிமுகப்படுத்தினார். எழுந்து நின்று வணக்கம் சொன்னேன். சுரா பற்கள் தெரியாமல் சிரிக்க கமலாம்மா 'மோர் குடிக்கறேளா' என்றார்.

'என்னது மோரா..! நைட் ஒன்பது மணிக்கா..! வெயிலுக்குத் தானே மோர் குடிப்பாங்க.' என மனதிற்குள் நினைத்துக் கொண்டேன்.

ஆனால் அப்படி ஒரு அம்மா வந்து கேட்டால் எப்படி வேண்டாமென்பது? தலையாட்டினேன்.

அதிர்ச்சியாகும் விதமாக சு.ரா கேட்டார் ‘வீட்ல சொல்லீட்டுத் தானே வந்தீங்க’

பயந்த முகத்துடன் “ஆமா.. ஏன் சார்?”

“இல்ல. அவ்வளவு தூரத்துல இருந்து என்னப் பார்க்க மட்டும் தான் வந்தீங்களா? வீட்ல எதுவும் சொல்லலயா” என அடுத்த கேள்வியைக் கேட்டார்.

மேலும் பயமாகி “உங்க லெட்டர் எல்லாம் வருதே சார். அவங்களுக்குத் தெரியும். போற வர்ற இடமெல்லாம் சொல்லீட்டு தான் வருவேன். உங்களப் பத்தியெல்லாம் அவங்க கிட்ட சொல்லியிருக்கேன் சார்” என்றேன். ஆனால் ஏனோ அந்தக் கேள்வியை மறுபடியும் கேட்டார். அப்போது புரியாமலும் குழப்பமாகவும் இருந்தது. மேலும் சில ஆண்டுகள் கழித்து பிற எழுத்தாளர்கள் எழுதியிருந்ததை வாசித்தபின்பே தெளிவு பிறந்தது. இரண்டாவது முறையும் “என்னைப் பார்க்கத் தான் இந்த வயசுல அங்க இருந்து வந்தீங்களா?” எனக் கேட்ட போது ‘ஆமாம்’ என்று சொன்னதில் இருந்த உறுதி இன்றும் நினைவில் அசைகிறது.

என்னை ஒரு மாதிரி சகஜநிலைக்கு கொண்டு வந்துவிட்டிருந்தார். நானும் பயணத்திலும் வீட்டிலும் “அவரிடம் என்ன பேச வேண்டும்?” “என்ன கேட்க வேண்டும்?” என்பதையெல்லாம் யோசித்தபடியே இருந்ததை நினைவுக்கு கொண்டு வந்து கொண்டிருந்தேன். யாரும் அவரிடம் அவர் படைப்பைப் பற்றிக் கூறாத ஒன்றைச் சொல்லிவிட வேண்டும். புதிதாக எதையாவது கற்றுக் கொள்ள வேண்டும் என்னும் துடிப்புடனும் உற்சாகத்துடன் அந்த வயதிற்கேயுரிய முதிர்ச்சியில்லாத உடல் அசைவுகளுடன் தயார் ஆகிக் கொண்டிந்தேன். இலக்கியம் பேசுவதென்றால் அவர் படைப்பைப் பற்றித் தானே இருக்க முடியும் என்னும் நம்பிக்கையில் மூளையில் திரட்டிக் கொண்டிருந்தேன். இலக்கியம் சம்பந்தமாக முதல் கேள்வியை, நேரடியான உரையாடலைத் தொடரும் பொருட்டான முதல் கேள்வியாக

‘புதுமைப்பித்தனைப் படிச்சிருக்கேளா?’ என்றார்.

14.10.2016

கடலோரம் அழியாக் காலடிச் சுவடு

"எழுதணும்ன்னு ஆசைப்படுறேன் சார்..." இரண்டாவது சந்திப்பின் போது சுந்தர ராமசாமியிடம் சொன்னேன். "நல்ல ஆசைதானே" என்றார். சிரித்தேன். அவர் சிரிக்காமல் ஆமாம் என்பது போலத் தலையசைத்தார். சிறு இடைவெளிவிட்டு "பயமா இருக்கு" என்றேன். இப்போது மெல்லச் சிரித்தார். "என்ன பயம்... எழுத்து மேலயா..?" "இல்ல. எழுதுவது நல்லா வருமான்னு."

"ஓ... அது இன்னும் விஷேசம் ஆச்சே.! ஆனா எழுத்து மேல பயம் இருந்தா ஒண்ணுமே செய்ய முடியாது. காலம் ஓடிடும்." மேலும் மனதளவில் நெருங்கி அமர்ந்தேன். "எழுதுகிற வரைக்கும் அப்படியெல்லாம் பலதும் தோணும். ஆனா உட்கார்ந்து எழுத ஆரம்பிச்சிடணும். இப்போ எழுதுறதுக்கே பயந்தா பின்னாடி எல்லாம் இன்னும் பயம் வந்திடும். நாளைக்கு எழுதற பத்தி இன்னைக்கே ஆசைப்படணும். என்னென்ன திட்டம் இருக்கு. எப்படி அதை செயல்படுத்துறதுன்னு யோசனை ஓடணும்."

பெரிய விஷயமெல்லாம் சின்னப் பையனிடம் பேசுவதாகத் தோன்றியது. ஆனால் அவர் சம அளவில் வைத்தே எப்போதும் உரையாடுபவராக இருந்தார். "ரைட்டிங்கிறது ஒரு ட்ரீம் இல்லையா.. ஆனா அது பகல் கனவா போயிடாம பாத்துக்கணும்" என்று கூறி கண்ணாடிக்குள் உருளும் கண்மணிகளை மேலும் சிறியதாக்கிப் பற்கள் தெரியாமல் உதடு விரித்தார். அந்த 'ட்ரீம்' என்னும் சொல் ஏனோ அந்தச் சூழல், சொன்ன தொனி போன்றவற்றால் மனதில் அப்படியே தங்கிவிட்டது.

“ரொம்ப முக்கியமான விஷயம் என்னன்னா பிரசுர நோக்கத்தில கவனமா இருக்காம எதையாவது எழுதிப்பார்த்துக்கிட்டே இருங்க. சொல்ல வந்ததை சரியா சொல்ல முடியுதான்னு பார்த்தா உங்களுக்கே தெரியும்” என் முகத்தைப் பார்த்த பிறகு இன்னும் பொறுமையாக, “நீங்க வழியில பார்க்கிற மனிதர்கள், இயற்கை, பாதிக்கிற சம்பவம்ன்னு எழுதிப் பார்க்கலாம். அப்பறம் இதழ்களுக்குக் கடிதம் எழுதறது, படிச்ச புத்தகத்தை பத்தி மதிப்புரை மாதிரி எழுதிப்பார்க்கறது எல்லாம் நல்ல பயிற்சி” என்றார்.

அவரைச் சந்தித்து விட்டுத் திரும்பும் போதெல்லாம் இது போன்ற சொற்களை எடுத்து வந்திருக்கிறேன். கைகளில் கூழாங்கற்களை உருட்டுவதுபோலப் பயணம்தோறும் அவற்றை மனதிற்குள் உருட்டுவது வாடிக்கையாக இருந்திருக்கிறது.

பின்னால் இருக்கும் இரண்டை எடுத்துக்கொண்டேன். இலக்கிய இதழ்களுக்கு கடிதங்கள் - குறிப்பாக அவற்றில் வெளியான சிறுகதைகள் குறித்து - அவ்வப்போது எழுதினேன். நூல்களை மதிப்பிட்டு எழுதியதும் நல்ல பயிற்சியாக அமைந்தது. மேலும் ஒன்று சொன்னார்: “விடாம வாசிக்கணும். எழுத்தாளனுக்கு இலக்கியம் வாசிச்சா மட்டும் போதும்னு ஒரு அபிப்ராயம் இருக்கு. அப்படியில்ல. அறிவுலகத்தில் இதுதான் வாசிக்கணும்ன்னு இல்லை. வேற வேற துறையில் இருக்கிறதையும் வாசிக்கலாம். அது எப்போ எங்கே உங்களுக்கு யூஸ் ஆகும்னு சொல்லவே முடியாது.” கொஞ்சம் இடைவெளி விட்டு, “அப்படி யூஸ் ஆகாம போனாத்தான் என்ன? ஒண்ணைக் கத்துக்கிட்டீங்க இல்லயா.! பிறகு எதைப் படிக்கணுங்கறது அவங்க அவங்க டேஸ்ட்டைப் பொறுத்தது. ஆனா படிக்கணும். தொடர்ச்சியா வாசிக்காத ஒருத்தன் நல்லா எழுதறான்னு சொன்னா, அதை நம்ப மாட்டேன்” என்று நிறுத்தினார்.

அவர் தேர்ந்த உரைநடையாளர் என்ற போதும் மனதையும் மொழியையும் புத்துணர்வு கொள்ளச் செய்வது கவிதையே என்று சொல்லிவந்தார். அவரது உரைநடை ஆக்கங்கள் பல, இன்று எழுதப்படும் கவிதை போலவே இருப்பதைக் காணலாம். ஆனால் தன் உரைநடையில் தொட்ட இடங்களை விடவும் குறைவான விஷயங்களையே தன் கவிதைகளில் தொட்டிருக்கிறார். அதை அ.கா. பெருமாளுக்கு அளித்த நேர்காணலில் அவரே ஒப்புக்கொள்ளவும் செய்திருக்கிறார். ஆனால் உரையாடலிலும்

கடிதங்களிலும் கவித்துவத்தை அவர் விட்டுவிடவேயில்லை. ஒரு இசை ஆல்பத்தைக் கேட்ட பிறகு அது குறித்து தன் நண்பரிடம் சொல்லும்போது 'அது மனதைப் பிடுங்கி ஆகாயத்தில் எறிந்தது' என்று சொல்லியிருக்கிறார்.

"வழவழப்பு மட்டும் இல்லாம பாத்துக்கணும்" என்று எழுத்து பற்றிய வேறொரு உரையாடலில் சொன்னார். "கச்சிதம் பத்தி சொல்றீங்களா?" என்றேன். "அதுவெல்லாம் எழுதி முடிச்ச பிறகு. ரைட்டிங்குள்ளயே அது வராம இருக்கிறது நல்லது. அதுவும் ஆரம்பத்துலயே அதுல கவனமா இருந்தா பின்னால சிரமப்பட வேண்டியதேயில்லை" என்றார். நான் வாசித்த நூல்கள், அது பற்றிய என் கருத்துக்களை அவருக்கு எழுதும் கடிதங்களில் எழுதுவதை வழக்கமாகக் கொண்டிருந்தேன். அதில் நான் சென்றுவந்த இலக்கிய கூட்டங்களைப் பற்றித் தவறாமல் குறிப்பிடுவேன். ஒரு பதிலில் "அதையெல்லாம் தெரிவுசெய்துதான் செல்ல வேண்டும். அதுதான் ஆரோக்கியத்துக்கு நல்லது" என்றிருந்தார். அன்று அவ்வரிகள் புரிந்த உதவி மிகப் பெரிது. சுந்தர ராமசாமியிடம் பேசும்போதும் கடிதத்திலும் முதலில் எப்போதும் அவர் கேட்கும் கேள்விகள் இவை: 'சமீபத்தில் என்ன புத்தகம் வாசித்தீர்கள்?' 'ஏதேனும் புத்தகம் வேண்டுமா? தேவையெனில் நூலகத்திலிருந்து அனுப்பச் சொல்கிறேன்.'

'சமீபத்தில் என்ன புத்தகம் வாசித்தீர்கள்?' என்று அவர் கேட்கும் கேள்வியை அவர் மறைவுக்கு ஒரு மாதத்திற்கு முன் அவருக்கு எழுதிய கடிதத்தில் கேட்டிருந்தேன். "நேரம் குறைவு. பல மரத்தைக் கண்ட தச்சன் ஒன்றையுமே வெட்ட மாட்டான் என்பது போலப் போய்க்கொண்டிருக்கிறது" என அமெரிக்காவில் இருந்து பதில் எழுதினார். ஆனால், அவர் ஏற்கெனவே வெட்டிச் சீராக்கி வைத்திருக்கும் மரங்கள் கண் முன்னே ஆயிரக்கணக்கான பக்கங்களாக விரிந்திருக்கின்றன. நாம் ஆசைப்பட்டு ஆனால் வெட்டப்படாமல் இருக்கும் மரங்கள் நம் நினைவை ஊடறுக்கின்றன.

- தி இந்து தமிழ்திசை, 16.10.2016

உயிர்ப்புடன் இருக்கும் சிறுகதை உலகம்

(2016ஆம் ஆண்டு வெளிவந்த சிறுகதைத் தொகுப்புகள்)

2016ஆம் ஆண்டு பத்துக்கும் மேற்பட்ட சிறுகதைத் தொகுப்புகள் வெளிவந்திருக்கின்றன. கவிதை மற்றும் நாவல்களோடு ஒப்பு நோக்குகையில் இவ்வெண்ணிக்கை குறைவே. வந்தச் சூட்டோடு சில கதைகள் குறித்தப் பேச்சுகள் அங்குமிங்கும் ஒலிக்கின்றன. கவனிக்கத்தக்க அபிப்ராயங்களும் பகிரப்படுகின்றன. பிறகு வழமை போல் சாம்பல் மூடிய மௌனம். அவற்றுள்ளும் சிலவே நினைவில் ஊடாடி நிலைக்கின்றன. பிற ஆக்கங்களின் பங்களிப்புகளைத் துழாவல்களுக்குப் பிறகே கண்கொள்ள இயல்கிறது. இது இக்காலகட்டத்தின் இயல்பு போலும்.

இத்தொகுப்புகளின் வகைமாதிரிகள் ஆர்வத்தையும் சுவாரஸ்யத்தையும் ஒருசேர அளிக்கின்றன. எஸ்.ராமகிருஷ்ணனின் பதினைந்தாவது தொகுப்பைக் கண்ணுறும் இதே ஆண்டில் தான் சாம்ராஜ், போகன்சங்கர் மற்றும் கே.ஜே.அசோக்குமார் ஆகியோரது முதல் தொகுப்புகள் வெளிவந்திருக்கிறது. அது போலவே இக்கதைகள் காட்டும் நிலப்பகுதிகளும் வேறுபட்டவை. அதற்கே உண்டான பிரத்யேக பேச்சுவழக்குகள், பண்பாட்டுக் கூறுகள், வாழ்நிலைகளை அவை கொண்டிருக்கின்றன. பெயர்களிலும் அடையாளங்களிலும் இக்கதைமாந்தர்களுக்குள் வேறுபாடு இருப்பினும் சில விதிவிலக்குகள் நீங்கலாக இக்கதையுலகு பெரும்பாலும் உணர்ச்சியின் தளத்தில் ஒன்றிணைகின்றன. காமம் பலவற்றிலும் வெவ்வேறு ரூபங்களில் ஊடுகலந்திருக்கிறது.

சென்ற நூற்றாண்டில் எழுதப்பட்டக் கதைகளின் ஊடாக அதன் ஆசிரியர்கள் எதிர்கொண்ட வாழ்க்கை

மற்றும் படைப்புரீதியான அகப்போராட்டங்களிலிருந்து வேறுபட்டது இருபத்தொன்றாம் நூற்றாண்டு முற்பகுதியின் படைப்புமுகம். அதன் தொடர்ச்சி அறுபடாது பின் தொடரும் வேளையிலும் கூட அதைக் கடந்து செல்ல விழையும் முனைப்பு ஆர்வமூட்டுகிறது. ஆனால் அவ்வார்வம் சிலவற்றில் அதீதமாகி நடுவிலேயே கொழகொழத்தும் விடுகிறது. ஒரு நூற்றாண்டில் பிறந்து அடுத்த நூற்றாண்டில் கால்கொண்டிருக்கும் படைப்பாளிகளின் கதையுலகை பேச முற்படுவதாலேயே சில வினாக்கள் மனதில் குமிழியிடுகின்றன. இந்த 'இருதலைக் கொள்ளி' நிலை வெகுசில படைப்பாளிகளின் சில ஆக்கங்களில் மட்டும் ஏன் இடம்பெற்றிருக்கிறது? ஏன் அது பரவலாக ஆகவில்லை? போன்ற கேள்விகள் அவற்றுள் முக்கியமானது. இருப்பினும் தமிழில் பரிசோதனை முயற்சிகளை விடவும் மீண்டும் யதார்த்த, இயல்புவாத, செவ்வியல், மற்றும் நவீனத்துவ கதைகூறு முறைகளும் நவீன கதை சொல்லல் உத்திகளுமே பரவலான கவனத்துக்கும் சிலாகிப்புக்கும் உள்ளாகிறதோ என எண்ணச் செய்யும் தொகுப்புகளாகவே இவை இருக்கின்றன.

பிறரால் எளிதில் அறிய முடியாத இஸ்லாமிய வாழ்வைக் களன்களாக கீரனூர் ஜாகீர் ராஜா கொண்டிருக்கிறார் என்றால் பிற ஆக்கங்கள் நிகழும் கதைப்பரப்பு இமையம் (கடலூர்), போகன் சங்கர் (கன்னியாகுமரி), கொங்குப்பகுதி (தேவிபாரதி, ஜாகீர் ராஜா), சென்னை (அரவிந்தன்), சாம்ராஜ் (மதுரை, கேரளா) என அவை விரிந்த அளவில் இடம் பெற்றிருக்கின்றன. இதற்கு அப்பாலுள்ள ஈழமும் அயல்தேசங்களுமே முத்துலிங்கம் கதைகளின் பின்னணி. சிறுகதைகள் என்னும் பொதுப்பெயரில் இத்தொகுதிகள் சுட்டப்பட்டாலும் அதன் வேறு வடிவங்களான நெடுங்கதைகளும் குறுங்கதைகளும் (தமிழவன்) மட்டுமல்ல மாறுபட்ட கதைசொல்லலும் (பாலசுப்பிரமணியம் பொன்ராஜ், எஸ்.ராமகிருஷ்ணன்) முயன்று பார்க்கப்பட்டிருக்கின்றன. இது தான் ஒற்றைக் குடைக்குள் அல்லது சிற்சில வாக்கியங்களுக்குள் இக்கதைகளை மதிப்பிட இயலாமல் செய்கிறது.

கிணற்றுத்தவளை வாழ்விற்குள் அகப்பட்டு உழலும் எழுத்தாளர்களுக்கு மத்தியில் உலகின் பல்வேறு இடங்களையும் நிலக்காட்சிகளாகக் கொண்டிருப்பவை அ.முத்துலிங்கத்தின் கதைகள். அதற்கு 'ஆட்டுப்பால் புட்டு' தொகுப்பும் விதிவிலக்கல்ல. புலம்பெயர்ந்து வாழ நேர்ந்துவிட்டவளின் பத்துவயது மகளுக்கு வெள்ளிக்கிழமைகளைத் தாங்கமுடிவதில்லை. அவளுக்கு தன்

தந்தையைத் தெரிய வேண்டும் என்னும் பிடிவாதம். தோழியின் உதவியுடன் சிங்கள ராணுவத்தைச் சேர்ந்தவனான அவனைத் தேடி மீண்டும் தாயகம் திரும்பி அதிச்சியுடன் மீளும் கதை 'வெள்ளிக்கிழமை இரவுகள்'. இதற்குள் குரூரம் மௌனமாக உறைந்திருக்கிறது. 70 வயதில் வேலை வேண்டி தட்டச்சுப் பயலும் ஆப்பிரிக்கக் கிழவரைப் பற்றிய 'சின்ன ஏ..பெரிய ஏ..', இரு மாதங்களுக்கு ஒரு முறை 'ஆட்டுப்பால் புட்டு' தின்பதற்காகவே வீடு வரும் சிவப்பிரகாசம், மரங்களின் மீது மாறா நேசம் கொண்ட சிங்களவனான சோமபாலாவைக் குறித்த 'சிம்மாசனம்'போன்ற கதைகளே இத்தொகுப்புக்குள் அ.முவின் தனித்துவத்தைக் காட்டக்கூடியன.

கீரனூர் ஜாகீர்ராஜா படைப்புலகம் அவர் வாழ்ந்து கிட்டிய அனுபவங்களிலிருந்து பெற்றவையே. அவரை நல்ல கதைசொல்லியாக நிலைநிறுத்துவதும் அத்தகைய கதைகளே. இஸ்லாமியச் சமூகம் நவீன இலக்கியத்திற்குள் இடம் பெற்றிருக்கும் விழுக்காடு குறைவானதுதான். அவ்வுலகைப் பிறர் சமைப்பதும் சுலபமல்ல. அச்சமூகத்தின் எளிய மனிதர்களின், லௌகீகத்தில் தோற்றுப் போனவர்களின் துயரார்ந்த வாழ்வையே ஜாகீர் ராஜா கதைகளாக்குகிறார். 'கொமறு காரியம்' தொகுப்பும் அவ்வகையானதே. பள்ளிவாசல் வேலை பறிபோய் உயிர்வாழும் பொருட்டு, இல்லாத மனைவிக்குப் புற்றுநோய் எனவும் திருமணமாகாத நான்கு 'கொமறு'களுக்கு (உண்மையில் ஒரு மகள்) மணமுடிக்க வேண்டும் எனவும் அச்சடிக்கப்பட்டத் தாளைத் தூக்கித் திரிந்து வயிறு வளர்க்கப் போராடும் தந்தையின் பாடுகளை மகளின் மனம் வழியாகச் சொல்லப்படும் 'கொமறு காரியம்' கதையையும், வயதான காலத்தில் 'தலாக்' வாங்கி ராட்டைச் சுற்றி காலம் கழிக்கும் அம்மாவிடம் தன் கணவனிடத்து 'தலாக்' பெற்று சிறுவயது மகனுடன் பிறந்த ஊர் திரும்பும் 'பாவம் இவள் பெயர் பரக்கத்நிஸா..'வும் வேறொவர் எழுதுவது கடினச் சாத்தியமே. ஆனால் இது போன்ற கதைகளை விடுத்து 'வேறு மாதிரி' எழுதிப்பார்க்கிறேன் என ஜாகீர் கிளம்பும் கதைகள் வெற்று முயற்சிகளாகவும் பலகீனமான கதைகளாகவுமே எஞ்சுகின்றன. சில கதைகளில் அவர் சிரிப்பு மூட்ட ஆசைப்படும் இடங்களை வாசிப்பவர் மௌனமாகக் கடக்க நேர்வது துரதிஷ்டவசமானது.

பரிதவிப்புகளால், எளிதில் வெளிக்காட்ட முடியாத ஆழமான காயங்களால், உணச்சியின் தத்தளிப்புகளால், அகத்தின் மாறாட்டங்களால், எளிதில் மீள முடியாத துயரங்களால் ஆனவை

போகன் சங்கரின் புனைவுலகம்(கிருஷ்ணன் ஆயிரம் நாமங்கள்). இதில் பாதிக்கும் மேற்பட்ட கதைகளின் ஊடுசரடாகக் காமம் இருக்கிறது. இக்கதைகளில் பலவும் எல்லையோர மாவட்டமான குமரியில் நிகழ்கிறது. 'யாமினி அம்மா' மலையாளக் கதையொன்றின் மொழிபெயர்ப்பு போலவே இருந்ததை உணர்ந்தேன். 'நடிகன்', 'நிறமற்ற வானவில்' ஆகிய இரண்டும் ஆழமான கதைகள். ஆற்றுப்படுத்த முடியாத உணர்ச்சியின் மீது கட்டப்பட்ட 'மீட்பு' கதை முடிந்த பின்பும் தேவையற்றுத் தொடர்கிறது. மேலும் கதைகளுள் தொடர்ச்சியாகப் பயின்று வரும் உவமைகளால் அமைந்த நடையிலிருந்து போகன் வெளியேற வேண்டும். சில கதைகளின் முடிப்புக் குறையாகத் தொக்கி நிற்கிறது.

இவ்வாண்டு வெளிவந்தவைகளிலேயே பெருந்தொகுப்பு (25 கதைகள்) எஸ். ராமகிருஷ்ணனின் 'என்ன சொல்கிறாய் சுடரே'. எழுதித் தேர்ந்த கை என்பதால் சரளமான வாசிப்புக்கு வழிகோலுகிறது. அப்பட்டமான நேரடிச் சித்தரிப்புகளைக் கொண்ட யதார்த்த கதைகளும் மிகுபுனைவுகளும் இவற்றுள் கலந்து கிடக்கின்றன. ஆயினும் ஏமாற்றமே எஞ்சியது. 'உலகின் கண்கள்' மற்றும் 'புதுமைப்பித்தனின் கடிகாரம்' ஆகிய கதைகளே குறிப்பிடும்படியாக இருக்கின்றன. கதைகளை வாசித்து முடித்து நிமிர்ந்ததும் அலுப்பும் சோர்வும் மனதை மூடியதை எவ்வளவு முயன்றும் தடுக்க இயலவில்லை.

முந்தையக் கதைகளின் சட்டகங்களிலிருந்துத் தன்னை விடுவித்துக் கொண்டு புதிய வடிவம் நோக்கிச் செல்பவை தேவிபாரதியின் நான்கு நெடுங்கதைகளின் தொகுப்பான 'கறுப்பு வெள்ளைக் கடவுள்'. மொழியின் மீது தீவிர கவனம் கொண்டவை இப்புனைகதைகள். புனைவுக்கும் நிஜத்துக்கானக் கோட்டை அழித்துப் பயணக்கும் 'அ.ராமசாமியின் விலகல் தத்துவ'த்தை வாசிக்கையில் கிட்டும் சுவாரஸ்யம் அதை அசைபோடும் போது காணாமல் போய்விடுகிறது. இந்திய இலக்கிய 'க்ளாஸிக்'கான 'அக்னி நதி' நாவலைப் போன்ற ஒன்றை தன் நெடுங்கதையில் மீட்டுருவாக்கம் செய்ய முயன்றிருக்கும் 'கழைக்கூத்தாடியின் இசை'யே இத்தொகுப்பில் சிறப்பானது. மற்ற இரு நெடுங்கதைகளும் தேவைக்கதிகமாக நீட்டப்பட்டுவிட்டதோ என்னும் உணர்வையே அளித்தது.

இந்த மொத்தக் கதைத்தொகுதிக்குள்ளும் வாசிக்கக் கிடைத்தக் காதல் கதைகளில் குறிப்பிடத்தக்கது சாம்ராஜின் 'பட்டாளத்து

வீடு' தொகுதியிலுள்ள 'நாயீஸ்வரன்'. மதுரை மற்றும் கேரளத்தின் பிரதானச் சாலைகள் மட்டுமல்ல குறுக்குச் சந்துகளும் கண்முன் தெரியும்படியான காட்சிகளைக் கொண்ட கதைகளின் தொகுதி. புறக்காட்சிகளின் சித்தரிப்புகளால் ஆன கதைகள் என்ற போதும் அவை ஒரு கட்டத்தில் அந்தப் பாத்திரங்களின் மன இயல்புடன் கலந்து விடுகின்றன. இடதுசாரி அரசியலின் களப்பணியினுள் அம்மனிதர்கள் சந்திக்க நேர்வதென்ன என்பதைக் காட்டும் கதைகளுள் ஒன்று 'களி'. மென்மையும் நாசூக்கும் கொண்டு அதிராதத் தொனியில் நகரும் '13' இறுதியில் வைத்திருக்கும் அதிர்ச்சியை எதிர்பார்த்திருக்கவில்லை. இத்தொகுதியின் வெளிப்படையான குறை ஒரு பேச்சாளரின் தொனியைக் கதைகளின் நடை கொண்டிருப்பதே.

மத்தியவர்க்கப் பின்னணி கொண்ட மனிதனை முதன்மையான அல்லது கதையை நகர்த்திச் செல்லும் பாத்திரமாகக் கொண்டிருக்கும் அரவிந்தனின் 'கடைசியாக ஒரு முறை' தொகுப்பு பெரும்பாலும் சென்னையைக் கதைச்சூழலின் பின்னணியாகக் கொண்டிருக்கிறது. அந்த ஒரு மனிதனே வேறு வேறு காலகட்டங்களில் இக்கதைகளுக்குள் இருக்கிறான் என்பதையே இக்கதைகளின் நிறையாகவும் பாதகமாகவும் இருக்கிறது. திரும்பிப் பார்த்தல், மனநடுக்கத்தை உற்று நோக்குதல், தர்க்கங்களை அடுக்கி வகை பிரித்தல் என்பதே இக்கதைகளின் பொதுப்பண்பு. தலைப்புக் கதையே இத்தொகுதியின் குறிப்பிடத்தக்கக் கதை. கூறுமுறையில் மேலும் மெனக்கெட்டிருந்தால் இன்னும் சில கதைகள் இப்போதுள்ளதை விடவும் நன்றாக வந்திருக்கக்கூடும்.

2016இல் வெளிவந்துள்ள சிறுகதைத் தொகுப்புகளிலேயே மெச்சத்தக்கது இமையத்தின் 'நறுமணம்'. தேர்ந்தெடுக்கும் கருப்பொருளைச் செய்நேர்த்தியுடன் கலையாக மாற்றும் ரசவாதம் ஒன்றிரண்டு கதைகள் தவிர்த்து பிறவனைத்திலும் நிகழ்ந்திருக்கிறது. உலகமயமாக்கலில் இந்நூற்றாண்டு அடைந்திருக்கும் கசப்புகளையும் இழப்புகளையும் சமகாலத்தில் இமையமளவிற்கு கதைகளுக்குள் கொணர்ந்தவர்கள் மிகச்சிலரே. வியாபாரமயத்தின் நச்சுப் பொய்கை சகமனிதர்களைக் கூட பண்டமாக ஏதிலிகளாக ஆக்கிவைத்திருப்பதை வெளித்தெரியாத நுட்பத்துடன் கதைகளுக்குள் பொதிந்து வைத்திருக்கிறார். பிரச்சாரமாக ஆகியிருக்கக்கூடிய 'நறுமணம்' அவரது சொல்முறையால் கலைஅமைதி பெற்றிருக்கிறது. இவ்வாண்டின் மொத்த கதைகளிலும் உயர் தளத்தில் வைத்து மதிப்பிட வேண்டியது

‘ஈசனருள்’ நெடுங்கதையே. பெண்களின் மன உலகை நெருங்கிச் சென்று காட்டும் இமையம், தேர்ந்த படைப்பாளிகளின் குறுக்கே பால்பேதங்களின் சுவர்கள் ஏதுமில்லை என உணர்த்துகிறார். உயிரோட்டமான பாத்திரங்களும் அவர்கள் உரையாடும் வட்டார வழக்கின் கொச்சையும் இக்கதைகளுடன் அணுக்கமான பிணைப்பை உண்டாக்கி விடுகின்றன. சில கதைகளில் வெளிப்படும் தொனியின் நிழல் வேறு சிலவற்றிலும் படர்ந்து இருக்கிறதோ எனத் தோன்றும் ஐயமே இத்தொகுப்பின் குறை.

வழமையான கதைப் போக்குகளிலிருந்து விலகிய இரு தொகுதிகள் பாலசுப்பிரமணியன் பொன்ராஜின் ‘துரதிஷ்டம் பிடித்தக் கப்பலின் கதை’யும் தமிழவனின் ‘நடனக்காரியான 35 வயது எழுத்தாளர்’ தொகுப்பும். தமிழவனுடையது சிறிய மற்றும் குறுங்கதைகளின் தொகுதி. இத்தொகுப்பிலுள்ள 22 கதைகளிலும் உள்ளூர ஏதோ உட்பொதிந்து கிடப்பதானத் தோற்றத்தை அளிக்கும் உரையாடல்கள் இடம்பெற்றிருக்கின்றன. ஆனால் அவை வெறும் தோற்றம் மட்டுமே. இதை விடவும் பலமடங்கு அர்த்தக்கூறுகளைத் தன் அடியோட்டமாகக் கொண்ட சிறுகதைகள் முப்பது நாற்பது ஆண்டுகளுக்கு முன்பே தமிழில் எழுதப்பட்டு விட்டன. ஆன போதும் ‘மூவரும் மௌனமானர்கள்’, ‘கொலை செய்யாதிருப்பாயாக’, ‘நால்வரின் அறையில் இருந்த சிலர்’ ஆகியவை குறிப்பிடத் தக்க வாசிப்பை நல்குபவை.

காப்காத்தனமான கதை, வாழ்க்கையின் வெறுமையையும் இரு இணைகளுக்கிடையேயான ஈகோ யுத்தங்களையும் பேசும் கதை, புதிர் தன்மை கொண்ட குறுநாவல், பின்நவீனக் கதை என பாலசுப்பிரமணியன் பொன்ராஜின் புனைவுலகம் வித்தியாசம் கொண்டிருந்தாலும் ஏதோ ஒரு இடத்தில் கலையாக ஆவதிலிருந்து அவை நழுவிப் போய் விடுகின்றன. ஆனால் ‘வலை’ குறுநாவல் பாலாவின் தனித்துவத்தைக் காட்டக்கூடியது. அதில் அவர் எழுப்பும் வினாக்களும் புதிர்த் தன்மை கொண்ட கதை சொல்லல் முறையும் ரமேஷ் பிரேம் விட்டுச் சென்ற இடத்தைத் தொடுபவராக அவரை அடையாளம் காட்டுகிறது. இக்குறுநாவலில் சில இடங்களில் தென்படும் கட்டுரைத்தனத்தை வெளியேற்றியிருந்தால் இன்னும் கூடுதலான வாசிப்பனுபவத்தை வழங்கியிருக்க முடியும். இத்தொகுப்பில் ‘வலை’ சிறந்த ஆக்கமாகக் கருதத்தக்கது என்றால் ‘உடைந்து போன பூர்ஷ்வா கனவு’ குறிப்பிடத்தக்க கதை.

‘சாமத்தில் முனகும் கதவு’ தன் முதல் தொகுப்பு என்ற போதும் சில கதைகளின் வழி கே.ஜே.அசோக்குமார் வாசிப்பவருக்கு ஒருவித நம்பிக்கையை அளிக்கிறார். குறிப்புகளாகச் சொல்ல வேண்டியதை விரிவாகவும் விஸ்தரித்து எழுத வேண்டியதை ஒற்றை வாக்கியத்திலும் சொல்லி நகர்கின்றன இக்கதைகள். காமத்தின் நிறத்தை அறிய முயலும் ‘சாமத்தில் முனகும் கதவு’ மற்றும் வித்தியாசமான கருப்பொருளைக் கொண்ட ‘வருகை’ சிறுகதைகளுமே பிறவற்றோடு ஒப்பிட்டால் கவனத்தில் நிலைக்கின்றன. நீட்டி முழக்கி தேவையற்றுக் கதையை வளர்த்துச் செல்வதும் பழையப் பாணியை நினைவூட்டும் சொல்லல்முறைகளைக் கடந்து செல்வது அவரது சிறுகதைகளுக்கு நன்மை பயக்கும்.

2016இல் வெளியான சிறுகதைத் தொகுப்புகளில் பெண்களுடையது ஒன்றுகூட இல்லை என்பது குறையே.

இக்கட்டுரைக்காக இந்தத் தொகுப்புகள் அனைத்தையும் வாசித்த போது பலரும் எண்ணிக் கொண்டிருப்பது போல சிறுகதை வடிவம் சுணங்கிப் போய்விடவில்லை என்ற எண்ணமே முதலில் ஏற்பட்டது. அவ்வடிவத்தின் மீது படைப்பாளிகளுக்குள்ள தாகம் அடங்கிவிடவுமில்லை என்றும் தோன்றியது. 2016ல் வந்துள்ளவற்றிலிருந்து தேர்ந்தெடுத்தக் கதைகளைக் கொண்டு ஒரு தொகுப்பை உருவாக்கினால் அது சிறுகதையுலகினுள் என்ன நடந்து கொண்டிருக்கிறது என்பதை அறிவதற்கான ஆர்வமூட்டும் தொகுப்பாக இருக்கும். ஆனால் அந்நூலைக் கையில் பற்றியபடி அத்தொகுப்பு குறித்து புளகாங்கிதமடையவோ இறுமாப்பு கொள்ளவோ முடியுமா? என்பது ஐயமே.

- இந்து தமிழ் திசை, *04.12.2016*

இருபத்துச் சொச்சம் கதைகள்

என் கதையுலகம் – சில குறிப்புகள்

கதை கேட்டு வளரும் சூழலோ நூல்களை அறிமுகப்படுத்தும்படியான சுற்றங்களோ எனக்கிருக்கவில்லை. இருபதாவது வயதில் எதிர்பாராமல் (விபத்து என்றும் சொல்லலாம்) புத்தகங்களின் உலகம் திறந்த போது மிரட்சியும் உவகையும் ஒருங்கே ஏற்பட்டதை நினைவுகூர விரும்புகிறேன்.

அடுத்த இரண்டு வருடங்களிலேயே எழுத வேண்டும் என்னும் வேட்கை உருவாகிவிட்டது. மனதில் தோன்றியவற்றைச் சலித்து இதை எழுதலாம் என அமர்ந்ததும் இது கதையாக ஆகுமா? நினைத்த வண்ணம் எழுத முடியுமா? இதை எவ்வாறு கொண்டு சென்று நிறைவு செய்வது போன்ற அச்சங்கள் மேலோங்கிவிட்டன. அது ஒரு கதையாக முகிழும் வரை மெல்லியப் பதற்றம் இருந்து கொண்டே இருந்தது. எழுதி முடிக்கப்பட்டு ஓராண்டுக்குப் பின் இருபத்திமூன்றாவது வயதில் அக்கதைப் பிரசுரமானது. என்ன சொல்வார்களோ? என நினைத்திருந்தவர்களும் சரி, அறிமுகமற்றவர்களும் சரி அது புதியவன் ஒருவன் எழுதிய முதல் கதை என நம்பமுடியாதளவிற்கு இருப்பதாகக் கூறியதைக் கேட்டு அடைந்த மகிழ்ச்சியை வெளியே காட்டாமல் பொத்தி வைத்துக் கொண்டேன். சில மாதங்களுக்குப் பின் மீண்டும் அதை எடுத்து வாசித்த போது அதன் விதை எங்கிருந்து கிட்டியிருக்கக்கூடும் என்ற பிடி கிடைத்தது. இது தோராயமான அவதானப்பாக இருக்கலாம். 'ஜே.ஜே.சில குறிப்புகள்' நாவலில் வரும் வரியிலிருந்து அக்கதை கிளம்பியது என்று தோன்றியது. முல்லைக்கல் மாதவன் நாயர், ஜே.ஜே தன்னை கண்டுகொள்வதில்லை. கடுமையாக விமர்சிக்கிறான் என அரவிந்தாட்ச

மேனனிடம் புலம்பும் இடத்தில் இப்படிச் சொல்வான். 'பிரஞ்சு நாவலில் ஒரு விவஸ்தை கெட்ட முண்டை நாற்சந்தியில் விழித்துக் கொண்டு நின்றால், ஒற்றை பாலம் கருணாகரனுக்கு அதில் என்ன புளகாங்கிதம்? அவனுடைய புளகாங்கிதத்திற்குக் காரணம் அந்த நானூற்று முப்பத்தி மூன்று பக்க நாவல் முடிகிற வரையிலும் அவள் அங்கே நின்று கொண்டேயிருப்பது தானாம்..' இதன் நிழல் அக்கதை மீது விழுந்துள்ளதோ என ஐயம் ஏற்பட்டது. ஏனெனில் என் முதல் கதையின் நாயகன் கதை ஆரம்பிக்கும் போதும் சாலையில் நிற்பான். கதை முடியும் போதும் அவன் அங்கேயே தான் இருந்துகொண்டிருப்பான். இக்கதை 2005ஆம் ஆண்டு பிரசுரமானது.

ஒன்பது கதைகளோடு முதல் தொகுப்பு (இரவுக்காட்சி) 2009இல் வெளிவந்தது. முழுவதும் யதார்த்தக் கதைகளைக்கொண்ட தொகுப்பு. தொடக்கத்திலிருந்தே சுயவாழ்க்கை சார்ந்த சொந்த அனுபவங்களை ஆணி வேர்களாகக் கொள்ளாமல், அவற்றைச் சல்லி வேர்களாகவே கொண்டிருந்ததை உணர்கிறேன். அவை ஒருவித ஒளியாக, நீராக மட்டுமே இருந்திருக்கின்றன. கற்பனையின் துணைகொண்ட புனைகதைகளையே தொடர்ந்து எழுதுகிறேன் என்று படுகிறது. இத்தொகுப்பின் ஒன்றிரண்டு கதைகளை விதிவிலக்காகக் கூற முடியும். குறிப்பாக 'வருகை'. நான்கு மணிநேரத்திற்குள் அதன் முதல் பிரதியை முழுவதுமாக எழுதி முடித்து விட்டிருந்தேன். சிற்சில திருத்தங்களுடன் மறுநாள் இறுதிப்பிரதி தயாராகிவிட்டது. மிகக்குறுகிய காலத்தில் எழுதப்பட்ட ஒரே படைப்பு இதுவே. தேனீர் குடிக்கும் இடைவெளியில் புரட்டிய நாளிதழ் ஒன்றில் வந்திருந்த செய்தியிலிருந்து எழுதிச் சென்ற கதை 'மீட்சி'. மரத்தில் கட்டி வைத்து அடிக்கப்பட்ட திருடன் என்பது மட்டுமே அந்தச் செய்தியின் சாரமாக இருந்தது. எழுதும் முன்னும் கதை என அந்த ஒற்றை வரியே தங்கியிருந்தது. அச்செய்தியை அசைபோடப்போட அவற்றிற்கு புதிய எதிர்பாராத நிறங்கள் கிட்டியன. எழுதி விடலாம் என்னும் நம்பிக்கையுடன் அமர்ந்ததும் அதுகாறும் சற்றும் யோசித்திராதப் பாத்திரங்கள், அவர்களின் பின்னணிகளுடன் கதைக்குள் இயல்பாக வந்து சேர்ந்தனர். என்றோ கண்டு மறந்து விட்டவை அல்லது மறந்து விட்டதாக மேல் மனம் நினைத்துக்கொண்டவற்றையெல்லாம், மூட்டங்கள் விலகிய காலைவேளை போல துலக்கமாக முன் வந்து நின்றன. செல்லமாக மெச்சிக் கொள்ளும்படியான தூரத்திற்கு என்னை இட்டுச்

சென்ற கதை. சில மாதங்கள் எழுதுவது சார்ந்து புரிந்து கொள்ள இயலாமல் ஏற்பட்டிருந்த அடைப்பு இக்கதையை எழுதியதன் ஊடாகவே நீங்கியது. மழை நாளில் அடித்துச் செல்லப்பட்ட தங்கள் குடிசைகளைப் பார்த்தபடியே கைகளிலும் தோளிலும் தலையிலும் வைத்திருந்த பொருட்களோடு குழந்தைகளையும் பற்றியவாறு நின்றிருந்த ஆட்களைக் கண்டபின் அக்காட்சி உருவாக்கிய அலைகழிப்பை 'மேய்ப்பர்கள்' என்னும் கதையாக ஆக்கியதன் வழி புரிந்து கொள்ளவும் கடந்து செல்லவும் முயன்றேன்.

அடுத்த நான்கு வருடங்களில் எழுதிய எட்டுக் கதைகளுடன் இரண்டாவது தொகுப்பான 'அரூப நெருப்பு' 2013இல் வெளியானது. தொகுப்பின் தலைப்புக் கதையை எழுதி முடித்த பின் இது என் கதையுலகின் அடுத்த கட்டம் என்ற எண்ணம் வலுவாகவே தோன்றியது. அக்கதைக்கான எதிர்வினைகளும் அவ்வெண்ணத்தை ஆமோதிப்பாகவே அமைந்திருந்தன. சகல கதைகளின் உலகுகளும் அவையளிக்கும் உணர்ச்சிகளும் ஏகதேசமாகக் கூறி முடிக்கப்பட்டுவிட்ட நிலையில் அதுவரை இடம்பெற்றிராத அல்லது அவ்வளவு முக்கியத்துவம் தந்து முன்னெடுத்துச் செல்லப்படாத கதைக்கருக்களை கையாள்வதன் வழியாக, தனித்துவமான, வாசித்ததும் இன்னாருடையது என அவர்களது கையெழுத்து அப்படைப்பினுள் அரூபமாக ஒளிந்திருக்கும்படியான மொழியை, கதையின் வடிவத்தை கண்டடைய வேண்டும் என விரும்பி மேற்கொண்டவைகளே 'அரூபநெருப்பு'ம் அதற்கு பின் எழுதப்பட்ட கதைகளும். இதன் வடிவம் ஒழுங்கில்லாதது போன்ற ஒழுங்குடையது. அவற்றில் காலம் குலைந்து காணப்படும். இவையெல்லாம் எழுதும் முன் தோன்றும் எண்ணங்கள். அவற்றினுள் இருப்பது தகிக்கும் வாழ்க்கைகளே. ஒருபோதும் மோஸ்தரான மேற்பூச்சு கொண்ட, மொழியினால் மட்டுமே அமைந்த கதைகளை எழுத முயன்றதில்லை. மொழியினால் நிற்கும் கதைகளை எழுதியிருக்கிறேன். வளவளவென, சோடையாக மொழி அமையுமென்றால் அதை எழுதாமல் இருப்பதே நல்லது என்ற எண்ணமே எனக்குள்ளது. ஈராயிரம் வருட மரபு கொண்ட மொழியில் எழுத வரும் போது அம்மொழியைக் கைகொள்வது சார்ந்து, வலுவாக பயன்படுத்துவது சார்ந்து எழுந்த யோசனைகள் இதற்குக் காரணமாக இருக்கக்கூடும். இந்த இரண்டாம் தொகுப்புக்

கதைகள் பலவும் வீட்டிற்கு வெளியே, கூரைகளுக்கு வெளியே நிகழ்வதை வாசித்தவர்கள் உணர்ந்திருக்கக்கூடும்.

எப்போதுமே மனதிற்குள் கதையாகக்கூடும் என நினைப்பவை அந்த மனதிற்குள்ளேயே அழிந்து போய்விடுவதை உணர்ந்து வந்திருக்கிறேன். எங்கிருந்தோ வந்து உசுப்பிவிடும் ஒன்று அதுவாகவே தன்னைத் திரட்டிக்கொண்டு கதையாகக் கண் முன்னால் உருவாகிவந்ததையும் கண்டிருக்கிறேன். இந்த மாறுபாடுகளை ஆராயப்புகுவதில்லை. வீட்டை இழத்தல், அதனாலேயே பைத்தியநிலைக்குத் தள்ளப்படும் தந்தை என்பது மட்டுமே மனதிற்குள் இருந்தது 'நிலை' என்னும் கதையை எழுதும் முன்னர். ஆனால் எழுதுகையில் வீட்டினருகே சில ஆண்டுகளுக்கு முன் இதே போன்ற நிலைக்கு ஆளான அண்ணனின் நடவடிக்கைகள் படம் போல ஓடின. அக்கதையின் நடுவே அந்த தந்தைக்கு நடப்பவை பலவும் கண்முன்னே கண்டவை தான். மற்றவையாவும் எழுதிய போது தானாக வந்து இணைந்து கொண்டவைகளே. 'திரும்புதல்' கதையின் பின்புலம் மனதில் தோன்றியது கூட இவ்வாறு தான். அனைத்தையும் விளக்கிக்காட்ட விரும்புவில்லையாதால் நிறுத்திக் கொள்கிறேன். எனினும் இந்த ரசமாற்றத்தை உவகையோடு நினைவு கூற விரும்புகிறேன். ஒரு வகையில் எழுதுவதே இது போன்ற அறிதல்களுக்குள் பரவசத்திற்குள் செல்வதற்குத் தானோ என்றும் தோன்றியிருக்கிறது.

இந்தக் கதைகளின் மாந்தர்கள் பெரும்பான்மையினரின் பின்னணி சாதாரணமானது. அவர்கள் அல்லல் படுகிறவர்களும்கூட. உக்கிரமானத் தருணங்களில் பதவிசாக நடந்து கொள்ளாதவர்கள். 'விளிம்புநிலை'யினர் உலகு என்பதையெல்லாம் எழுதும் முன் சற்றுக் கூட யோசித்ததில்லை. அவர்கள் விளம்புநிலையினர் கூட அல்ல. போதாமையால் உழல்பவர்கள். மனதிற்குள் விழும் அந்த ஒற்றை வரி அல்லது சில துண்டுக் காட்சிகள் அளிக்கும் விரிவுக்கு ஏற்ப இழுத்துச் செல்லும் இடங்களுக்கெல்லாம் சென்றதன் விளைவுகளே இந்தக் கதையுலகம்.

இரண்டாம் தொகுப்புக் கதைகளிலிருந்து கடந்த மாதம் பிரசுரமான கதை வரை அனைத்துமே ஒற்றை இழையையோ அல்லது ஒரு சம்பவத்தையோ ஒரு பாத்திரத்தின் குணவிசேஷ இயல்பையோ எடுத்துக் கொண்டு அந்தச் சூழலை முன் வைத்து எழுதப்பட்டதல்ல. எனவே அவை நெடுங்கதைகளாக

குறுநாவல்களாக வாசிப்பவர்களால் சுட்டப்பட்டுக்கொண்டே இருக்கின்றன. எடுத்துக்கொள்ளும் கருப்பொருளுக்குச் சிறிய களம் போதுமானதாக இருப்பதில்லை என்பதே இதன் முதன்மையான காரணம். பின் அவை பல்வேறு பாத்திரங்களின் வாழ்க்கைகளோடு ஊடும்பாவுமாகப் பின்னியிருப்பதால் அவற்றின் பின்புலங்களைக் கூறும்படி நேர்ந்து விடுகிறது. எனவே அது தன் கிளைகளை பக்கவாட்டில் வளர்த்துக் கொண்டு மேலே செல்கிறது. அவை ஒருவேளை நாவலுக்கான விரிவுகளைக் கொண்டிருந்திருக்கக்கூடும். ஆயினும் தேவையற்று பக்கங்களைக் கூட்டி அக்கதையை நீட்டிக்க மட்டுமே எழுதத் தலைப்பட்டால் மொத்த கதை உலகமுமே நீர்த்துப் போய்விடும். மேலும் ஒரு கதையினுள் திறந்து செல்ல வேண்டிய கதைகள் அடுத்தடுத்து வந்து கொண்டே இருப்பதையும் பலரும் கூறியிருக்கிறார்கள். எனவே மௌனங்களும் இடைவெளிகளும் மட்டுமல்ல, இட்டு நிரப்ப வேண்டிய இடங்களையும் எழுதுகிறவன் அறிந்து வைத்திருக்க வேண்டும். கூடவே எங்கே நிறுத்த வேண்டும் என்பதையும்.

குறிப்பு: எழுத்தாளனின் கதையுலகத்தை அவனே சொல்ல நேர்வதும் அதன் பின்னணியை விவரிக்க முயல்வதையும் நினைக்க வெட்கமும் வருத்தமும் ஏற்படுகிறது. இது எந்த அளவிற்கு வாசகருக்கு பயன்படும் என்பதில் ஐயமும் உண்டு. கதைக்கும் வாசிப்பிற்கும் இடையே தேவையற்ற சுவராக இவை நின்று கொண்டிருக்குமோ எனக் கவலை கொள்கிறேன். இத்தொகுப்பு நூலுக்கு எஸ். செந்தில்குமார் கட்டுரை கோரிய போது தயங்கினேன். மூன்று மாதத்திற்கு மேல் ஒத்திப்போட்டேன். கேட்பதை விட்டுவிடுவார் என்னும் நம்பிக்கையில். ஆனால் பிடிவாதமாக தொடர்ந்து வற்புறுத்தியபடியே இருந்தார். எனவே மறுக்க முடியவில்லை.

என் முதல் இரு சிறுகதைத் தொகுப்பு கதைகளை முன் வைத்து எழுதப்பட்ட கட்டுரை இது.

– க்ளைமேட் இதழ், *மே 2019*

சாட்சி

மாற்றமேயில்லாத சலிப்பூட்டும் ஒருபடித்தான நிரல்களைக் கொண்ட வழமையானதொரு நாளாகவே அது இருந்தது, வீடு திரும்பும் வரை. வீட்டினுள் நுழைந்ததுமே ஏற்கமுடியாத விசித்திரத்தைக் காண நேர்ந்தது போல மாறிய முகங்கள் மெழுகால் செய்யப்பட்டவையாகச் சலனமற்று என்னை உற்று நோக்கின. அது ஒருவகையான முறைப்பு போன்றும் தோன்றியது. சகஜமாகயிருக்க முயன்று சிரித்ததும், ஓடிக் கொண்டிருந்த தொலைக்காட்சியின் சத்தம் தணிக்கப்பட்டு 'போலீஸ் வந்து உன்னயக் கேட்டுட்டுப் போச்சு..' என்றார் அம்மா. அமர்ந்திருந்த இருக்கையிலிருந்து எழுந்து வேகமாக வந்த அப்பா, 'அப்படீ நீ என்ன பண்ணுண..?' என அதட்டும் தொனியில் கேட்டுவிட்டுத் தொடர்ந்து பேசிக்கொண்டே சென்றார். அது எதுவும் காதில் விழாமல் அம்மா சொன்ன அந்த முதல் தகவலிலேயே சிக்குண்டிருந்தேன். அதற்குள்ளாக அந்தச் சில நிமிடங்களில் மூன்று நான்கு வாழ்க்கைகளை வாழ்ந்து தீர்த்துவிட்டிருந்தேன். ஒன்றில் சிறையினுள் எவரிடமும் பேசாமல் வெறித்து அமர்ந்திருக்கிறேன். மற்றொன்றில் 'பேர் மாறிடுச்சு.. நீங்க இல்ல சார்..ஸாரி..' என காவல்துறை உயரதிகாரி மன்னிப்பு கோருகிறார். வேறொன்றில் அடி தாங்காமல் 'எனக்கொன்னும் தெரியாது..' என திரும்பத் திரும்ப அனத்தியபடியே கிடக்கிறேன்.

அவற்றிலிருந்தெல்லாம் மீண்டு நீர் கேட்ட போதும் பதற்றம் தணிந்திருக்கவில்லை. அப்போது வயிற்றில் சுரந்த அமிலத்தின் காரத்தை மட்டுபடுத்த அபரிமிதமான அளவு தண்ணீர் குடித்தேன். அந்தக் கொள்ளளவைச்

சாதாரணமான வேளையொன்றில் விழுங்கியிருந்தால் எக்கி எக்கி வாந்தியெடுத்திருக்கக்கூடும். இன்னதென்று அறியாத பயம் குடிகொண்டுவிட்டால் அசாதாரணமான தளத்திற்கு மனமும் உடலும் நகர்ந்துவிடும் போலும். உடைமாற்றாமலேயே ஸ்டேஷனுக்குச் செல்ல ஆயுத்தமானதைக் கண்டு ' ஏதோ கேஸ்ஸுன்னு சொன்னாங்க..' என அம்மா இழுத்தாள். நீண்ட பெருமூச்சுடன் 'எதையும் உருப்படியா முழுசா காது கொடுத்துக் கேட்டறாத.. பாதி பாதியாச் சொல்லி என்னயப் போட்டு அழு..' எனச் சுவரதிரக் கத்தினேன். வெளியே வந்து உடன் அழைத்துச் செல்ல தெரிந்த முகம் ஏதேனும் தட்டுப்படுகிறதா? என்று பார்த்தேன். இனி அவர்கள் வேறு வந்து தனியாக புதிய அமிலத்தைக் கரைப்பார்களே..! என்னும் பீதியில் தனியாகவே சென்றேன்.

வீட்டிலிருந்து காவல்நிலையத்துக்கு ஒருநிமிட நடைத்தூரம் கூட இல்லை. பத்திருபது தப்படிகளுக்குப் பின் சாலையைக் கடக்க வேண்டும். அவ்வளவே. கால்கள் பின்னின. சாலையின் இப்பக்கமாக இருந்து ஸ்டேஷனுக்குள் வெண்குழல் விளக்குகளின் அடியே நடமாடும் காக்கிகளை நோட்டமிட்டபடியே நின்றிருந்தேன். பிறகு விடுவிடுவென உள்ளே சென்று நடுக்கமில்லாத இயல்பான குரலில் அந்தப் பெண் காவலரின் பெயரைச் சொல்லி 'இல்லீங்களா..' எனக்கேட்டுவிட்டு 'தேடீட்டு வீட்டுக்கு வந்திருந்தாங்களாம்..' என்றேன். 'தேடீட்டு' என ஏன் சொன்னேன் எனப் புரியாமல் அலைபாயும் கற்பனையை நிறுத்தவும் இயலாமல் நிற்கும் என்னை ஏறிட்டு நோக்கிய பின் கணினியில் கவனம் பதித்தவராக

'பாஸ்போர்ட் அப்ளை பண்ணியிருந்தீங்களா?' என்றார்.

'யில்ல சார்..'

தட்டச்சுவதை நிறுத்தித் தலைதூக்கிப் பார்த்தபிறகு 'அவங்க கிளம்பிட்டாங்க... காலையில வாங்க.. பாத்துக்குவோம்...' என மீண்டும் பணியில் முனைந்தார். மறுசொல் பேசாமல் திரும்பிய போது அனிச்சையாக மனம் உச்சரித்த பெயர் காஃப்கா. அந்த வேளையில் 'விசாரணை' நாவலின் நாயகனான யோசப்.க-வாக என்னை நினைத்துக் கொள்வது மகிழ்ச்சி கலந்தப் பீதியை அளித்தது.

அடுத்தநாள் அலுவலகத்துக்குச் செல்லாமல் ஸ்டேஷனில் காத்திருந்தேன். சாலை மறியலை ஒழுங்குப்படுத்தச் சென்றவர்

மதியம் போல ஆகியும் திரும்பாததால் நிலைமையைச் சொல்லி அவரது எண்ணைப் பெற்றுப் பேசியபிறகு 'இதற்குத் தானா இவ்வளவு அக்கப்போர்கள்..' என சிரிப்பு வந்தது. நேற்றிலிருந்து உக்கிரமாக இருந்த நிமிடங்கள் சட்டென மடைமாறிவிட்டன. காற்றில் மிதந்து விட முடியும் என்பது போல எடையற்று மிக இலகுவானவாக ஆனேன். மனம் அணியும் ஒப்பனைகளை வியந்து தீராது என்று பட்டது.

மூன்று நான்கு வருடங்களுக்கு முன் நடந்த விபத்துக்கான வழக்கில் சாட்சியாளனாகச் சேர்க்கப்பட்டிருந்தேன். அதற்காகக் குறிப்பிட்ட தேதியில் நீதிமன்றம் செல்ல வேண்டும். தேதியை மறுமுறை கேட்ட போது அடுத்த நாள் நேரில் வரச் சொல்லி விட்டு வரும்போது, தெருவில் வசிக்கும் இன்னொருவரின் பெயரைச் சொல்லி அவரையும் கூட்டிக் கொண்டு வரச் சொன்னார். என்னைக் குழந்தையிலிருந்தே அறியும் அண்ணன் அவர். அதே போல இருவரும் சென்று வழக்கு விபரங்கள் அடங்கியத் தாளைப் பெற்றுப் படித்துக் கையெழுத்திட்டுக் கொடுத்து வந்தோம். வழக்கு, மன்றதுக்கு வர இன்னும் பத்து நாட்கள் இருந்தன.

***

தெருக்கோவிலுக்குப் பூசாரியாக வந்து சேர்ந்தவன் சம்பத்(பெயர் மாற்றப்படவில்லை). இருபது வயதேயான சிறிய பையன் என்பதால் தெருவாசிகளின் அதிகாரத்திற்கு குறைவிருக்கவில்லை. வந்த சில வருடங்களிலேயே திருமணமும் ஆனது. தாமதமேயின்றி குழந்தையும். அவன் வயதுடைய தெருப்பையன்களோடுச் சீக்கிரத்திலேயேக் கலந்து கொண்டு விட்டான். கோவிலின் எதிரிலிருக்கும் திண்ணையில் நடுநிசி தாண்டியும் சிரிப்பும் பேச்சுமாகக் கிடக்கும். மது அருந்தும் பழக்கமும் அவனுக்கிருந்தது. அவன் கோவிலின் சிறிய வளாகத்துக்குள் இருக்கும் ஒற்றை ஓட்டுவீட்டில் குடும்பத்துடன் குடி வந்தான். அது சிறிய புயலைக் கிளப்பியது. வெளியே போகச் சொல்லி அதட்டியவர்களுக்கு எதிர்நின்று பதில் சொன்னான். அவனைக் கிளப்ப வைக்க ஆட்கள் செய்த முயற்சிகளையெல்லாம் லாவகமாகக் கடந்து வந்தான். கைக்குழந்தையுடன் மனைவியை ஊருக்கு பஸ் ஏற்றிவிட்டு வந்த சில நாட்களுக்குப் பின் நண்பர்களுடன் வெளியே சென்றிருப்பான் நடு இரவில் பிரதான சாலையில் பைக் ஓட்டிச் சென்றவனை எதிர் வந்த வாகனம் நிலை தடுமாறித் தூக்கி வீசியது. டிவைடரில் போய்

விழுந்தவன் பலத்த அடிபட்டு இறந்தான். மறுநாள் காலை தான் விஷயம் தெருவுக்குள் நுழைந்தது.

காலையில் சென்ற போது அவன் உடல் கிடந்த அடையாளமாக சாக்பீஸால் படம் வரையப்பட்டிருந்ததைக் கண்டேன். அவன் மீதிருந்த கசப்புகளால் தெருக்காரர்கள் சாட்சியாக மாற மறுத்து பின் வாங்கினர். அவனது முகம், இருபது வயது கூட நிரம்பாத மனைவி, கைக்குழந்தை என வரிசையாக கண்ணெதிரே வந்து சென்றனர். தயங்காமல் போய் என் பெயரை எழுதிக் கொள்ளச் சொன்னேன்.

***

பத்து மணிக்கும் முன்பாகவே கோர்ட்டுக்குச் செல்லும் பிரதான வாயிலில் இருவரும் காத்திருந்தோம். உண்மையில் அண்ணன் என்னிடமிருந்து விலகி நின்றிருந்தார். நேற்றே ஸ்டேஷனுக்கு அழைத்து 'என்னென்ன கேள்வி கேட்பார்கள், அதற்கு என்ன பதில் சொல்ல வேண்டும், தலையாட்டாமல் வாயைத் திறந்து தான் பேச வேண்டும், ஒன்றைச் சொல்லி விட்டு பிறகு அதை மாற்றிக் கொள்ளக்கூடாது. நன்றாக கேள்வியைக் கேட்ட பிறகே பதில் சொல்ல வேண்டும்' என்றெல்லாம் காவலரால் அறிவுறுத்தப்பட்டோம். பதில்களை ஒரு முறைச் சொல்லச் சொல்லி பரிசோதித்தார். சரியாக மட்டுமல்ல, புதிய சொற்களைப் போட்டு (எழுத்தாளராமா....!) சொன்ன பதிலில் சிரிப்பென்று அறிய முடியாத சிரிப்பை உதிர்த்துவிட்டு புருவம் உயர்த்தினார். அண்ணன் திணறுவது கண்டு 'கூட்டிக்கிட்டுப் போய் ட்ரெய்னிங் கொடுங்க..' என்றார். மிதப்புடன் அவர் கையைப் பற்றி 'வாங்கண்ணா..' என அழைத்தேன். 'நீ யென்ன பெரிய இவனா..!' என்கிற ரீதியில் ஏறிட்டுப் பார்த்தார். அவரை மேலும் உசுப்புவது போல 'டவுட்னா கேளுங்ணா...' என்றதும் 'வாயில நல்லா வந்துரும்... ஒழுங்கா போயிடு...' என மிரட்டுவது போல விரலை ஆட்டினார். 'வந்தா துப்பீட்டு வாங்க.. வெயிட் பண்றேன்...' எனச் சிரித்தேன். 'போடா... அவர் சொல்லும் போது தெளிவாப் புரிஞ்சுது. நீ யென்னமோ நீட்டி முழக்கி எதையெதையோ பேசுன பின்னாடி எல்லோமே மறந்து போச்சு... இப்படிப் போட்டுக் கொழப்புறயே... என்னத்த நீ எழுதுற... படிக்கறவங்களை நெனச்சா பாவமாத் தான் இருக்கு...' என்றுவிட்டுப் புறப்பட்டார். எழுதுகிறவன் என அறிந்த ஒருசில தெருக்காரர்களில் அவரும் ஒருவர். 'வளரத் தெரியாம

வளந்துட்டு ஸ்டேஷனை மறைக்காத... தள்ளி நில்லு...' என அங்கேயே என்னை விட்டுவிட்டு வேகமாகச் சென்றார்.

***

'எப்படி மடக்கிக் கேட்டாலும் பதில்ல இருந்து மாறிடாதீங்க.. கொழப்பறதுக்காகவே வேற வேற மாரிக் கேப்பாங்க இந்த வக்கீலுங்க..பயத்துக்காதீங்க..நீங்க வேற சின்ன சைஸ் ஆளா இருக்கீங்களா..சட்டுன்னு ஏமாத்தி விஷயத்தைக் கறந்துருவாங்க..." அவர் தேநீரிலிருந்து எழும் ஆவியையே உற்றுப் பார்த்தபடி ஒரு தடவை எச்சிலை விழுங்கினார். நேற்றைய கோபங்களை மறந்திருந்தார். இருண்ட முகத்துடன் இன்னும் களைகட்டத் துவங்காத கோர்ட் வளாகத்தைப் பார்த்தார். தாசில்தார் அலுவலகத்துக்கு முந்தைய அந்தக் கட்டிடத்தில் ஆட்களின் நிழல்கள் அப்போது தான் விழத்தொடங்கின.

'ஸ்டேஷன்ல சொல்லிக் கொடுத்ததை ஒரு தடவை சொல்லுங்க பாப்போம்..' என்றதும் முன்வரிசைப் பள்ளிச் சிறுவனைப் போல ஒப்பிக்க ஆரம்பித்தார்.

'ண்ணா... வேற வெனையே வேண்டாம். யாரோ கத்துக்கொடுத்துச் சொல்றீங்கன்னு பளிச்சுன்னு தெரிஞ்சுரும். அப்டீயே கேஷுவலா எங்கிட்ட பேசற மாரி இருக்கணும்..' அங்கிருந்து கிளம்பிவிடுவதற்கான முகக்குறியோடு சாலையை வெறித்தார்.

'கையக் கட்டிக்காதீங்க. நாம எந்தத் தப்பும் செய்யல..சாட்சி சொல்லத் தான் வந்திருக்கோம்..' என்றபின் 'சொல்றதெல்லாம் காதுல விழுகுதா..?'

'பேசாம தனியாவே கோர்ட்டுக்கு வந்திருக்கலாம்..அவங்கள விட நீ பேசறது தான் பயமா இருக்கு..' என மீண்டும் கோர்ட்டையேப் பீதியுடன் பார்த்தார்.

அதற்குள் அலைபேசி ஒலித்தது. காவலர் தான். சென்றோம். கேஸ் கட்டுடன் நின்றிருந்தார்.'பன்னெண்டு மணிக்கு தான் கூப்பிடுவாங்க.. அதுக்கு முன்னாடி மூணு நாலு கேஸ் இருக்கு... வெயிட் பண்ணுங்க..' என்றார். அதே ஊரில் பிறந்து வளர்ந்திருந்தாலும் அதுவரை அவிநாசி கோர்ட்டைப் பார்த்திருக்கவில்லை, அது செயல்படும் விதத்தையும். முன்நின்றவரை விலக்கி எட்டிப் பார்த்த போது இரு வரிசையிலும் பத்து பேர் அமர்ந்து சாப்பிடக்கூடிய மெஸ் போல சிறியதாகப் புழுக்கத்துடன் இருந்தது. வெளியே

நின்றிருந்த வேப்பமரங்களின் காற்றுக்காகத் திறந்துவிடப்பட்டிருந்த ஜன்னங்களில் காலம் உறைந்திருந்தது. இரட்டைச் சார்பு ஓடுகள் வேயப்பட்டப் பழையபாணிக் கல்கட்டிடம் அது. புதிய கற்கள் பதிக்கப்பட்ட வராந்தாவில் கைதிகளின் உறவினர்கள் தீராத விடுகதைகளின் முன் அமர்ந்திருப்பவர்களைப் போல வாய்பிளந்து நல்ல சொல் காதில்விழ வேண்டிக் காத்திருந்தார்கள். தாடி மண்டிய கைலி கட்டிய கைதியை வெளியேக் கூட்டி வந்ததும் மூலையில் சுருண்டு கிடந்தவள் வால் மிதிக்கப்பட்ட நாய் போல புரண்டு எழுந்து கைக்குழந்தையை அவனை நோக்கி வீசுபவள் போலக் கொண்டு சென்று அவன் கண் முன்னே குழந்தையை வைத்து உலுக்கினாள். அது வீறிட்டது. அவன் தலை மேலும் மேலும் குனிந்து கொண்டே சென்றது. “போம்மா.. அந்தாண்ட..சத்தமெல்லாம் போடக்கூடாது..’ எனக் கண்டித்த போலீஸை அவன் இறைஞ்சுவது போல பார்த்தான். அவர் தலையசைத்து ‘சீக்கிரம்...’ என்றார். ஒன்றிரண்டு நிமிடங்கள் அவளுடன் பேசினான். பிறகு பாக்கெட்டிலிருந்த பணத்தை அப்படியே அவளிடம் தந்து விட்டு “போலாங்க சார்..’ என்றான். அவனது இளகிய முகம் அழுததைக் காட்டியது. அழும் அந்தக் குழந்தையை கைகளில் வாங்கவேயில்லை என்பதைக் கண்டேன். வாங்கிக் கொஞ்சிவிட்டு சிறைக்கு தானே போக வேண்டும். அந்த நினைவு அவனை அறுக்கக்கூடும் என்பதால் இருக்கலாம் என நினைத்தேன். இந்த நரகத்தின் காட்சிகள் எப்போது தீரும்? என்பது தெரியாமல் அண்ணனை நோக்கினேன். இறுகிய முகத்துடன் சலனமற்று கற்தூண் போல நின்றிருந்தார். அவருக்கு இரண்டு பெண் பிள்ளைகள். மெதுவாகத் திரும்பி ‘பாப்பாவைப் பாக்கணும் போல இருக்கு...’ என்றார்.

***

கேஸ் எண் படிக்கப்பட்டு உள்ளே விசாரணை போய்க் கொண்டிருந்தது. சிறிது நேரத்திற்குப் பின் அழைக்கப்பட்டேன். கூண்டில் ஏறி நின்று நீட்டியப் புத்தகத்தில் பிரமாணம் செய்ததும் அதுவரை உடலிலிருந்த பலமனைத்தும் பிடுக்கப்பட்ட காற்றுப் போல குறைந்துகொண்டே வருவதை உணர்ந்தேன். அந்தப் புழுக்கத்துக்குள்ளும் நடுங்கியது. சொல்லித் தந்திருந்தவைகள் அனைத்தும் மறப்பது போலவும் மீண்டும் நினைவுக்கு வருவது போலவும் மறுபடியும் நினைவிலிருந்து அழிவது போலவும் ஊசலாட்டம் காட்டிக் கொண்டிருந்தது. நீதிபதி அமர்ந்திருக்கும் விதத்தைக் கண்டதும் குள்ளமாகத் தான் இருப்பார் என்று

தோன்றியது. வக்கீல் எழுந்து வருகையில் போலியாக வரவழைக்கப்பட்ட துணிச்சலுடன் மிடுக்காக நின்றேன்.

“செத்து போனவர யெத்தன வருஷமாத் தெரியும்..?”

“நாலஞ்சு வருஷமா...”

“தெரியுங்கறீங்களா... தெரியாதுங்கறீங்களா... கம்ளீட் பண்ணுங்க...”

“நாலஞ்சு வருஷமா தெரியும் சார்...”

“எப்படி...?”

சொன்னேன்.

“எந்த தேதில ஏக்ஸிடண்ட் நடந்தது...”

அதையும் சரியாகவே சொல்லி விட்டேன்.

“அப்பவே அங்க போயிட்டீங்களா..?”

“இல்ல... காலையில தான் போனேன்...”

நீதிபதி வக்கீலை நோக்கிச் சிரித்தார். அவரும் புன்முறுவலை அவருக்கு வழங்கிவிட்டு

“எங்க வைச்சு ரிப்போர்ட்ல கையெழுத்துப் போட்டீங்க...”

“ஸ்பாட்ல தான்..”

“அது எப்படி காலையில நீங்க போனப்ப அங்க யாராவது இருந்தாங்களா...”

என்ன சொல்வதென்று தெரியாமல் காவலரை மெதுவாக தலை தூக்கிப் பார்த்தேன். எரியும் குழம்பு போல நின்று முறைத்துக் கொண்டிருந்தார்.

‘ஐய்யயோ... ஏதோ சொதப்பிட்டேன் போலிருக்கே..’

“சார் மறந்துட்டேன். நைட்டே அங்க போயிட்டேன். அந்த வரைபடம் எல்லாம் கண்முன்னாடி தான் போட்டாங்க. அங்கேயே சைனும் பண்ணிட்டேன்...”

“ஸ்பாடுக்கு லேட்டாத் தான் போனேன்னு எழுதின பேப்பர்ல கையெழுத்துப் போட்டிருங்களே... எது உண்மை..?”

எப்போ போட்டேன்.? எந்த பேப்பர்? ஒன்றுமே விளங்கவில்லை.

“ஸ்டேஷன்ல வைச்சு எழுதின ரிப்போர்ட்ல ஸ்டேஷன்ல வைச்சே படிச்சுப் பார்த்து கையெழுத்துப் போட்டிங்க...கரெக்டா?”

“அதாவது சார்... ஏக்ஸிடண்ட்னு கேள்விப்பட்டதுமே போயிட்டேன். ரிப்போர்ட் எல்லாம் அங்க வைச்சு தான் எழுதினாங்க...”

“அப்ப கையெழுத்து ஸ்டேஷன்ல வச்சு போட்டீங்க...”

“ஆமா சார்... ஆமா சார்...”

“சரி நீங்க போங்க...”

வெளியே வந்தேன். ஓரளவுக்குச் சரியாகச் சொல்லி விட்டேன் போலிருக்கிறது. இனி எந்த கேஸுக்கு என்றாலும் தாராளமாக சாட்சி சொல்லி விடலாம் எனத் தெம்பு வந்துவிட்டது. நன்றாகச் சொல்லித் தந்த போலீஸ்காரரைப் பார்த்து கைகுலுக்கி விட்டு தான் போக வேண்டும்.

அண்ணனும் சாட்சி சொல்லி முடித்து விட்டு வெளியே வந்தார். கூடவே காவலரும். குலுக்குவதற்காக கை நீட்டியபடியே சென்றேன்.

“என்ன சார் அவ்வளவு தூரம் சொல்லிக் கொடுத்தும் இப்படி பண்ணீட்டீங்க...”

திகைத்து “ஏன் சார்...” என்று கேட்டேன்.

“இப்படி பேசுங்கன்னு சொன்னதை பூராவும் ஆப்போஸிட்டா சொல்லியிருக்கீங்க...”

அவரது முதுகுக்கு பின்னால் அண்ணன் குதித்துச் சிரித்துக் கொண்டிருந்தார்.

“தலையத் தலைய ஆட்டினீங்களே சார்... இவரப் பாருங்க.. எக்குத்தப்பா சொல்லிடுவாருன்னு இருந்தேன். கரெக்டா நூல் அளவுகூட மாத்தாம சொல்லிட்டாரு...”

மிகவும் தயங்கி “சார் கேஸ் ஜெயிக்குமா...” எனக் கேட்டுவிட்டு மணலை கால்களால் கிளறினேன்.

“ஆமா... இந்த மாதிரி சாட்சி சொன்னா...” என்ற பிறகு ஒருமாதிரியாகப் பார்த்தார். “உண்மையிலயே நீ படிச்சிருக்கயா.. ஏதாவது தலையில இருக்கா..?” என்பதுதான் அதன் பொருள்.

கிளம்பியவரை நோக்கி அண்ணன் "சார்... இவரு எழுத்தாளருங்க.. கதையெல்லாம் எழுதுவாரு..." என்றார்.

சற்று தூரம் போனவர் திரும்பி வந்து "எதுக்கு இப்படி வளந்து வைச்சிருக்கற..." என்பது போல தலையிலிருந்து கால் வரை ஒரு தடவைப் பார்த்தார். பிறகு தலையைத் தூக்கி

"அதையாவது சரியா எழுதுவீங்களா..? இல்ல இந்த மாதிரி தான் குழப்பி வைப்பீங்களா..?" என்றார்.

- *விகடன் தடம்,* நவம்பர் 2018

'தடம்' இதழில் 'முதன் முதலாக' என்கிற தொடர் கட்டுரை வெளிவந்து கொண்டிருந்தது. எழுத்தாளர்கள் தங்கள் 'முதல் அனுபவங்க'ளைப் பகிர்ந்து கொள்ளும் பகுதி. அந்த வரிசையில் 'கோர்ட்'க்கு முதன் முதலாகச் செல்ல நேர்ந்த பின்னணி, அனுபவங்களை ஒட்டி எழுதிய கட்டுரையே இது.

நூதன 'கதை சொல்லி'கள்

"எவன் ஒருவன் நிறைய விஷயங்களை நசுக்கி மிதித்துப் போடுகிறானோ, தான் சொல்வது தான் சரியானது என்று மற்றவர்களை, மற்ற விஷயங்களைத் துவம்சம் செய்து தனது கருத்துக்களை நிலைநாட்டுகிறானோ அவனே இவர்களுக்கான சட்டங்களை வகுப்பவனாக இருப்பான். எவன் ஒருவன் அடாவடித்தனமாக அக்கிரமானவனாக செயல்படுகிறானோ அவனே இவர்களை வழி நடத்திச் செல்பவனாக இருப்பான்."

– தாஸ்தயேவ்ஸ்கி ('குற்றமும் தண்டனையும்' நாவலில் ரஸ்கோல்னிகோவ் சோனியாவிடம் சொல்வது)

படைப்பூக்கமிக்க எழுத்தாளர்களின் நேர்காணல்களை வாசிப்பது எப்போதும் உவகை அளிக்கக்கூடிய ஒன்றே. அவர்களது ஆக்கங்களின் ஆணி வேர் மற்றும் சல்லிவேர்கள் மட்டுமல்ல அதன் விதையே கூட எங்கிருந்து வந்து விழுந்தது..? அவை வளர ஒளியும் நீரும் இன்னபிறவும் எங்கிருந்து எவ்வாறு கிடைத்தன போன்றவை அதற்குள் கலந்து கிடக்கும். இனி அவ்வாறான காத்திரமான நேர்காணல்களுக்கு காத்திருக்க வேண்டிய தேவையேதுமில்லை. காவல்துறையினர் குற்றத்தின் பின்னணியை ஒரு சிவில் சமூகத்திடம் விளக்க முற்படுவதை கவனத்தாலே போதுமானது. மர்மம் துலங்காதிருக்கும் பெரும்பாலானக் குற்றங்களில் காவல்துறையினரின் புலனாய்வு அலசல்களுக்குப் பின், கூறும் கதைகளில் விசித்திரமும் வியப்பமும் கற்பனைத் திறனும் ஊடாடுகின்றன. இந்த 'கதை சொல்லி'கள் தமிழ் புனைக்கதைகளின் சாதனை மிக்க இடங்களை சில மணி நேரங்களில் எடையிழக்கச் செய்கிறார்கள். ஒரு

முறை முக்கி எடுத்தால் வெளுத்து வெளிறிப் போகும் இவர்களது புனைவுகள் உயிர்பலியை முடிவுகளாகக் கொண்டிருக்கின்றன.

கிட்டத்தட்ட 2600 கைதிகளை அடைத்து வைத்திருக்கும் புழல் சிறையில் அவர்களை ஷிப்ட் முறையில் மேற்பார்வையிடும் காவலர்கள் வெறும் பதினைந்து பேர் மட்டுமே. குற்றங்களின் தன்மையை வைத்து அவர்களின் பகுதிகள் பிரித்துவைத்திருக்கக்கூடும். ராம்குமாரின் மரணத்திலிருந்து அல்ல, அவரது கைது படலம் தொடங்கப்பட்டதிலிருந்தே ஐயங்கள் தொடங்கிவிடுகின்றன. கொலையாளி எனச் சொல்லப்பட்டவரைக் குறித்து உருவாக்கப்பட்ட பிம்பம் கொடூரமானது என்றால் கொலை செய்யப்பட்ட பெண் பற்றிக் கூறப்பட்டவையனைத்தும் அவரை 'புனிதமாக்க' மேற்கொள்ளப்பட்ட மெனக்கெடல்களாகவே இருந்தன. ஸ்வாதி கடவுள் பக்தி மிகுந்தவர், பெருமாளைச் சேவிப்பதை அவர் தவற விட்டதே இல்லை போன்ற வாக்கியங்கள் உலவின. இவை உண்மையாக இருக்கலாம். ஆனால் அவை அழுத்திச் சொல்லப்பட வேண்டிய அவசியமேதுமில்லை. அப்படிக் கொடூரமாக கொலைச் செய்யப்பட்ட பெண்ணின் வீட்டிலுள்ளவர்களின் குரல் ஸ்வாதி கொலை செய்யப்பட்ட நாளிலிருந்து ராம்குமார் மரணம் நிகழ்ந்த நாள் வரை எங்குமே கேட்கவில்லையே ஏன்? ஸ்வாதியைக் கொன்றவர்கள் எவராக இருப்பினும் தண்டிக்கப் பட வேண்டியவர்களே. ஆனால் அவர் யார்? அது ஏன்? என்பது போன்றவைகளுக்கு போலீஸார் அளிக்கும் விளக்கங்கள் ஒற்றைத் தன்மையானதாகவும் மேலும் தெளிவுகள் தேவை என்பதாகவும் தானே இருக்கின்றன. கோவைச் சிறைச்சாலையில் பணியிலிருந்த அதிகாரி கைதிகளின் தற்கொலை பற்றி மேற்கொண்ட ஆய்வில் பலவும் தெரியவந்ததாக கூறுகிறார். அவற்றில் ஒன்று ஞாயிறு அன்று கைதிகள் தற்கொலை செய்ததில்லை. ஏனெனில் சக கைதிகளின் அண்மை அவர்களை அவ்வாறு யோசிக்க விடாது என்பது. மேலும் தான் கண்ட தற்கொலைகளில் எந்தக் கைதியும் ஒயரைக் கடித்து சாகவில்லை என்றும் சொல்கிறார். ராம்குமாரின் 'தற்கொலை' விதிவிலக்காகவே இருக்கட்டும். ஆனால் ஏன் ராம்குமார் அடைத்து வைக்கப்பட்டிருந்த அறையில் ஸ்விட்ச் பாக்ஸ் பழுந்தடைந்துள்ளது.? சரி. கண்காணிப்புக் கேமரா ஏன் வேலை செய்யவில்லை.? ஒழுங்காக அன்று வேலை செய்தது. ராம்குமார் மட்டும் தான் போலும்.

தமிழகத்தில் தொடர்ந்து நிகழும் இது போன்ற குற்றச் செயல்களின் பின்புலம், அதற்கான காரணம் போன்ற கோடிட்ட இடங்கள் நிரப்பப்படாமல் அழுக்கடைந்து கிடக்கின்றன. வேறொன்று வந்தால் இதை மறந்து பலரும் புதிய ஒன்றுக்கு எதிர்வினையாற்றவும் தன் கருத்தைச் சொல்லவும் ஆவல் கொண்டு விடுகிறோம். முந்தையது அங்கேயே அனாதையாக விடப்படுகிறது. சாலையோரம் உறங்கிக் கொண்டிருந்த எளியவர்களை குடிபோதையில் கொன்ற ஒரு நடிகர் அந்த வழக்கை பல ஆண்டுகள் இழுத்தடித்து குற்றமற்றவர் என வெளியே வருகிறார். ஆனால் 'எளியவர்' , 'பின்புலம் ஏதுமற்றவர்' என்றதும் அரசும் அதன் அதிகாரமும் அவர்களிடம் நடந்து கொள்ளும் முறையே வேறு என்பதற்கு நம்மிடம் உள்ள சான்றுகளை அடுக்கி என்ன பயன்? ஆனால் இவையெல்லாம் என்றேனும் வெளிச்சத்துக்கு வரக்கூடும். அந்த 'என்றேனும்' எப்போது? என்றால் இந்த விசாரணை அதிகாரிகளுக்குக் கிடைக்க வேண்டிய பதவு உயர்வுகளெல்லாம் கிடைத்து நெஞ்சு விடைக்க சல்யூட் அடித்து ஓய்வு பெற்ற பிறகு இவர்கள் சுயசரிதை எழுத விரும்பலாம். அப்போது திடீரென மனசாட்சியால் உசுப்பப்படலாம். ஏறத்தாழ தன் இளமைக் காலம் முழுவதையும் சிறைச்சுவர்களுக்கு ஒப்புக் கொடுத்த, ராஜிவ்காந்தி கொலைவழக்கில் கைது செய்யப்பட்ட பேரறிவாளன் கொடுத்த வாக்குமூலத்தை மாற்றிப் பதிவு செய்து விட்டதாக சிபிஐ அதிகாரி ஓய்வுபெற்ற பின் ஒரு நேர்காணலில் சொல்கிறார். ஒரு மனிதன் தன் வாழ்வையே இழந்து போன பிறகு. அற்புதம் அம்மாள் ஓயாமல் தன் மகனை மீட்க போராடிய இவ்வளவு வருடங்களையும் காலத்தின் மண் மூடிய பிறகு.

1976ஆம் ஆண்டு கேரளத்தில் ராஜன் என்பவர் கைது செய்யப்படுகிறார். நக்ஸலைட் குழுவால் எடுத்துச் செல்லப்பட்ட துப்பாக்கியை மீட்கும் போலீஸ் நடவடிக்கையின் பலிகடா ராஜன். அவர்கள் தேடிக் கொண்டிருந்த ராஜன் வேறு ஒருவர். பெயர் ஒற்றுமையைக் கடந்து கைது செய்யப்பட்ட ராஜன் இடதுசாரி இயக்கத்துடன் தொடர்பில் இருந்தார். அவ்வளவே. கடும் வதைகள் அவரை ஒப்புக் கொள்ள வைக்கின்றன. காவலர்கள் இல்லாத ஒன்றை 'ஒப்புக் கொள்ள' வைக்க பயன்படுத்தும் 'மென்மையான' அணுகுமுறையால் ராஜன் உயிர் இழக்கிறார். ராஜனைத் தேடி அவரது தந்தை மேற்கொண்ட நீதிப் போராட்டமே அச்சமூகத்தை விழித்தெழச் செய்தது. பின்னர் லாக்கப்புகளில் கைதிகள்

ஓரளவுக்கு நடத்தப்பட்டதற்கும் ஈச்சர வாரியரின் அந்த ஓயாத போராட்டமே காரணமாக அமைந்தது.

இது போன்ற செயல்பாடுகளில் காவல்துறையின் நடவடிக்கைகளை முழுவதும் தீர்மானிப்பது அதிகாரத்தில் உள்ளவர்களே. அவர்கள் தரும் கடும் அழுத்தம், பணிச்சுமை, உறக்கமற்று வேலை செய்தாக வேண்டிய நிர்பந்தம் காவல்துறையினருக்கு இருக்கிறது. உயரதிகாரிகள் தந்த தாங்க இயலாத பணிச்சுமையும் மன அழுத்தங்களும் விஷ்ணுப்ரியாவின் தற்கொலைக்கு காரணமாகச் சொல்லப்பட்டது. அதன் பின்னும் அதே போன்ற தற்கொலைகள் தொடர்ந்தன. துறை சார்ந்து மேற்கொள்ளப்பட்டவை என்ன? என்று எவரும் அறிய முடியவில்லை. இவர்கள் அரசியல்வாதிகள் ஆட்டும் பாவைகள் மட்டுமே. பின்னால் இருக்கும் கைகள் அதன் பழியை ஒரு போதும் ஏற்காது. ராஜனை கொலை செய்ய ஆணையிட்டவரான ஜெயராம் படிக்கல் பின்னாளில் ஆன்மீகச் சொற்பொழிவாளர் ஆனதாகவும் கொலை செய்தவரான புலிக்கோடன் நாராயணன் குடிநோயாளி ஆனதாவும் சொல்லப்படுகிறது. அதிகாரத்திலிருந்த கருணாகரனையோ அச்சுத மேனனையோ இந்தக் குற்ற உணர்ச்சி ஒரு போதும் எதுவும் செய்யவில்லை.

இக்கட்டுரை எழுதப்பட்டுக் கொண்டிருக்கும் இந்நாள் வரை ராம்குமாரின் உடல் பிரேத பரிசோதனை செய்யப்படவில்லை. அப்போதும் சில கதைகள் சொல்லப்படலாம். அல்லது உண்மை தெரியவரலாம். ஸ்வாதியின் கொலையிலும் ராம்குமார் மரணத்திலும் ஒரு சமூகத்துக்கு தெரிய வேண்டியது அதற்கான காரணமும் அக்காரணகர்த்தர்கள் தண்டிக்கப்பட வேண்டும் என்பதே. அதை விடுத்து யாருக்கும் எதுவும் நிகழலாம் என்னும் பீதியையோ எழுத்தாளனைச் சவாலுக்கு அழைக்கும் 'கதை சொல்லலை'யோ அல்ல.

– *காலச்சுவடு இதழ், அக்டோபர் 2016*

மாபெரும் பாடகன்

கடந்த காலத்தை அசைபோடாத மனிதர்கள் எவரேனுமுண்டா? நினைவேக்கத்திலிருந்து(*nostalgia*) தப்பியவர்கள்? அப்போது அவர்களின் மனதிற்குள் இவ்வுலகிலிருந்து பெற்றவை சார்ந்த போதாமையும் இழந்தவை குறித்தத் துயரமும் சிற்றாறு போல ஓடி அடங்குமாக இருக்கலாம். இடைவெட்டாக மின்னல் போல் பளீரென அடித்து மறைகிற, மேகம் போல நிதானமாகக் கலைந்து செல்கிற எத்தனை முகங்கள்... எத்தனை நிகழ்ச்சிகள்..! அதற்குள் மூழ்குவது ஏறக்குறைய போதையே. எத்தகைய வாழ்க்கையை கடந்து வந்திருப்பினும் கூட நிகழ்கணத்திற்குள் மீளும் போது விழியிடைநீரற்றவர்கள் அபூர்வம். அந்த ஏக்கத்தைக் கிளறி விடுகிற வலிமை திரையிசைப் பாடல்களுக்கு உண்டு. பேசத் தொடங்கிய இரண்டாவது நிமிடத்திலேயே மிக இயல்பாக சினிமாவுக்குள் நுழைந்து விடுகிற தமிழ் சமூகத்தில் பெரும் பாடகன் ஒருவன் பெற்றிருந்த இடத்தை அவனது மரணம் எவ்வளவு துலக்கமாக நெகிழ்ச்சியுடன் காட்டி விடுகிறது..! மாபெரும் ஜனசமூகத்தின் அன்றாடத்தில் இடையறாது நாற்பதாண்டுகளுக்கும் மேல் தொடர்ந்து மக்களுடன் உறவாடும் கலைஞன் ஓர் கட்டத்தில் இயல்பாகவே அவர்களுடையவனாகிவிடுகிறான் போலும். அதனால் தான் அவரவர் வாழ்க்கைகளுக்குள்ளிருந்து சொல்ல ஏதோ ஒன்றை விட்டுச் செல்லும் வெற்றிக்கரமான உவப்பூட்டும் இசைப் பயணம் எஸ்.பி.பிக்கு வாய்த்ததோ.!. 'மக்கள் இவ்வளவு பிரியத்தை அப்பாவின் மேல் வைத்திருந்தார்கள் என்பதே இப்போது தான் தெரிகிறது'. என சரண் சொல்வதிலுள்ள வியப்பு

செயற்கையானதல்ல. பாலுவே கூட உணர்ந்திருப்பாரா? எனத் தெரியவில்லை. இறுதிவரை- மருத்துவமனையில் அனுமதிக்கப்பட்ட பிறகும் கூட- மக்களுடன் தொடர்பிலேயே இருந்தார் அவர். ஒளிரும் நட்சத்திரங்களின் சிறிய விஷயங்கள் கூட கிடைத்தற்கரியப் பொக்கிஷமே. எனவே ஊடகங்கள் கிடைத்த வாய்ப்பை இரக்கமின்றி செவ்வனே பயன்படுத்திக் கொண்டன. சமூக ஊடகங்களின் 'பொற்காலத்'தில் அதுவும் பெருந்தொற்றால் முடங்கிப் பழைய நாட்களுக்குள் வாழ்ந்தபடியே மறுநாளைக் குறித்த அச்சத்துடன் கிடந்த பொழுதொன்றில் அவர்களின் மகத்தான பாடகனின் மரணச்செய்தி வெளிவந்தது. ஆச்சரியமேற்படுத்தும் இரங்கற்குறிப்புகள், அஞ்சலிகள் தொடர்ந்து எழுதப்பட்டுக் கொண்டே இருந்தன. ஏனெனில் அவர்களது குருதி கசியும் நாட்களுக்கு பூச்சொரியும் தருணங்களுக்கு தருநிழலாகவும் தேற்றுப்படுத்துகிறக் கரமாகவும் உற்சாகத்தின் நடனக் கால்களாகவும் குதூகலத்தின் படகோட்டியாகவும் இருந்த குரல் எஸ்.பி.பி என்கிற ஸ்ரீபதி பண்டிதாரத்யுல பாலசுப்ரமணியத்தினுடையது.

எம்.எஸ்.விஸ்வநாதன் போன்ற மாபெரும் இசையமைப்பாளரின் மரணத்தின் போதோ அவருக்கு முந்தைய தலைமுறையைச் சார்ந்த பாடகர்களுக்கோ (டி.எம். சௌந்தர்ராஜன், பி.பி.ஸ்ரீனிவாஸ்), மலேசியா வாசுதேவன், சொர்ணலதா போன்ற சமகால பாடர்களின் மறைவின் போதோ ஏற்படாத தேம்புதல்கள், எழுதப்படாதக் குறிப்புகள், இசைக்கப்படாத துயர கீதங்கள் பாலுவுக்காக அவரது கோடிக்கணக்கான ரசிகர்களால் எழுப்பப் பட்டன. இத்தனைக்கும் அவர் கோலோச்சிய பாடல்களுக்குரிய நடிகர்களின் காலம் கிட்டத்தட்ட முடிவுக்கு வந்து விட்டிருந்தது. தன் ஐம்பதாவது வயதில் பதினெட்டு வயது இளைஞனுக்கு (காதலர் தினம்- குணால்) பாடுகிற இளமையை அவரது குரல் பெற்றிருந்தது. ஐம்பதில் என்ன? சென்றாண்டு உலகெங்கிலும் நடந்த கச்சேரிகளில் ஒலித்த குரலில் அவ்வளவு இளமை, அவ்வளவு உற்சாகம், சங்கதிகளைக் கையாள்வதில் (பொடிச் சங்கதிகளைக் கூட) குன்றாதத் தேர்ச்சி என பவனி வந்த கலைஞர் அவர்.

சில ஆண்டுகளுக்கு முன் ஒரு நேர்காணலில் இளையராஜா 'தமிழ் சினிமாவின் கடைசி ஆண்குரல் டி.எம்.எஸ்ஸினுடையது தான்' எனச் சொன்னார். அப்படியான ஒரு குரலைப் பின்னுக்குத் தள்ளிய வருகை பாலுவினுடையது. மென்மையும் இனிமையும் தெவிட்டாத வாலிபமும் எஸ்.பி.பியின் குரலிலிருந்து விடைபெறவேயில்லை.

அதனால் தான் அவரது சமகாலப் பாடகர்கள் பலருக்கும் குரல் நடுக்கம் ஏற்பட்டு பிடிவாதமாக மேடைகளில் பாடி ரசிகர்களின் முகச்சுளிப்பிற்கு ஆளாக நேர்ந்த துர்பாக்கியத்தின் நிழல் பாலுவைத் தீண்டடவேயில்லை. எம்.எஸ்.விஸ்வநாதனிடம் பாடிய போதே குன்றின் மேலிட்ட விளக்காக ஒளிர்ந்தார் என்பது உண்மை தான். அக்குன்றிலிருந்து வானின் நட்சத்திரமாகப் பிரகாசித்தது இளையராஜா என்கிற ஒப்புநோக்கற்ற கலைஞரின் இசையமைப்பில் பாடிய பிறகே. எந்த துறையெனினும் அது அமைந்து மேலேறி வர பயிற்சினால் கூடிய திறமையே முதன்மையானது என்ற போதும் சூழலும் காலமும் அதற்குத் தோதான ஏணிகளைக் காலடியில் கொண்டு வந்து போடுவதும் தேவை தான் போலிருக்கிறது. ராஜாவுக்கும் டி.எம்.எஸ்ஸுக்குமிடையே ஏற்பட்ட கசப்புகள், அடுத்தகட்ட நடிகர்களின் வருகை போன்றவற்றையும் கவனத்தில் கொள்ளலாம். பெரும் வியக்தியாக இளையராஜாவின் ஆகிருதி தமிழ் சினிமாவையேச் சுருட்டி தன் இசைக் கூடத்தின் வாயிலில் நிற்க வைத்திருந்த வரலாற்றில் 'ராஜ சபை'யின் பிரதான பாடகன் எஸ்.பி.பி. மட்டுமே. இந்த இணை அளித்தப் பரவசமும் மன எழுச்சியும் கொண்ட பாடல்களின் வரிசையொன்றை பட்டியலிட்டால் எளிதில் முடிவுறாத ஒன்றாக மிகவும் நீண்டு சென்று விடும். நாயகனைப் பாடகனாகச் சித்தரித்து எடுக்கப்பட்ட திரைப்படங்கள் பெரும்பாலானவற்றில் பாடல்கள் எஸ்.பி.பியினுடையதே. இதை ரசிகர்கள் மிக இயல்பாக ஏற்றுக் கொண்டனர். அந்த பிம்பத்திற்கு எஸ்.பி.பி மெனக்கெடவேயில்லை. அது தானாகவே அமைந்து வந்தது.

வணிகப் படங்களின் விற்றுத் தீர்ந்த கேசட்டுகளை நினைக்கும் போதே 'சங்கராபரணம்' போல இசை சார்ந்த படங்களுக்காக அவர் பெற்ற விருதுகளும் கண் முன் நகர்கின்றன. எஸ்..பி.பியின் காலத்திலேயே பாடிக் கொண்டிருந்த மலேசியா வாசுதேவனுக்கோ அதற்கும் முந்தைய ஜேசுதாஸுக்கோ கொஞ்சம் பின்னால் வந்து சேர்ந்த மனோவுக்கோ மக்களின் தினசரிகளிலிருந்து கிடைக்காத பெருமையும் அங்கீகாரமும் பாலுவுக்கு கிட்டியது. நாராசமான குரல் கொண்டவரிலிருந்து ஆர்க்கெஸ்ட்ராக்களின் மேடைப்பாடகர்கள் வரைக்கும் போலி செய்ய முயன்ற குரல் பாலுவினுடையதே. ஒன்றிரண்டு வரி ஏன் ஒரே ஒரு வரியை பொதுவிடத்தில் பாடத் தொடங்கியதும் 'பெரிய எஸ்.பி-னு நெனப்பா?' எனப் பலரைக் கிண்டலடித்ததை எவ்வளவோ தடவைகள் கேட்டிருக்கிறேன்.

எப்படிப் பார்த்தாலும் பாடல்கள் கேட்டு வளரும் சூழல் எனக்கிருக்கவில்லை. இரவுகளில் அப்பா பாடும்போது தான் பாட்டுக்களே அறிமுகம். இப்படியெல்லாம் உண்டா என்றும் தோன்றும். அவர் தீவிர எம்.ஜி.ஆர் ரசிகர். அவரும் அவர் காலத்தியவர்களுடையதையுமே சுவர்கள் எதிரொலிக்கும். எனவே டி.எம்.எஸ் தான் வீட்டுக்குள் உலவுவார். ஒரு வழியாக என் பத்தாவது வயதில் வானொலி வீட்டுக்கு வந்தது. அதுவரை தெருவிலுள்ள வீடுகளின் டிவிக்களிலும் கடைகளிலும் பேருந்துகளிலும் காதில் விழுந்திருந்த பாடல்களை அதன் காதைத் திருகுவதன் மூலமே கேட்க முடியும் என்பதில் எங்களை விடவும் அப்பாவுக்கு தான் ஆர்வம் அதிகமிருந்தது. வேலை முடிந்து திரும்பியதும் அவர் செய்யும் வேலைகள் இரண்டு. சட்டையைக் கழற்றி ஆணியில் மாட்டுவது. படுத்தபடியே முடிகள் மண்டிய வெற்று மார்பின் மேல் ரேடியோவை வைத்துத் திருகி அலைவரிசையைப் பிடித்து வெற்றிப் புன்னகை பூப்பது. அன்று தெருவில் தங்கநகைப் பட்டறைகள் கிட்டத்தட்ட பத்தாவது இருந்திருக்கும். பொற்கொல்லர்களின் வெறுமையான பகல்களுக்கு ஆசுவாச மருந்து தேனீரும் பாடல்களுமே. அங்கு போய் அமர்ந்து அந்த மூத்த அண்ணன்களுடன் பழகிய பின்பே வேறொரு உலகமும் அந்த உலகத்திற்குள் ஒருவராக எஸ்.பி.பியும் அறிமுகமாயினர். அவர்களுக்குச் சுருக்கமாக எஸ்.பி. அன்றிலிருந்தே சமவயதுக்காரர்களை விடவும் மூத்தோர்களிடமே அதிகமும் நெருக்கமாக இருந்து வந்திருக்கிறேன். ஏனெனில் அப்பொழுது ரஹ்மானே பெரும்பாலனவர்களின் வாயில் அசைபடும் பெயராக இருந்தார். ஆனால் பட்டறைகளில் ஒலிப்பது ராஜாவின் பாடல்களே, அப்படித் தான் ஒருமுறை சாதாரணமாகத் தொடங்கி சண்டைக்கு அச்சாரம் ஆகி பிறகு அழுகையாக முடிந்த சம்பவமும் நடந்தது.

'பாட்டுக்கு நடுவுல இப்படி சிரிச்சு சிரிச்சு வைக்கறாரே..அதுவும் இவ்வளவு அழகா இருக்கே.. எப்படிணா..?' பனிரெண்டாம் வகுப்பு தேர்வு விடுமுறையில் அந்த அண்ணன்களில் ஒருவரைக் கேட்டேன்.

'ஆமாமா... குருவாயூரப்பா...' பாட்டு முடியும் போது கடைசியில சிரிப்பான் பாரு... நான் ரிவெண்ட் பண்ணி பண்ணி கேட்பேன்'

அதை கேட்டு பக்கத்தில் இருந்தவர் ‘சிறிய பறவை சிறகைவிரித்து’ல சிரிக்கறதை விடவா அது அழகா இருக்கு..?’ என கொக்கி போட்டார்.

அப்படிப்பார்த்தா ‘பட்டுக்கண்ணம் தொட்டுக் கொள்ள...’ பாட்டுல வர்ற சிரிப்பை எங்க வைக்கறது? இருவரும் முறைத்தனர்.

‘அண்ணா... ரெண்டு பேரும் சண்டை போடாம ஏதாவதொரு பாட்டை போடுங்க..வூட்ல டேப் ரிக்கார்டர் இல்லைனு பாட்டு கேட்க இங்க வந்தா இப்படி பண்றீங்க?’

‘சின்ன புறா ஒன்று... என்ன கனாவினில்...’ ஒலித்தது.

என்ன இது..! சோகப்பாட்டு போலிருக்கிறதே..! என தலைதூக்கிப் பார்த்தால் அந்த இன்னொரு அண்ணன் எங்கோ பார்த்துக் கொண்டிருந்தார்.

‘இவனை பழி வாங்க இது தான் வழி.. கொஞ்ச நேரத்துல இவன் அழுவான் பாரு..’ சில கண அமைதி. ஆனால் இப்போது இரண்டு அண்ணன்களுமே மூக்கை உறிஞ்சினர்.

‘அந்த மயிரானே தான் இதையும் பாடி இருக்கான்..’ என்றபடியே தொடர்ந்து கேட்கச் சக்தியில்லாதவர் போல டேப்பை ஆஃப் செய்து விட்டார்.

இதற்கும் சில ஆண்டுகளுக்கு முன் இவ்வாறான பேச்சிடையே தான் ஆர்க்கெஸ்ட்ராக்களின் மீதான மோகத்தையும் தூண்டிவிட்டார்கள். இயல்பிலேயே பாடல்களின் மேல் கொண்டிருந்த தீராத விருப்பத்தை அக்கச்சேரிகள் எண்ணெயூற்றி வளர்த்தன. தியேட்டரில் படம் ஓடும்போது கேட்கும் பின்னணி இசையை திரைக்குப் பின்னால் நின்றுகொண்டு வாசிப்பார்களா? என்ற ‘அப்பாவி’யின் கேள்விக்கு அப்பாவிடம் கிடைத்த ஏச்சுக்கள் மனதில் ஒலிக்கின்றன. எனவே கண் முன்னே ஆட்கள் வாசித்துப் பாடுவதைக் கேட்பதென்பது உற்சாக அனுபவமாக இருந்தது. அது அவர்களின் பொற்காலம். உச்ச நட்சத்திரங்களின் பாடல்களுக்கு குக்கூரல்களும் விசில்களும் பறக்கும். அனைத்துக் கச்சேரிகளிலும் நிச்சயமாக பாலுவை போலி செய்யக்கூடிய (அதை கௌரவமாகவே கருதுவார்கள்) பாடகர் இருவரேனும் இருப்பார்கள். கோவில் ஆர்க்கெஸ்ட்ரா ஒன்றில் தங்கள் குழுவின் எஸ்.பி.பி என அறிமுகப்படுத்தப்பட்டு சில பாடல்களும் பாடிய பிறகு குறிப்பிட்ட பாடல் முடிந்ததும்

கீழிருந்து ஒருவர் ஆவேசமாக மேலே சென்று 'எஸ்.பி மாதிரி ஏன் சிரிக்கல' 'ஏன் பாடும் போது நழுவற?' என கேள்விகளால் துளைத்தார். வியர்வையை ஒற்றித் துடைத்த பாடகர் கேட்டவரின் பெயரை மைக்கில் அறிவித்தபடியே 'ஏன் அவராட்டம் பாடலனு அண்ணன் என்னை கோவிச்சிருக்கறாரு.. ஏன்னா..." என சிறிது நேரம் நிறுத்தி நிரம்பிய கூட்டத்தின் மேல் கண்களை ஓட்டிய பிறகு 'நான் எஸ்.பி.பி இல்லை' என மைக்கைக் கீழே வைத்தார். அதிலிருந்த வருத்தமும் இயலாமையும் ஏக்கமும் ஏதோ நேற்று கேட்டது போல காதில் ஒலிக்கிறது. நான்கைந்து பாடல்கள் முடியும் வரை அவர் மேடைக்கே செல்லவில்லை. அவ்வளவு ஏன் ராஜாவுடன் அடிக்கடி நடக்கும் சண்டை ஒன்றிற்குப் பிறகுதான் மனோவுக்குத் தொடர்ந்து வாய்ப்புகள் வழங்கினார் எனச் சொல்லப்படுகிறது. இதில் சுவாரஸ்யம் என்னவென்றால் பாலுவுக்கு மாற்று எனச் சொல்லப்பட்டவர் பாலுவின் குரலின் ஒலியையே நகலெடுக்க வேண்டியிருந்தது. இருவரையும் அருகிலேயே வைக்க முடியாது. 'ஓ..ப்ரியா..ப்ரியா..' (இதயத்தை திருடாதே) பாடலை தமிழில் மனோவும் தெலுங்கில் எஸ்.பி.பியும் பாடி இருக்கின்றனர். இரண்டையும் அடுத்தடுத்துக் கேட்டால் உண்மை எளிதாக விளங்கிவிடும். தெலுங்கிலும் எஸ்.பி.பி தனக்கு முந்தைய தலைமுறைப் பாடகர்களை ஓரங்கட்டினார் எனக் கூறப்படுகிறது. கன்னடத்திலும் பாடல்களின் எண்ணிக்கைக்கு குறைவில்லை. அவர் சோபிக்க முடியாத மொழி மலையாளமே. அங்கு மலையாளிகளின் நனவிலியிலும் நினைவிலியிலும் கோலோச்சும் ஒரே குரல் ஜேசுதாசுடையது மட்டுமே. அவரது நகல்களின் வரிசை ஜெயச்சந்திரனில் தொடங்கி உன்னி மேனன், மது பாலகிருஷ்ணன், அவரது மகனான விஜய் ஜேசுதாஸ் வரை நீள்கிறது. பெருங்கலைஞர்கள் தங்கள் தொடர்ச்சியை துறை சார்ந்த செயல்பாடுகளாலேயே உருவாக்கி விடுவார்கள் போலிருக்கிறது.

தன்னை ஒளித்துக் கொள்வதன் மூலம் வெகுமக்களிடம் எதிர்பார்ப்பிற்குரியவராக இருப்பதற்கு முற்றிலும் மாறாக அண்டை வீட்டுக்காரனைப் போல எளிதாகக் காணும் முகமாக அவரிருந்தார். பாடல் நிகழ்ச்சிகளின் நடுவராக பலருக்கும் ஊக்கமூட்டும் முன்னிலை அவர். மழலையிலிருந்து தேர்ந்த பாடகன் வரை அவர் மதிப்பிட்டுப் பேசியக் காணொளிகள் இணையத்தில் போதும் என்கிற அளவிற்குக் கிடைக்கின்றன. அவற்றில் ஒன்றில் கூட எவரையும் கடிந்து பேசியிராத குறைகளைக் கூட மென்மையாக எடுத்துக் கூறுபவராகவே

இருக்கிறார். அவர்களிடம் கூட பணிவுடன் பேசும் பாலுவின் இயல்பு உண்மையானது தானா? அல்லது வெறும் தோற்றமா? என விவாதங்கள் நிகழ்ந்தன.

உச்ச நட்சத்திலிருந்து நேற்று முளைத்த, இவ்வளவு ஏன் இளையராஜா என்றதுமே உருகும் கோடிக்கணக்கானவர்கள் வரை பொதுவெளியில் புரியும் பிழைகளைக் கண்டு அவர்களது சிலைகளை அதே ரசிகர்கள் சமூக ஊடகத்தில் இரக்கமின்றி உடைத்து வீசி இருக்கின்றனர். கடுஞ்சொற்களால் தூஷித்திருக்கின்றனர். ஆனால் இவை எதுவும் ஒரு முறை கூட எஸ்.பி.பிக்கு ஏற்படவேயில்லை என்பதை நினைவு கூர்ந்தால் அவர் மறைவையொட்டிக் கொட்டப்பட்ட அஞ்சலிக் குறிப்புகளைப் புரிந்து கொள்ள முடியும்.

திரைத்துறையில் 'வெர்சடாலிட்டி சிங்கர்' என்பதற்கு முதலும் கடைசியுமான உதாரணம் எஸ்.பி.பி. மட்டுமே. டி.எம்.எஸ் தன் காலத்தில் இரு உச்ச நட்சத்திரங்களுக்கு பல்வேறு உணர்ச்சிகளுக்குப் பாடியவர். ஆனால் பாலு எவ்வளவு நடிகர்களுக்கு எத்தனை விதமான உணர்ச்சிகளை, 'பா'வங்களை தன் குரலால் கொடுத்திருக்கிறார்...! ஐம்பதைத் தாண்டிவிடும். பக்கத்து மாநிலத்தையும் எடுத்துக் கொண்டால் கணக்கு இன்னும் நீளும். இளையராஜாவுக்கு பாடும் போது அவர் சொல்லிக் கொடுத்தது தாண்டி எதையும் செய்ய முடியாது. மீறினால் திருத்தி விடுவார். அதையெல்லாம் ஒட்டுமொத்தமாகக் கட்டி வைத்து பிறருக்கு பாடும் போது இறக்கி விடுவார் போலிருக்கிறது. 'மலரே மௌனமா..' வுக்கு வித்யாசாகருக்கு பாடிய போது ஜானகியும் இவரும் எடுத்துக் கொண்ட சுதந்திரம் தான் பிறருக்கு பாடியதில் முக்கியமான பாடலாக அதை மாற்றியது. ரஹ்மான் நிறைய அனுமதித்து வேண்டியதை எடுத்துக் கொள்வார். 'தங்கத்தாமரை மலரே..' பாடலில் பாத்திரத்தின் தாபத்தையும் ஏக்கத்தையும் குழைந்து கொண்டு வந்தது அதனாலும் இருக்கலாம். பாலபாரதியின் பெயரை இன்றளவும் சொல்லிக் கொண்டிருக்கும் 'அமராவதி' பாடல்களில் பாலு தன்னளவில் மேலெடுத்துச் சென்றவையும் அடக்கம். தேவாவை சொல்லவே வேண்டாம். எப்படி வேண்டுமானால் பாடலுக்குள் போய் வர விட்டுவிடுவார். 'நலம் நலமறிய ஆவல்..' பாடலை மெச்சும் போதே இன்னொன்று நினைவுக்கு வருகிறது. 'இந்து' வில் 'ஏ..ஞானம்..எப்பா ஞானம்..' பாடலைக் கேட்டால் தானே தெரியும்..! என்ன மாதிரியான

சேட்டைக்காரன் இந்த குண்டுபையன் என்று. வேறு யாராவது இதை பாடியிருந்தால் பத்தோடு பதினொன்றாக போயிருக்கும்.

ஜேசுதாஸ் சாஸ்திரிய சங்கீதம் கற்றவர். பாடல்களை அதன் தெய்வீகம் மாறாமல் பாடுகிறவர். ஆனால் அவர் சில குறிப்பிட்ட வகைமை சார்ந்த பாடல்களில் விற்பன்னர் அல்லர். அவர் 'வச்சுக்கவா..'வை நன்றாக பாடினார் தான். ஆனால் அது எஸ்.பி.பி-யோ மலேசியாவோ தானே பாடியிருக்க வேண்டும் எனத் தோன்றும். 'மாசி மாசம் ஆளானப் பொண்ணு' பாடலின் எஸ்.பி.பி. பாடிய தெலுங்கு வடிவத்தை (முழுப் பொருளும் தெரியாது என்றாலும்) கேட்ட பிறகே தமிழில் ஜேசுதாஸ் தவறவிட்டது என்னவென்று புரிந்தது. 'என்னம்மா கண்ணு..'(இளையராஜா) பாடலில் எஸ்.பி.பியும் மலேசியாவும் ஜமாய்த்திருப்பார்கள் தான். ஆனால் இருவருக்கும் சுதந்திரம் கொடுத்து தன் போக்கில் விட்டுவிட்டால் ஒரு பாடலில் என்னென்ன செய்வார்கள் என்பதற்கு 'பட்டுக்கோட்டை அம்மாளு..' (சங்கர் கணேஷ்) தான் சாட்சி.

தம் சக பாடகர்களின் மீதோ தனக்கு பின் வந்தவர்கள் மீதோ அவருக்கு குறைகள் இருந்திருக்கலாம். அதை எங்கும் வெளிப்படுத்தியதில்லை. நாற்பதாயிரத்துக்கு மேல் பாடியவருக்கு எப்படி பிறரின் மீது விமர்சனங்கள் இல்லாது போயிருக்கும்? ரஹ்மானின் வருகை நான்கைந்து பாடகர்கள் மட்டுமே கொண்டதல்ல தமிழ் திரையிசையுலகம் என்பதை அறிவித்தது. புத்தம் புதிய குரல்கள் வாய்ப்பு மறுக்கப்பட்ட/ போதிய அளவுக்குத் தரப்படாத குரல்கள் அதன் பிறகே இசைத்தட்டுகளுக்குள் பதியப்பட்டன. மெதுவாக எஸ்.பி.பி என்கிற பேரலையின் வீச்சு மட்டுப்பட்டது. ஆனால் ஓயவுமில்லை, ஒதுக்கி விடவுமில்லை. கொஞ்சலுக்கும் குழைவுக்கும் காதலின் மண்டியிடலுக்கும் ஆக்ரோஷத்திற்கும் முதல் விருப்பமாக பாலுவே இருந்தார். பால்காரனும் ஆட்டோக்காரனும் எஜமானும் சேவகனும் தோன்றுகிற முதல் காட்சிப் பாடலுக்கு அவர் தான் ஒரே தேர்வு. ஆண்குரலில் திறமை சார்ந்து ஹரிஹரனும் சங்கர் மகாதேவனும் தவிர்த்து வேறெவரும் அவருக்கருகில் நிற்க முடியவில்லை. 'அழகூரில் பூத்தவளே..' (திருமலை) என கொஞ்சிய கையோடு 'கண்ணைக் கசக்கும் சூரியனோ..' (ரெட்) என முழங்கவும் முடிந்த பாடகர் அவர்.

ஏன் அவரது பாடல்கள் இந்தளவுக்கு நினைவுக்கூரப்படுகிறதென்றால் அவற்றிற்கு தன் குரலால் அவர் எழுதிய திரைக்கதைகளே. பாடல் வரிகளை மட்டுமே கேட்டு பாத்திரத்தின் மன இயல்புகளை சூழ்நிலையின் நல்லது கெட்டதுகளை உணர்ந்து விடமுடிகிற அளவிற்கானத் தேர்ச்சி மிக்கவர். 'பா'வங்களை அதற்கேற்ப வெளிப்படுத்துபவர். மொழியின் மீது அவர் குவித்திருந்த கவனத்தை மிகவும் குறிப்பிட்டுச் சொல்ல வேண்டும். தாய்மொழியல்லாத ஒன்றில் அவர் சொற்களுக்கு அளித்த ஒளி பாடல்களுக்குப் பிரகாசமளித்தது. எனவே பிறரது தவறான உச்சரிப்புகளைத் தயங்காமல் சுட்டிக் காட்டினார். ற,ர,ன,ண,ள்,ழ் போன்றவற்றை அதன் நயம் கெடாமல் உச்சரித்தவர் என்பதால் பிழைகளைச் சகிக்க அவரால் முடியவில்லை போலும்.

மேடைக் கச்சேரிகளையே அவர் தன்னுடைய ஆடுகளம் என்று கருதினார். ஏனெனில் திரைப்பாடல்கள் பலவற்றையும் 'அப்படியே' பாடாமல் தன் சுபாவத்திற்கு தக்க உள்ளேயும் வெளியேயும் சென்று உலவி மூச்சு விட அங்கு அவரால் முடிந்தது. சங்கதிகளை அவர் வெளிப்படுத்தும் அழகு பார்த்துத் தீராதது. இணை பெண் பாடகிகளிடம் காட்டும் கொஞ்சும் உடல்மொழியை செய்யும் குறும்புகளைப் பார்க்கையில் அவர் எவ்வளவு பெரிய காதலன் என்பது தெரிந்து விடும். காதல் பாடல்களில் ஏன் அவர் துள்ளவும் துடிக்கவும் பரவசம் கொள்ளவும் வெடித்து அழவும் வைக்கிறார் என்பதற்கானப் பதிலாகவும் அதை பார்க்கலாம். தன்னை காதலிப்பவன் எப்படி தனக்காக உருகவும் கசியவும் வேண்டும் என்பதை பாலுவே குரலால் பெண்களுக்குக் காட்டினார். பெண்கள் அவர் மீது கொண்டிருந்த அளப்பரிய பிரியத்திற்கு இதுவும் காரணமாக இருக்கக்கூடும். மேடையில் தன் இணை நன்றாக பாடினால் மனம் திறந்து அதை அறிவித்து பாராட்டக் கூடிய பெருந்தன்மையாளர்.

நேர்காணல் ஒன்றில் முகம்மது ரஃபியை விதந்தோதிவிட்டு ரஃபியின் பாடும்முறையை வியந்து பாடிக் காட்டும் தருணத்தை மறக்கவே முடியவில்லை. எஸ்.ஜானகியை திரும்பத் திரும்பக் கேட்க வேண்டும். பயில வேண்டும் என்பதே அவர் பாட வந்த புதியவர்களுக்கும் பாடிக் கொண்டிருந்தவர்களுக்கும் கூறும் அறிவுரையாக இருந்தது.

குறை என்று கொண்டால் அவரது பணிவு சார்ந்து மாற்று அப்பிராயங்கள் கொண்ட நண்பர்கள் உள்ளனர். அவர்கள்

நேரடியாகவே பார்த்த சில விஷயங்களால் அவர்களுக்கு அவரது பணிவு அவ்வளவு உண்மையானதல்ல என்றே எண்ணமே உள்ளது. இதனாலொன்றும் எஸ்.பி.பியின் பெருமைக்கு ஊறு நேர்ந்து விடாது.

பல பாடகர்களுக்கும் மூப்பின் காரணமாக குரல் நடுக்கம் ஏற்பட்டுள்ளது. ஆனால் மருத்துவமனையில் சேர்வதற்கு முன் வரை கூட எஸ்.பி.பியின் குரலில் பிசுறு அளவுக்குக் கூட நடுக்கம் ஏற்படவில்லை. தன் மனதில் நினைத்ததை குரலில் கொண்டு வரும் கொடுப்பினையை இறுதிவரை பெற்றிருந்த கலைஞன் எஸ்.பி. பாலசுப்பிரமணியம். எந்த அபகீர்த்தியும் தன் பாடும்கலைக்கு நேர்வதை அவர் காணவேவில்லை. இன்னும் வாழ்ந்திருந்தாலும் அவர் கலைக்கு எந்த பங்கமும் வந்திருக்காது. தன் கலைவாழ்வில் கொடுத்து வைத்த பிறப்பு சிலருக்கு தான் வாய்க்கும். அவர்களில் எஸ்.பி.பி என்கிற மாபெரும் பாடகன் முன்வரிசைக்காரர்.

('எங்கேயும் எப்போதும் – எஸ்பிபி நினைவலைகள்' நூலுக்காக எழுதப்பட்ட கட்டுரை)

கவிஞர் சுகுமாரனுக்கு...

எமக்குத் தொழில் கவிதை
– பாரதி

30-01-2012

அன்புள்ள சுகுமாரனுக்கு

வணக்கம். நலம் தானே? சொற்களை ஒளிரச் செய்பவன் கவிஞன். ஒரு வகையில் வாழ்க்கையையும். அதனால் தான் ஒரு அநாதி வேளையில் ஏதேனும் ஒரு கவிதை வரி மனக்கிளையில் சிறகசைக்காமல் வந்து அமர்ந்து கொள்கிறது. பின் அது தத்துகிறது. தன் அலகால் மனதைக் கொத்துகிறது. கிளறுகிறது. அதன் அகவலோசை நம் மனதை நிறைக்கிறது. ஏதோ ஒன்றின் மூலம் நம் வாழ்க்கையோடு அதை அர்த்தப்படுத்திக் கொள்ளத் தூண்டி விட்டு இப்போது சிறகடிப்புடன் பறந்து சென்று விடுகிறது. ஆம். கவிஞன் சொற்களில், அதன் பொருளில் அது உணர்த்தும் மௌனங்களில் நாம் காணத் தவறிய/ மறந்த ஒன்றை நம் அகத்தரிசனமாக்கி அளித்து அருகில் புன்னகையுடன் நிற்கிறான். ஏனெனில் படைப்பாளி காலம் அல்லாதவன். காலமும் ஆனவன். அதனாலேயே அவனுக்கு மரணமில்லை.

கவிதையை வியாக்கியானப் படுத்துவது அதன் ஆத்மாவை நசுக்குவது போல என்ற புரிதலுடன் இக்கடிதம் வாசக நிலையில் எழுதப்படுகிறது. “கோடைக் காலக் குறிப்புகளி”ல் இடம்பெற்ற காம்யூவின் வரிகளைக் கொண்டே அத்தொகுப்பை மேலதிகமாகப் புரிந்துகொள்ள முடியும். நம்பிக்கைக்கும் அவநம்பிக்கைக்கும் இடையிலான ஊசலாட்டம் என்று கூறலாம். வாழ்க்கையைப் புரிந்துகொள்ள முயலும் (முடியமா?) மனதின்

தத்தளிப்புகளை வெவ்வெறு கவிதைகளில் கேட்கிறேன். ஒரு புகார் தொனி கூட சில கவிதைகளில் வந்துவிடுகிறது. பல கவிதைகளில் இருக்கும் துக்கம் சார்ந்த உணர்வை, கோபத்தை மூர்க்கமான கவிதை வரிகளின் மூலம் வாசக மனதிற்குள் கடத்தி விடுகிறீர்கள்

“எறும்புகள் சுமந்து போகும் பாம்புச் சட்டை போல
நகர்கிறது வாழ்க்கை”

என்றோ

“இப்போது அன்பு
சவரக்கத்தியின் பளபளக்கும் கூர்முனை”

என்றோ எழுதிச் செல்லும் போது அது ஒரு ஆழமான வலியை உண்டாக்கி விடுகிறது. துயருற்ற ஒரு மனம் தன் அலைகழிப்புகளுக்கு, வாழ்க்கையிலிருந்து பெற்ற பரிசுகளுக்கு(!?) கவிதையின் முகத்தை(நிலைக் கண்ணாடியில் காண முடியாத முகம் அது) அளித்தது போல இருக்கின்றன இக்கவிதைகள் (சு.ரா.வின் ‘ஆத்மாராம் சோயித்ராம்’ கதையின் ஒரு வரி நினைவுக்கு வருகிறது. “துயருற்ற இந்த இரவில் ஒரு கவிதை எழுதுலாம்” என்பது தானே நெருதாவின் கவிதை வரி.) இதற்கு எண்பதுகளில் சூழல் சார்ந்தக் காரணங்களைக் கூற முயன்றாலும் கூட இத்துக்கம் எங்கிருந்தோ தருவித்துக் கொண்ட வலிந்து கூறப்பட்ட துயரமாக இல்லை. அனுபவத்தின் முட்களால் கீறப்பட்ட இதயத்தின் வரிகளாகவே உள்ளன. அதனால் தான்

“நான்
காளவாயிலிருந்து
வெளியேறிய பெருமூச்சு”

என்றும்

“மழுங்கிய தொழுநோயாளி முகர்ந்த
ஓட்டைக்குவளை நீர் இந்த வாழ்க்கை”

என்றும்

அதை நீங்கள் கவிதையாக்குகையில் அக்கவிதை பின்னொதுங்கி விடவில்லை. அக்கவிதைகளுக்கான இடம் இன்றும் நிலையானதாகவே இருக்கிறது. மேலும் உங்கள் “நான்” கூட துக்கத்தின் வடிவமாகவே உள்ளது.

“தலையிலிருந்து முதுகெலும்பு வழியாக
வெட்டப்பட்ட பிணம் நான்”

உங்கள் “கிளி” நிம்மதியாகயில்லை. அதற்கு கூண்டு சிறையாக இருக்கும் போது வெளியோ காயங்களை வழங்கும் இடமாக ஆகிவிடுகிறது. இப்போது வாழ்க்கையை காணும் நோக்கு காரணமாக அவ்வாறான துயரங்களை மனம் அதன் காரண காரிய விளக்கங்களைத் தேடிச் சென்று அமைதியையோ அல்லது மேலும் மனக் குமுறலையோ அடையக் கூடும். இருத்தலின் துயரத்திற்கும் வாழ்க்கை பற்றிய புரியாமைக்குமான பயணமாகவே “கோடை காலக் குறிப்புகளை”க் காண்கிறேன். இதில் பயின்று வரும் படிமங்கள், இறுக்கமான மொழி, உங்கள் பிந்தைய தொகுப்புகளில் மாற்றமடைவதையும் கண்டேன். அதில் ஒரு நெகிழ்தன்மை, நேரடியாக உண்மையான நோக்கிச் செல்லும் முனைப்பு அக்கவிதைகளில் உள்ளன. இது அபூர்வம். ஒரு வரைபடம் அல்லது ஒரு தொழில்நுட்பம் சிக்கிய பின் அதில் அமிழ்ந்து குறிப்பிடத்தக்க வெற்றியும் பெற்ற பின் அதிலேயே தேங்கிப் போவது படைப்பாளி சந்திக்கும் துரதிஷ்டங்களில் முதன்மையானது. கவிஞர்களில் சிறந்த உதாரணம் விக்கிரமாதித்யன். அவை ஒரு காலக்கட்டத்தில் சலிப்பூட்டுபவையாக மாறும் போது அக்கவிஞன் காலத்தின் ஒரு இடமாக மட்டுமே மாறிப் போகும் அபாயம் அது. தேவதேவனும் இந்த விபத்தை சந்தித்திருக்கிறார் என்றாலும் அதிலிருந்து அவர் முன்னகர்ந்தும் சென்றிருக்கிறார்.

உங்கள் கவிதைகளில் பெரும் வாசக கவனம் பெற்ற, படைப்பாளிகளும் வாசகர்களும் அவ்வப்போது எடுத்தியம்பும் “கைப்பள்ளம் தேக்கிய நீர்” என்னும் வரி அளித்த பரவசத்திற்கு நிகராக அல்லது அதற்குக் கூடுதலாகவே “ஆகாயம் அலைபுரளும் அதில்” எனும் வரியைச் சேர்த்து வாசிக்கையில் அது அளிக்கும் அர்த்த விரிவு கண்டு மனஎழுச்சி அடைந்தேன்.அதே போல “கபாலீசுவரம்” கவிதையைச் சிறப்பாகக் குறிப்பிட்டு கூறவேண்டும். வரிகளுக்குள் இழைத்துப் பின்னப்பட்ட கூர்மையான விமர்சனம், ஒரு வித நையாண்டி அக்கவிதையை வேறொரு தளத்திற்கு எடுத்துச் சென்று விடுகிறது. அதிலும்

“அறுபத்தி மூன்று பெருமூச்சில்
அசைந்தது பிரகாரம்”

என்னும் வரிகள் அளிக்கும் அனுபவம் நெடுநாட்கள் மனதை விட்டு அகலாது இருக்கும் என்று தோன்றுகிறது. மௌனியின் யாளி(அழியாச்சுடர்) சுழித்துக் கொண்ட போது பெற்ற அனுபவம் அது.

வீடும் பயணங்களும் கூட ஒரு ஆசுவாசத்தைத் தருவதாகயில்லை ("இருந்தேனே தவிர வாழவில்லை"). வீடு வெளியேற்றுவதாக இருக்கையில் பயணங்களின் காட்சிகளோ கவிதைகளில் துக்கத்தின் குறியீடாக வந்து விடுகின்றன (வெளியில் ஒருவன், உதக மண்டலம்) இருப்பினும் இதில் செயல்படும் கவிதைமனம் முக்கியமாகப் படுகிறது.எந்த அனுபவத்தை கவிதையாக மாற்ற மனம் தயாராகிறது என்பதிலும், அதனைக் கூறும் முறையிலும் அது வெளிப்படுத்தும் தொனியைக் கொண்டும் ஒரு கவிஞனின் ஆளுமையை அடையாளம் கண்டு கொள்ள இயலும். உங்கள் கவிதைகளில் ஒரு செய்தியாக மட்டுமே மிஞ்சிவிட்ட "கனவுக் கவிதை"யும் சொற்களின் விளையாட்டாக ஆகிவிட்ட "பேபி சார்" கவிதையும் கவிதையாக ரசமாற்றம் அடையவில்லை.

தந்தையைப் பற்றிய உங்களது கவிதைகளை வாசித்து மனம் நிலைகொள்ளாமல் தவித்தது. பால்யத்தின் ரணமிக்க சில பகுதிகளை அது கிளறிவிட்டது. சில நினைவுகளுக்குள் இழுத்துப் போய் நிறுத்தியது (அதன் ஒரு கூறு தான் 'வருகை' எனும் என் சிறுகதை). குறிப்பாக 'வெளியில் ஒருவன்' கவிதையில் பகுதி ஒன்றைக் கடந்து செல்வது மனநெருக்கடியை அளித்தது. சிறுவயதின் சில இரவுகளை எண்ணினால் இப்போதும் நிம்மதியிழப்பு ஏற்பட்டுவிடும்.

"அப்பா
உன்னுடைய மனிதமுகம் கழன்று
கழுதைப்புலியாகி நெடுநாட்களாயிற்று."

என்ற வரி கொடுத்த மனநடுக்கத்தை விவரிக்க முடியும் என்று தோன்றவில்லை.

"எனக்கு உன்னிடம் பகையில்லை
அன்பைப் போலவே"

என முடிக்கையில் அது கூடுதல் அர்த்தத்தை அக்கவிதைக்குத் தருகிறது. இன்று என் அப்பாவை புரிந்து கொள்ள முயல்கிறேன். அப்படியான ஒருவராக இருந்தார் என்பதற்கு எந்தச் சுவடும் இப்போது அவரிடம் இல்லை (இந்த நெருக்கடிகளை சு.ரா.விடம்

நீல வெளிச்சம் | 175

பகிர்ந்து கொண்டிருந்திருக்கிறேன்). அப்பா மீது வெறுப்பிலிருந்து அன்பை நோக்கிச் சென்று வருடங்கள் ஆகின்றன.

தமிழ்க் கவிதையில் காதலைப் போலத் தோன்றக்கூடிய கவிதைகள் ஏராளம் உண்டு. ஆனால் காதல் கவிதைகள் அரிது. பெரும்பாலும் மேலோட்டமானவை, ஆராதனையோடு திருப்திப்பட்டுக் கொள்பவை, சல்லித்தனமானவையே காதல் கவிதைகளாக எண்ணிக் கொள்ளப்படும் சூழல் நம்முடையது. நகுலன் சுசீலாவை முன்வைத்து எழுதிய சில கவிதைகளும், கலாப்ரியாவின் சசியும், யூமா.வாசுகியின் சில கவிதைகளும் விதிவிலக்குகள். உங்களது "உன் பெயர், தனிமை இரக்கம், முதற்பெண்ணுக்குச் சில வரிகள்" ஆகியவை தனித்துவமுடையவை.

"இதோ
நீ எதிர்ப்பட்ட அநாதி காலத்தின் ஏதோ ஒரு நொடி
ஆனந்த வெளியாக ஒளி ததும்பி
நிற்கிறது நினைவில்"

என்னும் வரிகள் தரும் அனுபவம் அபாரமானது.நினைவின் சர்ப்பம் துரத்தாத, அதற்கு அஞ்சி எவ்வளவு தூரம் ஓடினாலும் விரட்டி வந்து தீண்டாத மனிதர்கள் இல்லை போலும். பல நேரங்களில் நினைவுகள் பல்லிடுக்கில் சிக்கிய இறைச்சித்துண்டு. அதன் இருப்பில் ஒரு வித தொந்தரவும் அதைத் துழாவுகையில் சுகமும் அளிக்கும் வினோத வஸ்து அது.

உங்களது கவிதைகளில் அருகருகாக இரண்டு பொருட்களை அல்லது உயிர்களை வைத்து ஒரு ஒப்பீட்டை நிகழ்த்தி சட்டென ஒன்றின் குணங்கள் பிறிதொன்றுக்கும், பிறிதொன்றின் தன்மை அந்த ஒன்றுக்கும் ஊடுருவி விடுவதையும் உணர்ந்தேன். 'எட்டுக் காலியும் நானும்', 'பறவையும் அறையும்' பற்றிய கவிதை, 'புத்தகமும் இலையும்' பற்றிய கவிதையென தொடர்ச்சியாக இல்லாவிட்டாலும் அவ்வப்போது இது போன்ற கவிதைகளை எழுதியே வந்திருக்கிறீர்கள். இதனை நீங்கள் எண்ணியதுண்டா? இவ்வாறு நிகழ்வது பற்றிய உங்கள் அபிப்ராயம் என்ன?

முத்தத்தையும் பசியையும் நீங்கள் வாசனையாக காண்பது நூதனமாக இருக்கிறது (முத்தத்தின் வாசனை, பசியின் வாசனை). முன்னதை வாசிக்கையில் களிப்பு மிகும் போது பின்னது காட்சிகளை அடுக்கியபடியே வந்து துயரத்தின்

நிழலை நம் மீது கவிழ்கிறது. மேலும் ஒரு இசைத்தன்மை உங்கள் கவிதைகளுக்குள் ஊடாடி கிடப்பதையும் குறிப்பிட்டுச் சொல்ல வேண்டும். 'பையாம்பலம்' கவிதையின் உள்ளே பாடலுக்குரிய தாளக்கட்டு அமைந்திருப்பது வாசிக்கையில் கூடுதல் நெருக்கத்தைத் தருகிறது.

இன்று கவிதை முன்னகர்ந்திருக்கும் திசை, உரைநடையில் கவித்துவத்தை எட்டுவதே. முந்தைய உருவகமோ, உவமையோ, படிமமோ இன்றியும்கூட ஒரு கவிதை வசீகரமானதாக குறிப்பாக கவிதையாக இருப்பது அது கடந்து வந்திருக்கும் தொலைவையும், கவிஞன் விரித்துக் கொண்டிருக்கும் சுதந்திரத்தையும் நமக்கு துலக்கமாக காட்டுகிறது (விதிவிலக்கு பிரான்சிஸ் கிருபாவின் கவிதைகள். அவை அதன் படிமத்தின் அழகால் மனதை ஈர்ப்பவை).

உங்கள் 'நீருக்குக் கதவுகள் இல்லை' தொகுப்பில் உள்ள கவிதைகள் கடந்த காலத்திய கவிதைகளின் சாயலை அதன் எச்சங்களைக் கொண்டிருக்கவில்லை. மாறாக அது தன்னைச் சமகாலத் தன்மைக்கு ஏற்ப தகவமைத்துக் கொண்டிருக்கிறது. முன்னோடிக் கவியாகவும் சமகாலக் கவியாகவும் இருப்பது அபூர்வம். அது உங்களுக்கு நிகழ்ந்துள்ளது. இத்தொகுப்பில் குழந்தைகள் அவர்களுக்கேயுரிய குழந்தைமையுடன் வெளிப்படுகிறார்கள். அது போல எண்ணிக்கையில் குறைவானது எனினும் உங்களது அரசியல் கவிதைகளின் உள்ளே ஒரு கொந்தளிப்பைக் காண முடிகிறது. ஆத்மாநாமிற்கு பிறகு அவ்வளவு தீவிரத்துடன் அரசியல் கவிதைகள் வெளியாவதில்லை. வந்தாலும்கூட வெகு சொற்பமாக வெகு அரிதாகவே வெளிவருகின்றன. முந்தைய தொகுப்பில் இருந்த சொற்களின் இறுக்கம் இதில் இல்லை. லகுவானதாக மாறியிருக்கிறது.இத்தொகுப்பின் ஆகச் சிறந்த கவிதையாக 'வாசவதத்தை தற்கொலை செய்த இடம்' எனும் கவிதையைக் கருகிறேன்.

உங்களது கவிதைகளில் நுட்பமான அவதனிப்புகளின் வழி நவீனமான கவித்துவ சொல்லாட்சிகளைக் கூற தோன்றுகிறது. கவிதையிலிருந்து ஒரு வரியை உருவியெடுத்து அதைக் கூறுவதன் மூலம் மனம் குற்ற உணர்ச்சி கொள்கிறது.

"இலைக் குரலில் நலம் விசாரிக்கும்
சுமை தூக்கி வரும் மனிதன்"

"எங்கும் மின்விளக்குகளின் ஊளை"

"இலைக் கடல்களின் அலைத் தொடர்கள்"

"வயலின் ஸ்வரங்களாய் பொழியும் மழை"

மேலும் வரிகளை அடுக்கி என் குற்ற உணர்வின் சதவீதத்தைக் கூட்ட விரும்பவில்லை.

உங்கள் கவிதைகளை வாசித்து அதனுடன் உரையாடி அதை அசைபோட்ட நாட்கள் எனக்கு முக்கியமானவை. எண்ணற்றக் கவிதைகள் மனதில் வந்து ஒட்டிக்கொண்ட இசைத்துணுக்குப் போல ரீங்காரம் இட்டபடி இருக்கின்றன. அவை காலத்தால் அழியா சாஸ்வதம் கொண்டவை. இத்தகைய நற்கணங்களை அளித்த உங்களுக்கும் உங்கள் கவிதைகளுக்கும் என் வணக்கங்கள்.

மிக்க அன்புடன்
கே.என்.செந்தில்.

நேர்காணல்கள்

> "மொழியைக் கையாளத் தெரியாத இலக்கியம் கிஞ்சித்தும் கைவரப்பெறாத நபர்கள் சூழலை மாசுபடுத்துகிறார்கள்"
>
> சந்திப்பு: சங்கரநாராயணன், த.ராஜன்

(கே.என்.செந்திலின் 'அரூப நெருப்பு' தொகுப்பை முன்வைத்து)

கேள்வி: தற்காலத்தில் வெகுஜன எழுத்திற்கும் இலக்கியத்திற்குமான இடைவெளி திட்டமிட்டுக் குறைக்கப்பட்டு வருவதாகத் தோன்றுகிறது. வெகுஜன எழுத்தின் தரம் இலக்கியத் தரத்திற்கு நெருங்குவதாய் இல்லை. வெகுஜன எழுத்து இலக்கியமாக முன்வைக்கப்படுகிறதோ? இந்த போக்கு குறித்து?

பதில்: இந்தக் கேள்விக்குரிய மதிப்பு காலாவதியாகி விட்ட காலத்தில் இருந்து கொண்டிருக்கிறோம் என சிலர் பேசுவதைக் கேட்டிருக்கிறேன். ஆனால் எப்போதையும் விட இன்றைய காலகட்டத்தில் தான் இக்கேள்வி தீவிரமாக எழுப்பப்பட வேண்டும் என்பது மட்டுமல்ல அதுசார்ந்த கூர்மையான உரையாடல்கள் நிகழ வேண்டும் என விரும்புகிறேன்.

ஒரு பொழுதுபோக்கியை (Entertainer) எழுத்தாளராகக் கருதிய சூழலிலிருந்து தான் இந்தக் கேடுகள் தொடங்குகின்றன. சாரு நிவேதிதாவும் அவரது 'தத்துப் பிள்ளை'களுமே இவை இரண்டிற்குமான அகண்ட இடைவெளியை அழிப்பதில் பிரதானமானவர்கள். அராத்து, சரவணன்சந்திரன் போன்றோரை படைப்பாளிகளாகக் கருதும் சூழல் பத்து ஆண்டுகளுக்கு முன்பு கூட இருந்திருக்குமா? பட்டுக்கோட்டை பிரபாகருக்கு இலக்கியத்தில் என்ன இடமோ அதுவே இவ்விருவரின் இடமும். இந்த இருவரைக் குறித்து மட்டுமல்ல, ஜி.கார்ல் மார்க்ஸ், கணேசகுமாரன் போன்ற மேலோட்டமான எழுத்தாளர்களையும் கூட சாரு

விதந்தோதியிருப்பதைக் கண்டால் முகச்சுளிப்பும் குமட்டலுமே மிஞ்சும், கூடவே லஷ்மி சரவணகுமாரையும்.

விநாயக முருகன், ஆத்மார்த்தி போன்ற மொழியைக் கையாளத் தெரியாத இலக்கியம் கிஞ்சித்தும் கைவரப்பெறாத நபர்கள் சூழலை மாசுபடுத்துகிறார்கள். இவர்களின் பெரும்பாலானோரின் பதிப்பாளர் என்ற அளவில் இந்தக் கேட்டிற்கு முக்கியமான காரணகர்த்தராக மனுஷ்யபுத்திரனைச் சொல்வேன். ந.முருகேச பாண்டியன் போன்ற 'இலக்கிய விமர்சகர்கள்' இவர்களின் நூல் குறித்து விளம்பும் சொற்களையும் பரிந்துரைக்கும் பெயர்களையும் கண்டால் அவை அவரைக் குறித்து இருந்த பழைய மதிப்பீடுகளை விரட்டி அடிக்கின்றன. மேலும் இலக்கியமே அல்லாத ஒன்றை இலக்கியமாக முன்நிறுத்தும் போக்கும் இதே கேட்டில் வந்து சேர்கிறது. சீனிவாசன் நடராஜனின் 'விடம்பனம்' நாவலை(?) இதற்கு சிறந்த உதாரணமாகச் சொல்லலாம்.

இணையம் முக்கியமான ஊடகமாக ஆன பிறகு - இரண்டாயிரத்தின் மத்தியில் - இது போன்ற உள்ளீடற்றவர்கள் எதையேனும் எழுதி பிரசுரித்து இலக்கியம் என முன் வைத்தனர். தமிழில் எழுதத் தெரிந்தால் அவர் எழுத்தாளராகிவிடும் சூழ்நிலையின் தொடக்கப்புள்ளி. ஃபேஸ்புக்கில் 'மொண்ணை' வரிகளுக்கு இடப்படும் நூற்றுக்கணக்கான விருப்பக்குறிகள் தன்னைக் குறித்த மிகுதியானக் கற்பனைகளுக்கு வழிகோலுகின்றன போலும். இப்படியான இடத்திலிருந்து தான் கடங்கநேரியான் போன்ற வெத்துவேட்டு 'போலிக் கலகக்காரர்கள்' உருவாகி வருகிறார்கள்.

'மகத்தான' என்ற சொல்லே மயக்க நிலையை அடைந்திருக்கக்கூடும். இல்லையெனில் வணிகச் சமன்பாடுகளுக்கு ஏற்ப தன் சரக்கை அவிழ்த்து வைத்த சுஜாதா போன்றவர்கள் எவ்வாறு 'மகத்தான படைப்பாளி'யாக ஆக முடியும்? அவர் உதிர்த்த சில தீவிர எழுத்தாளர்களின் பெயர்கள் சம்பந்தமான புல்லரிப்புகளுக்கு அளவில்லை. ஊரெல்லாம் சாராயம் காய்ச்சி விற்ற நபர் அது தந்த பெயரிலும் பணத்திலும் புகழிலும் சில நல்ல காரியங்கள் செய்வார். கொஞ்ச காலம் கழித்து அவரே 'நகரத் தந்தை' என்றோ 'கல்வித் தந்தை' என்றோ அழைக்கப்படுவார். அதற்கு சற்றும் குறைந்தல்ல சுஜாதாவின் பிம்பம். அவர் நூலுக்கு நவீன அட்டையுடன் நல்ல பதிப்பு வந்தால் அவர் மகத்தானவர் ஆகிவிடுவாரா? கதர் வேட்டி, சட்டை போட்டவரெல்லாம் காந்தியவாதி என தன்னைக் கருதிக் கொள்வது போன்றது இது. ஃபேஸ்புக் எங்கும்

குறைபட்ட சுஜாதாக்கள் ஆயிரக்கணக்கில் அலைகிறார்கள். இன்று அவர் இருந்திருந்தாரென்றால் தன் முகமூடி அணிந்த ஆயிரக்கணக்கான நபர்கள் தனக்கு விருப்பக்குறியிடுவதைக் குறித்து உள்ளூர விருப்பத்துடன் சுவாரசியமான கட்டுரையொன்றை எழுதியிருக்கக்கூடும். தீவிரமான மனநிலையுடன் உள்ளே வந்த க.சீ. சிவக்குமார் போன்ற ஆட்களுக்கு கூட வெகுஜன இதழில் இடம் கிடைத்து சுஜாதா ஆகிவிட மாட்டோமா என்ற விருப்பம் தான் இருந்திருக்கிறது. சுஜாதாவின் நவீனமான உரைநடையே தமிழுக்கு தேவையானது. மற்றபடி அவரது பிம்பம் தீவிர வாசகரிடம் ஊதிப் பெருக்கப்பட்டதே.

ஏன் 'வாசகசாலை'யே இந்த இடைவெளிகளைக் குறைக்கும் செயலில் இறங்கி இருக்கிறதே! தமிழ்ச் சிறுகதையின் நூற்றாண்டையொட்டி பல அமர்வுகளை ஒருங்கிணைத்த வாசகசாலை, மகத்தான நாவல் வரிசைக்கும் அவ்வாறான கூட்டங்களை ஏற்பாடு செய்திருந்ததைப் பார்த்தேன். அந்த வரிசையில் திடுமென வைரமுத்துவின் 'கள்ளிக்காட்டு இதிகாசம்' முளைத்திருந்தது. தி.ஜானகிராமன், சுந்தர ராமசாமி, அசோகமித்திரன் நாவல்களும் மகத்தானவை, ஒன்றுக்கும் ஆகாத 'கள்ளிக்காட்டு இதிகாசமும்' மகத்தானவை என்றால் அதன் அளவுகோல் தான் என்ன? மகத்தானவைகளின் வரிசையில் அவர் எப்போது வந்து சேர்ந்தார்? அவருக்கும் மகத்தான நாவலுக்கும் என்ன உறவு? சாகித்ய அகாதமி வாங்கியது தான் அளவுகோல் என்றால் ஞானபீடம் வாங்கிய அகிலனின் 'சித்திர பாவை'யை ஏன் தவிர்த்தீர்கள்? கோவி.மணிசேகரனை ஏன் விட்டு விட்டீர்கள்?

இக்கேள்விக்கு வேறொரு வகையில் தொடர்புள்ள விஷயமொன்றையும் இத்துடன் இணைத்தே பார்க்க விரும்புகிறேன். தமிழகத்திலும் தென்னிந்திய, இந்திய அளவிலும் உலகமெங்கும் நடந்த இலக்கிய அமர்வுகள், இலக்கிய முகாம்கள் எவ்வளவு என்று கணக்கிட்டீர்கள் எனில் அதில் ஏன் சிலர் தொடர்ந்து அழைக்கப்பட்டுக் கொண்டே இருக்கிறார்கள் என்ற கேள்வி எழுவதைத் தவிர்க்க முடியாது. சல்மா போன்ற ஒருவர் கடந்த ஐந்தாண்டுகளில் மேற்சொன்ன நிகழ்வுகளில் பத்துக்கும் மேற்பட்டவற்றில் தமிழ் மொழியின் பிரதிநிதியாகப் பங்கேற்றிருப்பார். ஏன் அவர் மட்டும் திரும்பத் திரும்ப அழைக்கப்படுகிறார்? அவ்வாறு தொடர்ந்து அழைக்கப்படுவதற்குரிய தகுதி கொண்டவர் அல்ல அவர். வேறு ஒரு எழுத்தாளாருக்குக் கிடைக்க வேண்டிய இடத்தை இவர் போய்

எடுத்துக் கொள்கிறார். அடைத்து விடுகிறார். இந்த முகமே நவீன தமிழிலக்கியத்தின் முகமாகப் புரிந்து கொள்ளப்படாதா? சல்மா முன்னிறுத்தப்படுவது தமிழ் இலக்கியம் சார்ந்த சராசரியான முடிவுகளுக்கே பிற மொழிக்காரர்களைக் கொண்டு சேர்க்கும். சோ.தர்மன் போன்ற ஒருவர் இதுபோன்ற இலக்கிய அமர்களிலும் முகாம்களிலும் பங்கேற்பாளராகச் செல்லக் கூடிய நேரம் எப்போது தான் வரும்?

கேள்வி: ஒரு நாவல் என்பது 'கதை' என்ற ஒன்றைச் சொல்ல வேண்டிய அவசியமில்லை. அது பல்வேறு விதங்களிலும், வடிவங்களிலும் சொல்லப்படலாம். சிறுகதை என்று வரும் போது, 'கதை' எவ்வளவு அவசியமாகிறது?

பதில்: 'கதை'யிலிருந்து கதையை வெளியேற்றுவது குறித்து சா.கந்தசாமி தன் நேர்காணல் ஒன்றில் பேசியிருக்கிறார். அவரைப் போலவே வேறு சிலரும் யோசித்திருக்கிறார்கள். ஆனாலும் எஞ்சுவது கதையே. அசோகமித்திரன் இவ்வாறானவற்றை எழுதிப் பார்த்திருக்கிறார். அவரது 'நூலகத்துக்குப் போகும் வழியில் ஒரு கிரிக்கெட் மாட்சைப் பார்க்க நின்ற போது' என்னும் சிறுகதையில் 'கதை' என்ற ஒன்று இல்லை. கிட்டத்தட்ட கட்டுரையின் வகைப்பாட்டில் வைக்க கூடிய படைப்பு அது. ஆன போதும் அதிலுள்ள மறைபொருளும் உணர்த்த விரும்பும் விஷயமும் புனைகதையின் தீவிரத்தோடு இருப்பதை உணரலாம். ஒன்றேபோல தோன்றக்கூடிய கதைகளின் சலிப்பிலிருந்து இக்கேள்வி வருவதாகத் தோன்றுகிறது. சுந்தர ராமசாமி ஒரு கதை போல பிறிதொன்றை எழுதியவரல்ல. 'பிரசாதம்' தொகுப்பு பெரும் கவனிப்பு பெற்ற போதும் அது போன்றதொரு கதையை பிறகெப்போதும் அவர் எழுதவில்லை. மாறாக 'பல்லக்குத் தூக்கிகள்' கதையிலிருந்து அவர் படைத்த ஆக்கங்கள் முற்றிலும் புதியதாக கருப்பொருளில் ஒன்றுக்கொன்று வித்தியாசமானதாக இருந்தது. ஒன்றை எழுதி அது நன்றாக வந்தவுடன் மீண்டும் மீண்டும் அதே போல எழுதிக் கொண்டிருக்காததும் அதற்கு ஒரு காரணமாக இருக்ககூடும். அவரது மொத்தக் கதைத் தொகுதியை மீள்வாசிப்பு செய்கையில் மீண்டும் உறுதிப்பட்ட விஷயம் இது.

நாவலில் மட்டுமல்ல கதைகளிலும் முந்தைய உடலிலிருந்து வெளியேறுவதற்கான முயற்சிகள் நடந்துள்ளன. வேறு வேறு மாதிரியாகக் கதைகளைச் சொல்லிப் பார்ப்பது, 'மொந்தை'யான கதையாக முன்வைக்காமல் இருப்பது போன்றவை நடந்துள்ளன.

ஜெயமோகனின் 'ஆயிரங்கால் மண்டபம்' தொகுப்பில் உள்ள சில கதைகள் அவ்வாறானவை. எஸ்.ராமகிருஷ்ணனின் 'தாவரங்களின் உரையாடல்' தொகுப்பு மாறுபட்ட கதைகளைக் கொண்டிருக்கும். ஆனால் மீண்டும் வாழ்க்கையின் அச்சில் சுழலும் மனிதர்களைக் கொண்ட கதைகளே முக்கியத்துவம் பெறுகின்றன. 'கதை' என்பதன் அவசியம், அவசியமின்மை குறித்து, எழுதபவர்களுக்குத் தனித்த அபிப்ராயங்கள் இருக்கலாம். கதையின் சாத்தியங்களை விஸ்தரிக்கலாமே அன்றி கதையற்ற படைப்புக்கு என் கதையுலகில் இடமில்லை.

கேள்வி: *எட்டு சிறுகதைகளிலிருந்து 'அரூபநெருப்பு' என்பதைத் தொகுப்பின் தலைப்பாக தேர்ந்தெடுத்ததற்கான காரணம்?*

பதில்: 'அரூப நெருப்பு' கதை பிரசுரமானதுமே அடுத்தத் தொகுப்பொன்று வரக்கூடுமெனில் அதன் தலைப்பு இதுவாகவே இருக்கட்டும் என முடிவெடுக்கப்பட்ட விஷயம் அது. ஏனெனில் அதற்கு முன்பு எழுதிய சுமார் பத்துக் கதைகளிலிருந்து ('இரவுக்காட்சி'தொகுப்பிலுள்ள கதைகளையும் சேர்த்து) மொழியிலும் கருப்பொருளிலும் சொல்லல் முறையிலும் இக்கதை வெகுவாக முன்னகர்ந்து சென்றிருப்பதாக நினைத்தேன். அடுத்த கட்டம் இது என நம்பினேன். இக்கதையிலிருந்து எழுதப்பட்ட பிற கதைகளை வாசித்தால் உங்களுக்கே அது தெரியவரும். பிறகு வேடிக்கையாக எனக்குள்ளாகவே சொல்லிக்கொள்ளும் காரணம் ஒன்று உண்டு. எழுத்து என்பதே உள்ளே கிடக்கும் நெருப்பு தான். அது ஒரு போதும் அணையலாகாது. ஆனால் அது நேரடியாக தெரியவும் செய்யாது. அரூபமானது. எனவே எழுத்து சார்ந்த முறையிலுக்கும் (*Process*) இத்தலைப்பு பொருந்துகிறது என நினைத்துக் கொள்வேன். இன்று வரை இத்தொகுப்புக்கு இந்த தலைப்பு போல நெருக்கமான வேறொன்றை எண்ணியதில்லை.

கேள்வி: *அடியாளாக வேலை செய்பவன், பிணத்துடனும் பன்றியுடனும் படுத்துறங்குபவன், எச்சில் இலை பொறுக்குபவன், லாட்டரி விற்பவன், இறைச்சி உண்பதே தனது ஆகப்பெரிய சந்தோஷமாகக் கருதுபவன், முத்தம் தந்து மகிழ்விப்பதைத் தவிர தன் மனைவிக்காக வேறேதும் செய்ய இயலாத பொருளாதார சிக்கலில் உழல்பவன் என விளிம்பு நிலை மாந்தர்களின் வாழ்வை கதைக்களமாக தேர்ந்தெடுத்திருக்கிறீர்கள். இதற்கான காரணம்?*

பதில்: உண்மையிலேயே எனக்குத் தெரியாது. எழுத வரும்முன் ஐயமாக இருந்த ஒன்று சில கதைகளை எழுதிய நேரத்திலேயே துலக்கமாகி விட்டது. நவீன தமிழ் இலக்கியத்தின் சாதனைகள் சிறுகதைகளிலேயே நிகழ்ந்துள்ளன என்பதே அது. எனவே பிறர் எப்போதும் கையாளும் கதைக்கருக்களைக் கதாபாத்திரங்களைக் கைகொள்ள வேண்டாம் என நினைத்தேன். இல்லையெனில் இந்நேரத்தில் நான்கைந்து சிறுகதைத் தொகுப்புகளை வெளியிட்டிருக்கலாம். இவையெல்லாம் கதையை எழுதும் முன் யோசிக்கையில் தோன்றுபவை. ஆனால் எழுத அமர்ந்தால் அது இழுத்துச் செல்லும் திக்குகளுக்கே செல்வது வழக்கம். அதிலிருந்தே புதிய பாதைகளும் வெளிச்சங்களும் கிட்டியிருக்கின்றன. இக்கதைகளில் எதுவும் என் சுய அனுபவங்களின் - மிகச் சில தவிர்த்து - விளைநிலத்திலிருந்து பயிர் செய்தவை அல்ல. முற்றிலும் சம்பந்தமில்லாத வேறொரு உலகத்தைச் சார்ந்த மனிதர்களிடமிருந்து வந்தவையே. இந்தக் கதைகளின் வழியாக நான் வாழ்ந்து கொண்டிருக்கும் ஒருபடித்தான நிரல்களைக் கொண்ட லௌகீக வாழ்க்கையிலிருந்து தாவி வேறொரு வாழ்க்கையை வாழ்ந்து பார்க்க முடிகிறது.

இத்தொகுதியிலிருக்கும் ஒரு கதையின் கரு அல்லது எண்ண ஓட்டம் எங்கிருந்து தொடங்கியது என்பதைச் சொல்வதன் மூலம் உங்கள் கேள்விக்கு தோராயமான பதிலை அளிக்க முயல்கிறேன். பலராலும் குறிப்பிடப்பட்ட பிணக்கிடங்கில் வேலை செய்கிறவனைப் பற்றிய ‘வாசனை’.

அப்போது கல்லூரி முடிந்திருந்தேன். எல்லோர் மீதும் ப்ரியம் கொண்ட சிரிப்பில் துயரத்தை மறைக்கும் சந்திரா அக்கா குடும்ப பிரச்சினையால் நான்கு வயது மகனை விட்டுவிட்டுத் தூக்கிட்டுத் தற்கொலை செய்து கொண்டாள். அச்செய்தி நடுஇரவு எங்கள் குடும்பத்திற்கு வந்து சேர்ந்தது. அதிகாலை கோவை அரசு மருத்துவமனைக்குச் சென்று சேர்ந்தோம். பலரும் தடுக்க ஏதோ ஒரு தூண்டுதலில் துக்கத்தை ஏற்றக்கூடும் என்பதை மறந்து அந்தச் சிறிய அறைக்குள் நுழைந்தேன். நைட்டியுடன் சந்திரா அக்கா நாக்கு வெளித்தள்ளக் கிடந்தாள். அவள் சுருக்கிட்ட சேலையின் முனை இன்னொரு பிணத்தையொட்டிய இடத்தில் அசைந்தது. அங்கே ஒரு சிறுவனும் ஒரு குழந்தையும் உடல் கிழிந்து பிணமாக கிடந்தனர். அப்போது கடும் சாராய வாசத்துடன் அந்த அதிகாலையில் உள்ளே நுழைந்த ஆட்கள் சாவகாசமாகப் பேசியபடி அவற்றை இழுத்து ஒழுங்குபடுத்தியதைக் கண்டு

குமட்டலுடன் வெளியே வந்ததும் உறவினர்களின் பெருத்த அழுகையொலி என்னை மோதியது. அதை சில மாதங்களில் மறந்து விட்டேன் என்றே நினைத்திருந்தேன்.

அந்த உலகை எழுத வேண்டும் என்ற உந்துதல் திடீரென்று ஏற்பட்டு எழுத அமர்ந்ததுமே அக்காட்சியை அவ்வளவு துல்லியமாக மனதால் கண்டேன். வேறு சில செவிவழி கண்வழி அனுபவங்களுடன் இணைந்து இவ்வளவு விஷயங்கள் எழுந்து வந்ததை நானே வியப்புடனேயே பார்த்தேன். அதை வைத்துக் கொண்டு முழுக்கதையையும் எழுதி முடித்தேன். சில ஐயங்களை மட்டும் நண்பர்களிடம் கேட்டுத் தெளிந்தேன். அந்தப் பொறி இவ்வளவு நாட்கள் அணையாமல் மனதிற்குள் கிடந்ததையே எழுதிய போதுதான் உணர்ந்தேன். இவ்வளவு தான் கூற இயலும். ஏனெனில் எழுதும் போது வேறொன்று நடக்கிறது. அதை விளக்கக் கருவிகள் என்னிடம் இல்லை.

கேள்வி: அருகில் இருந்து பார்த்து எழுதியதைப் போல அவ்வளவு நெருக்கமாக இருக்கிறது. உங்களை அறியாதவர்கள் யாரேனும் இத்தொகுப்பை வாசித்தால் ஒரு ரௌடியாக உங்களை நினைத்துக் கொள்வதற்கான சாத்தியங்கள் ஏராளம். அவர்களின் வாழ்வு எந்த அளவிற்கு உங்களுக்கு பரிட்சயம்?

பதில்: முந்தைய கேள்விக்கு அளித்த பதிலே இதற்கு பொருந்தும். உள்ளுணர்வை நம்பி செலுத்தப்பட்ட கலன்களே இக்கதைகள். 'அம்மா வந்தாள்' முன்னுரையில் தி.ஜானகிராமன் 'நான் பார்த்த பத்து பெண்களின் கலவையான வார்ப்பே அலங்காரத்தம்மாள்' (இதே வரியல்ல, இப்படி பொருள் தரும் வரி) எனச் சொல்கிறார். அவ்வாறு தான் ஒரு பாத்திரத்தின் மேல் ஒன்றிற்கும் மேற்பட்ட நபர்களின் குணநலன்கள் கலந்திருக்கும். இன்னும் சொல்வதென்றால் கதையில் அங்குமிங்கும் எழுத்தாளனின் மனப்போக்குகள் கூட ஊடாடிவரும். அவற்றைத் திரட்டினால் படைப்பாளியின் ஒருவகை சுயசரிதை அதற்குள் இருப்பதை அறியலாம். இதன் பொருள் 'நானும் ரௌடி தான்' என்பதல்ல. எங்கெங்கோ கண்ட பல்வேறு வகையான மனிதர்களின் இயல்புகள் சட்டென ஒரு கதைக்குள் இணைந்து விடும். இத்தொகுப்பிலுள்ள பெரும்பாலான கதைகள் இத்தன்மையை கொண்டிருப்பதை உணர்ந்திருக்கிறேன்.

கேள்வி: இரண்டு கதைகளைத் தவிர பிற அனைத்தும் தன்னிலையில் எழுதப்பட்டிருக்கின்றன. தன்னிலையில் கதை சொல்கையில்

சில வரையறைக்குள் பயணம் செய்ய வேண்டிய கட்டாயம் எழுத்தாளனுக்கு உருவாகின்றது. நேரடியாகவோ மறைமுகமாகவோ கதையின் எல்லா வரிகளிலும் கதைசொல்லியின் இருப்பு அவசியமாகின்றது. வர்ணனைகளுக்கு இங்கே இடமில்லை. கதைசொல்லி கேட்பதையும் நினைப்பதையும் தாண்டி வெளியே பிரவேசிக்க முடியாது. இப்படி இருக்கையில் தன்னிலையில் கதை சொன்னது ஏன்?

பதில்: ஏனென்றால் அதை எழுத முடிவு செய்த போதே அப்படித் தான் அமைந்தது. தன்னிலையில் கதை சொல்வது வசதியானதல்ல. பாத்திரத்தின் மனநிலைகள், அவன் வாழ்க்கை போன்றவற்றை எழுதுபவனுடையது என வாசகர் நினைத்துக் கொள்ளும் சாத்தியம் அதிகமுள்ளது. எனவே இடக்கரக்கடலுடனேயே எழுதத் தலைப்பட நேரலாம். தொடக்கத்தில் அப்படியான சில தயக்கங்கள் இருந்ததுண்டு. மிக விரைவாகவே அதிலிருந்து வெளியேறிவிட்டேன். ஆகவே என் கதைகளில் எவ்வித உணர்வுகளை அந்தக் கதாபாத்திரங்கள் அடைகின்றனவோ அதற்கு கடிவாளம் போடவோ குறுக்கே நின்று சமாதானப்படுத்தவோ முயலவேயில்லை. பிறகு கதைசொல்லி கேட்பதையும் நினைப்பதையும் தாண்டி பிரவேசிக்க முடியாது என்கிறீர்கள். உண்மையில் படர்க்கையில் கதை சொன்னாலும் அது தானே நடக்கும். வரையறையென்பது அக்கதைகள் அளிப்பவை தானே அன்றி வேறில்லை. எழுதுபவனின் வரையறை அவனது உலகம் சம்பந்தபட்டது. சிலர் சில விஷயங்களையே மீண்டும் மீண்டும் வேறு தொனிகளில் எழுதுவதை கண்டிருக்கலாம். அதைத் தான் வரையறை என நினைக்கிறேன். மற்றபடி இந்த தன்னிலை, படர்க்கை போன்றவை கதையின் வசதி கருதி அதன் ஓட்டம் சார்ந்து அமைவது தானேயன்றி அதை ஒரு குறையாகச் சொல்ல முடியாது என்றே நினைக்கிறேன்.

கேள்வி: சிறுகதைக்கு காலமும், இடமும் (அது நிகழும்) முக்கியம் என்பது முக்கியமான விதிகளுள் ஒன்று. சிறுகதைக்கென விதவிதமான வரையறைகளைக் காணமுடிகிறது. சிறுகதைக்கான தங்களின் இலக்கணம் என்ன?

பதில்: சிறுகதைக்கு என்றில்லை, எந்த படைப்புருவத்துக்கும் விதி, இலக்கணம் என ஏதுமில்லை. அவ்வாறு இருக்குமென்றால் அதை மீறிச் செல்வதே இலக்கியம். காலமும் இடமும் முக்கியமெனக் கருதுகிறீர்கள் என்றால் அதிலும் ஒரு தெளிவுக்கு

வரவேண்டியிருக்கிறது. காலம் என சில மணி நேரங்களையும் சொல்லலாம். பல வருடங்களையும் சொல்லலாம். அது போலவே இடமும். பிரத்யேகமான நிலப்பகுதிக்குள் கதை நிகழ்வதாக இருக்குமெனில் அதன் வட்டார வழக்குக்குள் சென்றாக வேண்டும். மேலும் காலத்தால் நகராமல் ஒரே இடத்தில் நடக்கும் கதைகள் வாசிப்பில் சுணக்கத்தை உருவாக்குவதில்லை. நல்ல வாசிப்பையே அளித்திருக்கின்றன. உதாரணமாக வண்ணநிலவனின் ‘பலாப்பழம்’. ஒரே அறைக்குள் சில மணிநேரங்களில் நடக்கும் கதை தானே அது. தமிழின் மிக நல்ல கதைகளுள் ஒன்றாக அதைச் சொல்லலாம்.

ஆனால் நாவலில் இடமும் காலமும் நகராமல் இருந்தால் அது வாசிப்பவருக்கு சலிப்பை அளித்து விடும். பெருமாள் முருகனின் ‘நிழல்முற்றம்’, ‘கூளமாதாரி’ போன்றவை தரும் அயர்ச்சிக்கு இதுவே முதன்மையான காரணம்.

கேள்வி: அரூப நெருப்பிலுள்ள கதைகளில் பலவும் நெடுங்கதைகளாகவும், குறுநாவல்கள் போலவும் உள்ளன. நீங்களே அதை உங்கள் உரையில் குறிப்பிட்டுள்ளீர்கள். அதற்குக் காரணமாக சென்ற கேள்வியில் குறிப்பிடப்பட்டுள்ள காலமும், இடமும் இருக்கின்றன என்றால் அது சரியா? உதாரணமாக ‘வெஞ்சினம்’ கதையில் கதைசொல்லி ஒரு கொலை செய்வதாய் தொடங்கி அவனே இறந்து போவதாய் முடிகிறது. இக்கதையின் வளர்ச்சி அவன் ஏன் அவ்வாறு செய்கிறான் என்பதற்கு அவன் பால்யத்திலிருந்து தொடங்கி, படிப்படியாக எவ்வாறு உருமாறுகிறான் என்று எல்லாவற்றையும் சொல்கிறது. அவன் போய்ச் சேர்ந்த குழுவில் அவனுக்கும் அதில் உள்ள இன்னொருவனுக்கும் இருக்கும் போட்டியை, அவன் குழுத்தலைவனுக்கு இருக்கும் சந்தேகப் புத்தியை அதற்கான காரணத்தை என எல்லாவற்றையும் படம்பிடிக்கிறது. இவ்வாறு பலகிளைகளை விரிக்கும்போது இது நெடுங்கதையாகவோ, குறுநாவல் தன்மை உடையதாகவோ ஆகிறதென்றால் அது சரியா?

பதில்: ஆமாம். உண்மைதான். சில கதாபாத்திரங்கள் அதன் வழியாக ஒரே கதை, அக்கதை சுற்றும் மையபுள்ளி என ஆனதல்ல இக்கதைகள். எழுதும் போது கதைகளிலிருந்து உருவாகிவரும் பல மனிதர்களின் வாழ்க்கை மைய பாத்திரத்துடனோ அல்லது மைய பொருளுடனோ (உ.தா: ‘அரூப நெருப்பி’ல் நாற்காலி, ‘நிலை’யில் வீடு) உறவு கொண்டிருக்கின்றன. எனவே அவை பெரிய அளவில் சொல்லப்பட வேண்டியதாக இருந்தது. அப்போது

அவை சட்டென்று கிளைபிரிந்து சென்று விடுகின்றன. பல வாழ்க்கைகளின் குலைவுகளிலிருந்து எழுதப்படுவதால் இவை குறுநாவல்களின் தோற்றத்தை அடைந்து விடுகின்றன. சில கதைகளை வாசித்த நண்பர்கள் ஏன் நாவலாக ஆக வேண்டியதைப் பாதியிலேயே நிறுத்தி விட்டீர்கள்? எனக் கேட்டிருக்கிறார்கள். ஆனால் அக்கதைகளை அங்கே முடித்தது தான் சரி என்று எனக்குப் பட்டிருக்கிறது. தேவையில்லாமல் நீட்டிச் சென்றால் நீர்த்துப் போய்விடும். இக்கதைகள் நாவல் எழுதுவதற்கான பயிற்சியா என என்னை நானே கேட்டுக் கொண்டிருக்கிறேன். அந்தந்தச் சந்தர்ப்பங்களின் மனநிலைக்குத் தக்கவாறு ஆம், இல்லை என இரு பதில்களையும் சொல்லிக்கொள்வேன்.

இக்கதைகளில் காலமும் இடமும் நகர்ந்தபடியிருப்பதைத் தொகுப்பை வாசித்தவர்கள் உணர்ந்திருக்கக்கூடும். நேர்கோட்டில் சொல்லப்படாமல் காலம் எப்போதும் முன்பின்னாகவே கையாளப்பட்டிருப்பதையும் நீங்கள் கண்டிருக்கலாம்.

கேள்வி: இக்கதையை ஒட்டி இன்னுமொரு கேள்வி. இக்கதை சரியானத் திட்டமிடலுடன் எழுதப்பட்டிருப்பதாகத் தோன்றுகிறது. ஒரு கொலை, அதை யார் செய்தது, அவன் வரலாறு என்ன, கதாபாத்திரங்களின் அறிமுகம், பின்கொலைக்கான காரணம், முடிவு. இதைப்போன்ற தெளிவான கட்டமைப்பு சிறுகதைக்கு எவ்வளவு முக்கியம்?

பதில்: 'வெஞ்சினம்' கதையைப் பற்றிப் பேசுவதால் மட்டுமல்ல, திட்டமிடல் இல்லாமல் ஒரு கதையை எழுத முடியுமா எனத் தெரியவில்லை. எங்கே செல்கிறது என்பது வேண்டுமானால் தற்கணத்தின் உடைப்பிலிருந்து நிகழலாம். ஆனால் எங்கே முடிக்க வேண்டும் என்பதோ அதை எந்த வடிவத்தில் பிரசுரிக்க வேண்டுமென்பதோ திட்டமிடலுடன் சம்பந்தப்பட்டது தான். இக்கதை வெளிவந்த மறுநாளே தமிழின் முக்கியமான கவிஞர் ஒருவர் அழைத்து 'இக்கதையின் உலகம் பற்றி பிறகு பேசலாம். ஆனால் இக்கதை அதன் மொழியாலும் சொல்முறையாலும் நிற்கும்' என்று சொன்னார். இன்றும் பொருந்திப்போகும் அவதானிப்புகளுள் ஒன்று எனத் தோன்றுகிறது. 'கொலை' பற்றி பேசும் போது இதன் மையப் பாத்திரத்துக்கு, ஒரு ரவுடிக்கும்பலின் முக்கியமான இடத்திலுள்ள பாத்திரத்துக்கு நாயைக் கண்டால் பயம். அவ்வளவு பெரிய இடத்துக்கு வந்த பிறகும். ஒரு வித பதட்டம் கொண்டவன் அவன். அவன் கொலை

செய்யப்படுவதற்கு முந்தைய நிமிடத்தில் எங்கோ ஒலிக்கும் நாயின் ஊளையொலியைக் கேட்டு கூட அஞ்சுகிறான். இங்கிருந்தும் இக்கதையை வாசித்துப் பார்க்கலாம்.

எங்கு எவை குறைவாகச் சொல்லப்படலாம்? சேர்க்க வேண்டிய பகுதி எங்கேயிருக்கிறது? ஆகியவற்றைத் திட்டமிடலின்றி எப்படிச் செய்ய முடியும்? ஒரு ஆக்கம் முழுமையாக எழுதப்பட்டு விட்டதாகத் தோன்றியவுடன் முதல் வாசகராக அமர்ந்து எதிர்பாராமல் வந்தமர்ந்த வரிகளையும் இடங்களையும் சிலாகித்துக் கொள்ளும் அதே மனநிலையுடனேயே தேவையற்ற பகுதிகளைக் கத்தரித்து எறிவதற்கும் தயங்க வேண்டியதில்லை. ஆனால் கட்டமைப்பைப் பொறுத்தவரை அவ்வளவு கச்சிதமாக ஒரு கதை அமைய வேண்டுமா என்னும் ஐயம் எனக்கிருக்கிறது.

கேள்வி: வெஞ்சினம், வெறி, பழிதீர்க்கும் மூர்க்கம், மறுக்கப்பட்ட உரிமை, நிராசை, பொருளாதார சிக்கல் என இத்தொகுப்பின் கதைமாந்தர்கள் அனைவர்களுக்குள்ளும் நெருப்பு எரிந்தபடியே இருக்கின்றது. ‘திரும்புதல்’ கதையில் ஓரிரு இடங்களில் மட்டுமே நகைச்சுவை வெளிப்படுகின்றது. எளியவர்களின் வாழ்வில் இடம்பெறும் மகிழ்வான தருணங்களைத் தவிர்த்ததற்கான காரணம்?

பதில்: நீங்கள் சொல்கிற கூறுகளோடு அந்த பாத்திரங்களின் மனதில் நெருப்பு எரிவது உண்மைதான். என்றாலும் இன்னும் கொஞ்சம் ஆழமாக நோக்கினால் அவமானப்படுத்தப்படுவதன் வழியாகவே அதை ஆற்றுப்படுத்த முடியாமல் அவர்கள் ஆகிவிடுவதை உணரலாம். அது ஒரு ஆறாக்காயமாக, எரிதழல் போல அவர்களின் உள்ளங்களை பொசுக்குவதன் வெம்மை தாளாமல்தான் அந்த மூர்க்கத்தைக் கைகொண்டுவிடுகிறார்களோ என அச்சாகி வந்த பிறகு ஒரு சேர நிதானமாக மீளவும் ஒரு தடவை வாசித்த போது தோன்றியது.

வாழ்க்கையின் உக்கிரமான தருணங்களின் மீது கதை நிகழும் போது அதற்குள் நகைச்சுவையை வைத்தால் அந்த தீவிரம் மழுங்கிவிடக்கூடுமல்லவா? மேலும் அந்த பாத்திரங்களுக்கே நகைச்சுவை உணர்வு இல்லாமல் இருக்கையில் எழுதுபவன் வீணே அவர்களுக்கு கிச்சுகிச்சு மூட்டி நெளிய வைக்கக் கூடாது. விளிம்புநிலை மனிதர்களின் வாழ்வில் கொண்டாட்டங்களும் நகைச்சுவை உணர்வுக்கும் பஞ்சமில்லை. இங்கு அதை

செய்ய இடமில்லை என நினைத்தேன். முந்தைய தொகுப்பில் உள்ள 'மேய்ப்பர்கள்' கதையை வாசித்திருந்தீர்களெனில் அது துயருக்கிடையிலும் மகிழ்வின் தருணங்களையும் கொண்டிருப்பதைக் கண்டிருக்கலாம்.

கேள்வி: பொதுவாக இலக்கியம் துயரங்களைப் பேசுவதற்கான உளவியல் என்னவாக இருக்குமென நினைக்கிறீர்கள்?

பதில்: அது ஒட்டுமொத்த சமூக உளவியலின் பிரதிபலிப்பாக இருக்கலாம். சந்தோஷம் எப்போது வேண்டுமானாலும் தீர்ந்து விடக்கூடிய பானமுள்ள கோப்பையாக இருக்கும்போது துயரம் ஊற்று போல மனிதர்கள் வாழ்வில் வற்றாமல் கிடக்கும் என்பதையே பேரிலக்கியங்களும் மகத்தான ஆக்கங்களும் சில விதிவிலக்குகள் நீங்கலாக மீண்டும் மீண்டும் உணர்த்திக் கொண்டேயிருக்கின்றன. தமிழில் நவீனத்துவ இலக்கியங்கள் நிலைபெற்று கோலோச்சியக் காலகட்டத்திலிருந்து இங்கு மேலும் அது வலுவானது. இவற்றிலிருந்து தப்பியவர் அ.முத்துலிங்கம் போல வெகுசிலரே. மற்றொருவனின் துயரத்தில் - தனக்கு அவன் சம்பந்தமுள்ளவானகவோ இல்லாதவனாகவோ இருக்கும் பட்சத்திலும் - தன்னுடைய பங்கு மிகச்சிறு அளவேனும் இருக்கக்கூடுமோ! என தோன்றுவதும் காரணமாக இருக்கலாம். ஏனெனில் அவன் நம் 'சக ஹிருதயன்' அல்லவா? மேலே ஒட்டிக்கொள்ளும் புன்னகையின் பூச்சுகளைக் கடந்து ஒட்டுமொத்தமாக மானுட வாழ்க்கை துயரத்தால் ஆனதாகவே தோன்றுகிறது.

கேள்வி: 'மாறாட்டம்' கதை ஒரு முக்கியமான கதையாக தோன்றுகிறது. கணவனால் நேசிக்கப்படும் ஒரு பெண், அவ்வளவு வறுமையெல்லாம் இல்லை, செக்ஸ் வாழ்க்கையில் குறையேதுமில்லை. இருப்பினும் வேறொரு ஆணுடன் தவறான உறவில் இருக்கிறாள். அதை அறியும் அவளைக் கொலை செய்து விடுகிறான். இக்கதையில் எந்த ஒரு விசயமும் ரொமான்டிஸைஸ் செய்யப்படவில்லை. ஏன் தொகுப்பில் இருக்கும் எல்லா கதைகளிலுமே அது இல்லை. உதாரணமாக புவனா ஏன் வேறொரு ஆணுடன் உறவில் ஈடுபடுகிறாள் என்பதற்கு சேலைகள் மட்டும் ஒரு காரணமாக காட்டப்பட்டாலும் அது வலுவானதாக இல்லை. ஏனென்றால் கதையின் எந்த இடத்திலும் வறுமையை முன்னிலைப் படுத்துதலோ அதனால் பொருட்கள் மீது ஆசை

கொண்டவளாகவோ புவனாவைக் காட்டுவதோ நிகழவில்லை. பரமு அவளை அடிக்கிறான். அதனால் அவள் வேறொரு ஆணின் அன்புக்கு ஏங்கி போவதாகவும் இல்லை. அவனின் வன்முறையை ஒருவாறு ஏற்றுக்கொண்டவளாகவே வருகிறாள். இருந்தும் முறையற்ற தொடர்பில் உள்ளாள். லாட்டரிச் சீட்டு விற்பவனாக பரமு வருகிறான். அவனின் குணநலன் சிறப்பான முறையில் வெளிப்படுத்தப்பட்டிருக்கிறது. திடீர் திடீரெனக் கோபம் கொள்பவனாகவும், பின் உடனே சமாதானம் அடைபவனாகவும் வருகிறான். இக்கதையை அவன் பார்வையில் பார்த்தால் தவறான நடத்தை கொண்ட மனைவியைக் கணவன் கொன்றான் என்று சுருங்கி விடுகிறது. இக்கதை கொலையையோ, முறையற்ற உறவையோ நியாயப்படுத்தவில்லை. அதேசமயம் எதை முன்வைக்கிறது?

பதில்: எதையுமே முன்வைக்கவில்லை. சிலவற்றைத் திறந்து காட்ட முயன்றிருக்கிறது. பிறகு சில கற்பிதங்கள் இருக்கின்றன. மணவாழ்க்கையில் வேறொரு உறவை ஆணோ பெண்ணோ நாடிச் செல்ல யாரேனுக்கேனும் குறையிருக்க வேண்டும், அதிருப்தி நிலவ வேண்டும் என்பதெல்லாம் இல்லை. சில சமயம் அது ஒரு காரணமாக இருக்குமென்றாலும் பெரும்பாலும் இவையெல்லாம் சரியாக அமையப்பெற்றவர்களே மற்றொரு உறவுக்குள் இருப்பது சாதாரணமாக நடக்கிறது.

அக்கதையை விளக்கிக்காட்ட விரும்பவில்லை. அந்தச் சேலை எவ்வாறு கொலைக்கான மனநிலைக்கு அவனை இட்டுச் செல்கிறது என்ற இடம் உளவியலின் துணையால் மேலும் துலக்கமாகும். ஒரு தடவை கவிஞர். ராஜசுந்தர்ராஜன் இக்கதையை குறிப்பிட்டு 'அவளைக் கொல்லாமல் விட்டிருக்கலாம்' என்றார். அந்தக் குரலையே இன்னும் சிலரும் ஒலித்தார்கள். இக்கதை எழுதப்படும் காலம் இருபத்தொன்றாம் நூற்றாண்டு. கடந்த நூற்றாண்டின் மதிப்பீடுகள் மனித வாழ்க்கைக்குள்ளும் வீழ்ச்சியையே சந்தித்துக் கொண்டிருக்கின்றன. அப்படி இருக்கையில் தி.ஜானகிராமனோ, சுந்தர ராமசாமியோ, அசோகமித்திரனோ அவளை மன்னித்திருக்கலாம். இந்த நூற்றாண்டின் எழுத்தாளன் கருணையற்றக் காலத்தை கண்முன்னால் கண்டுகொண்டிருப்பவன். புதுமைப்பித்தன் 'கருணை கிழங்கு வர்த்தகத்தில் முடிந்து விட்டது' என்று எழுதி ஏறத்தாழ முக்கால் நூற்றாண்டுகள் ஆகி விட்டன என்பதை கவனிக்க வேண்டுகிறேன்.

கேள்வி: நாடகீயமான முடிவுகள், சிறுகதைக்கு பலமா? பலவீனமா

பதில்: அது அந்தச் சிறுகதை தேர்ந்து கொண்ட விஷயத்தில் தானே இருக்கிறது! ஆனால் நாடகத்தனமாக முடிவுகள் கொண்ட கதைகளிலிருந்து விலகி வந்து விட்ட காலத்தில் இருக்கிறோம் என நினைக்கிறேன்.

கேள்வி: உங்கள் கதைகளில் கொலை குறித்த காட்சிகள், வர்ணனைகள் சினிமாத்தனமாக இருப்பதாக விமர்சனம் வைக்கப்படுகிறது. சமீபத்தில் இதையே ஜீ.முருகன் எழுதியதாக ஞாபகம். இந்த விமர்சனத்தை எப்படிப் பார்க்கிறீர்கள்?

பதில்: இந்த விமர்சனத்தை ஏற்கவில்லை. ஜீ.முருகன் வேறொரு நூலை விமர்சக்கும் போது ஒரு வரியாக இதைச் சேர்த்திருக்கிறார். அதை வாசித்தேன். தனிப்பட்ட உரையாடலொன்றில் அவருக்குச் சொன்ன பதிலையே இங்கும் சொல்ல விருபுகிறேன். அவை சட்டென அதிர்ச்சிக்காக நிகழ்வதில்லை. உள்ளூர ஊறிக்கிடக்கும் மூர்க்கம் வெளிப்படும் தருணத்திலேயே நடக்கின்றன. அந்த பாத்திரம் அந்த முடிவை எடுப்பதற்கானப் பின்னணிகள் உளவியல் காரணங்கள் அக்கதைக்குள்ளேயே மறைந்திருக்கின்றன. அவ்வளவு தான்.

வாசகசாலை இணையதளம், *ஜூலை 2017*

"படைப்புச் செயல்பாட்டில், வாசகர் கதவுக்கு அப்பால் நிறுத்தி வைக்கப்பட வேண்டியவர்!"

சந்திப்பு : விஷ்ணுபுரம் சரவணன்

சிறுகதை எழுதுகையில் வாசகர் பற்றிய பிரக்ஞை எந்தளவு உங்கள் மனதில் இருக்கும்?

சிறிதளவுகூட இருக்காது. சிறுகதை என்றில்லை, வேறெந்த படைப்புருவத்தை எழுதத் தேர்ந்தாலும் வாசகர் மூன்றாம் நபரே. படைப்பின் முறையியலின்(Process) ஊடாக வாசகரை நினைவு கூர்ந்து கொள்வது போல ஆபத்து பிறிதில்லை. எங்கிருந்தோ வந்து வெற்றுத்தாளை ஆக்கிரமித்து நிரப்பும் பாத்திரங்களின் போக்குகளை எண்ணி வியப்புடனும் பரவசத்துடனும் இன்னொரு உலகை (அது எங்கிருந்து எப்படித் தொடங்கி நீள்கிறது என்னும் புதிருடன்) நிர்மாணிக்கத் திணறலுடன் முயன்று கொண்டிருக்கும் எழுத்தாளரால் வாசகரை எவ்வாறு நினைத்துக் கொள்ள முடியும்? ஆனால் பிரதியின் இறுதியும் அறுதியுமான உடைமையாளர் வாசகரே. ஆயினும் படைப்புச் செயல்பாட்டில் தாழிடப்பட்டக் கதவுக்கு அப்பால் நிறுத்தி வைக்கப்பட வேண்டியவர் அவர். எழுதும் போதே அவரை உள்ளே அழைத்து இருக்கையும் தந்து பேசவும் அனுமதிப்பீர்களென்றால் நீர்த்துப்போக கையெழுத்திடுகிறீர்கள் என்றே பொருள். அதற்கு தமிழில் ஜெயகாந்தனிலிருந்து (பிற்கால கதைகள்) எஸ். ராமகிருஷ்ணன் வரை (கடந்த பத்தாண்டு கால கதைகள்) உதாரணங்கள் உண்டு.

சிறுகதையில் வட்டார வழக்குக்கு இடம் எவ்வளவு?

அது எழுதுகிறவரையும் அவர் எழுதும் நிலப்பரப்பையும் சார்ந்தது. உதாரணமாக பா.வெங்கடேசனின் படைப்புகள் நிகழுமிடங்கள் பெயராகத் தான் வருமேயன்றி அவற்றில் அந்நிலமக்களின் பேச்சுமொழிக்கு இடமேயில்லை.

உரையாடல்கள் கூட பொதுமொழியிலேயே அமைந்திருக்கும். மாறாக வட்டார வழக்கிலிருந்து பிரிக்கவே முடியாதவர் கண்மணி குணசேகரன். இவர் 'நடுநாட்டுச் சொல்லகராதி'யை தனியொருவராக உருவாக்கியவர். இது உயந்தது அது தாழ்ந்தது என்னும் பேதங்கள் இதன் பொருட்டு உருவாகவேண்டியதில்லை. ஆனால் வாழும் மண் மீது படைப்பாளி கொண்டிருக்கும் ஆழமான பிணைப்பையும் நேசத்தையும் உறுதி செய்பவை வட்டார வழக்குச் சொற்கள் புழங்கும் ஆக்கங்களே.

நல்ல சிறுகதைக்கான உங்களின் வரையறை என்ன?

வரையறை என்பதெல்லாம் வசதிக்காகச் சொல்லிக் கொள்பவை தான். எந்த ஒன்றுக்கும் வரையறை என ஏதுமில்லை. ஒரு காலகட்டத்தில் கோலோச்சும் படைப்புகள் சார்ந்து விமர்சகர்களால் ரசனை, அழகியல் மற்றும் கோட்பாடுகளால் முன் வைக்கப்படுபவை அவை. யதார்த்தம், நவீனத்துவம், மேஜிக் ரியலிசம், பின் நவீனத்துவம் என ஒவ்வொரு காலகட்டங்களில் ஏதேனுமொரு அலை வீசி ஓய்ந்திருக்கிறது. இவற்றிற்கு மொழியாக்கங்களே பிரதான காரணியாக இருந்திருக்கின்றன. ரஷ்ய இலக்கிய மொழியாக்கங்களின் போது யதார்த்தவாதம், பிறகு க.நா.சு கொண்டு வந்த அயலக படைப்புகள் அதன் பின் இலத்தின் அமெரிக்க இலக்கியத்தின் வழி எழுந்த மேஜிக் ரியலிசம் குறித்த உரையாடல்கள், போன்றவற்றை இங்குள்ளவர்கள் தீவிரமாக எடுத்துக் கொண்டிருக்கின்றனர். கோட்பாடுகளை, இசங்களை முன்னிருந்தி வந்த படைப்புகள் அதன் செயற்கைத்தனம் மற்றும் நகலெடுத்தல் காரணமாக நகைப்புக்கும் விமர்சனத்திற்கும் உள்ளாயின. ஆன போதும் கோட்பாடு சார்ந்த எழுத்துக்களையும் பேச்சுகளையும் விவாதங்களையும் எழுத்தாளன் கவனத்துடன் பின் தொடர்தல் அவசியம். தொண்ணூறுகளின் மத்தியில் மராட்டியிலிருந்து வெளிவந்த தலித் சுயசரிதை மொழிபெயர்ப்புகளுக்குப் பின் மீண்டும் யதார்த்தவாதம் இங்கு செல்வாக்குப் பெற்றது நினைவிருக்கலாம். ஒன்றின் காலகட்டம் முடிந்து அல்லது அது போதாமல் ஆகும் போது அதை உடைத்து அடுத்த கட்டம் வேறொன்றை உருவாக்கும். ஏனெனில் அடிப்படையிலேயே இலக்கியத்திற்கு தான் இலக்கணம். அப்படி வரையறுக்கப்படும் எல்லைகளை மீறிச் செல்வதே இலக்கியம் .

வாசித்த ஐந்து நல்ல சிறுகதைகளை சட்டென்று சொல்லச் சொன்னால்?

அபு ஹுசைனின் குகைக்குள் சென்ற அலிபாபா போல திகைத்து நிற்க வேண்டியது தான். அவ்வளவு செல்வ வளம் மிக்க மகத்தான கதைகள் கொட்டிக் கிடக்கும் கஜானா நம்முடையது. சட்டென்று என்றாலே ஐம்பதைச் சொல்லி விட முடிகிற நிலையில் ஐந்து என்பது கடைந்தெடுத்தக் கஞ்சத்தனம். பலராலும் எப்போதுமே பட்டியலிடப்படுகிறவற்றை ஒதுக்கி வைத்துவிட்டு சமகால எழுத்தாளர்களின் ஆக்கங்களிலிருந்து உடனடியாக மனதில் தோன்றுகிற ஆனால் மிக நல்ல கதைகளைச் சொல்கிறேன். பா.வெங்கடேசனின் 'ராஜன் மகள்', ஜெயமோகனின் 'வாரிக்குழி', தேவிபாரதியின் 'பிறகொரு இரவு', ஜே.பி. சாணக்யாவின் 'அமராவதியின் பூனைகள்', ஷோபாசக்தியின் 'கண்டிவீரன்', இமயத்தின் 'ஈசனருள்'. (கணக்கில் ஒன்று கூடிவிட்டது, பொறுத்தருள்க).

ஒரு சிறுகதை வாசகருக்கு எவ்வாறு இறங்க வேண்டுமென நினைக்கிறீர்கள்? வாழ்வின் அனுபவமாக அல்லது மொழியின் அனுபவமாக?

ஒன்றை மற்றொன்று இட்டு நிரப்பி நிறைவு செய்யக்கூடியவை தான். இரண்டுக்குமே வலுவான ஆதாரங்களைச் சொல்லி நிறுவிவிட முடியும். ஆனால் வெறும் மொழியால் மட்டும் படைப்பு நிற்கும் என நம்பவில்லை. ஈராயிரம் மரபு கொண்ட மொழியிலிருந்து எழுத வந்திருக்கிறேன் என்ற போதம் மிகத் தேவையானது. அனுபவ வெம்மையின் முன் மொழியின் அழகியல் நடனங்கள் பின்னொதுங்கி விடும். என்றபோதும் எழுதுபவனின் தனித்த காலடிகளின் முதுகெலும்பு அவனது மொழியே. மொழியின் வசீகரித்தால் ஈர்க்கும் ஆக்கங்களில் கூட அதன் கலைமதிப்புக்கு உள்ளடக்கத்திற்கே முன்னுரிமையளிக்கப்படுவதைக் காணலாம். இன்றைய சூழலில் பத்திரிகையாளனின் நடையில் எழுதப்படும் படைப்புகள் பெருகிவருவதும் அவர்களை படைப்பாளிகள் என நம்புவதும் கூட மொழி பற்றிய கூருணர்வு மங்கி வருவதால் தான். ஒருகட்டத்திற்கு பின்னும் மொழி குறித்த பிரக்ஞையை வளர்த்துக் கொள்ளாமல் எழுதிக்கொண்டே இருப்போமெனில் ஆவணக்காப்பகத்துக்கு ஓயாமல் உழைத்துக் கொண்டிருக்கிறோம் என்றே ஆகும்.

விகடன் தடம், ஆகஸ்ட் 2019